நீலம் நேர்காணல்கள்

தொகுதி - 1

நீலம்

நீலம்

நீலம் நேர்காணல்கள் (தொகுதி-1)

முதற்பதிப்பு : டிசம்பர் 2022

நீலம் பப்ளிகேஷன்ஸ்,
முதல் தளம், திரு காம்ப்ளக்ஸ்,
மிடில்டன் தெரு, எழும்பூர், சென்னை - 600008.

அட்டை & உள் ஓவியங்கள் : பொன் பாலாஜி
அட்டை வடிவமைப்பு : திலிப்குமார் சங்கரலிங்கம்
நூல் வடிவமைப்பு : சிவராஜ்

விலை ரூ.250

NEELAM NERKAANALGAL (THOGUTHI - 1)

First Edition : December 2022
Published by : NEELAM PUBLICATIONS,
1st floor, Thiru Complex, Middleton street,
Egmore, Chennai - 600008.
Sudarsan Graphics Pvt. Ltd., Chennai - 600041.

Email : editor@neelampublications.com
Mobile : +91 63698 25175

INR : 250
ISBN : 978-93-94591-13-4

Neelam Monthly Magazine & Subscription - www.theneelam.com
Neelam Online Store - www.neelambooks.com

பொருளடக்கம்

பதிப்புரை — 5

தலித் இலக்கியம் என்பது
எதிர் அரசியல் நிலைப்பாடு — 6
இமையம்

20 — கலைக்கு எதிராக கலை
ஓவியர் சந்ரு

நீ யார் என்பதைக் காட்ட
ஒரு வார்த்தை போதும் — 54
ராஜ்கௌதமன்

85 — சாதி, பால்நிலை முரண்பாடுகளை
உள்வாங்கிய ஜனநாயகமே
அம்பேத்கரின் நிலைப்பாடு
வ.கீதா

என்னுடைய இடம் எதுவென்று
எனக்குத் தெரியும் — 132
பிரபா கல்யாணி

பதிப்புரை

நீலம் மாத இதழ் தொடங்கப்பட்டு நேர்காணல்களைத் திட்டமிடும்போது அதன் பக்க அளவைக் குறித்துப் பெரிய கட்டுப்பாடுகள் ஏதும் நாங்கள் விதித்துக்கொள்ளவில்லை. சில நேரங்களில் அவை மூன்றில் ஒரு பகுதியாகக் கூட வெளிவந்திருக்கிறது. கலை, இலக்கிய, பண்பாட்டு, அரசியல் தளங்களில் 25 ஆண்டுகளுக்கும் மேலாகப் பங்களித்தவர்களின் அனுபவங்களை ஒற்றை நேர்காணலில் தொகுத்துவிட முடியாது என்பதே யதார்த்தம். அதேவேளையில் இலக்கிய இதழ்களில் கட்டாயம் ஓர் நேர்காணல் இடம்பெற்றாக வேண்டும் என்கிற சடங்காகவும் உருப்பெற்றுவிடக் கூடாது என்பதிலும் கவனமாக இருந்தோம். ஒவ்வொரு நேர்காணலும் அதற்கேயுரிய அடர்த்தியோடு வெளிவந்திருக்கிறது. முதல் தொகுதியாக வெளிவந்திருக்கும் இத்தொகுப்பில் ஓவியர் சந்ரு, எழுத்தாளர் ராஜ் கௌதமன், ஆய்வாளர் வ.கீதா, எழுத்தாளர் இமையம், சமூகச் செயற்பாட்டாளரும் கல்வியாளருமான பேராசிரியர் பிரபா கல்யாணி ஆகியோரது நேர்காணல்கள் இடம்பெற்றிருக்கின்றன.

ஒவ்வோர் ஆளுமையும் தனித்துவமிக்கவர்கள், தத்தமது தளங்களில் கோலோச்சியவர்கள். இவர்களது உரையாடல்களைத்தொகுத்து வாசிக்கும் போது அரசியல் ரீதியான ஓர்மையை உணர முடியும். எழுத்து, களம், கலை என இவர்களின் செயல்பாடுகள் அனைத்தும் பெரும்பான்மை பண்பாட்டுக்கு எதிரானது, சாதி மத பாலின வேறுபாடுகள் அடர்ந்த சமூகத்திடம் கேள்வி எழுப்புவதினூடாகத் தமது செயல்பாடுகளை வகுத்துக்கொண்டவர்கள் என்பதே அந்த ஓர்மை. பல்வேறு இதழ்களில் இவர்களது நேர்காணல்கள் வெளிவந்திருந்தாலும் கூடுமானவரை புதிய பரிணாமத்தை முன்வைக்க முயன்றிருக்கிறோம். சிறுபத்திரிகை தன்மையிலான நேர்காணலுக்குத் தயாராவது என்பது பெரும்பணி. அதற்கென நேரம் ஒதுக்கித் தங்களது அனுபவங்களைத் தொகுத்தளித்த இந்த ஐந்து ஆளுமைகளுக்கும் நன்றி தெரிவிக்கக் கடமைப்பட்டிருக்கிறோம். *நீலம்* மாத இதழுக்குத் தொடர்ந்து பங்களித்துவரும் ஆலோசனைக் குழு, ஓவியர்கள், நூல் வடிவமைப்பாளர்கள் உள்ளிட்ட அனைவருக்கும் நன்றி.

தலித் இலக்கியம் என்பது எதிர் அரசியல் நிலைப்பாடு

இமையம்

சந்திப்பு : ஸ்டாலின் ராஜாங்கம், வாசுகி பாஸ்கர்

இமையம் (1964)

நன்கு அறியப்பட்ட சமகாலத் தமிழ் எழுத்தாளர். அவரின் முதல் நாவல் 'கோவேறு கழுதைகள்' வெளிவந்து இருபத்தைந்து ஆண்டுகளாகின்றன. முதல் நாவலிலேயே கவனம் பெற்றவர். தொடர்ந்து 'ஆறுமுகம்', 'செடல்', 'செல்லாத பணம்' ஆகிய நாவல்களையும் 'வீடியோ மாரியம்மன்', 'மண்பாரம்' உள்ளிட்ட சிறுகதைத் தொகுப்புகளையும் கொணர்ந்திருக்கிறார். எழுதத்தொடங்கிய நாள் முதல் படைப்பூக்கத்தோடு இயங்கிவருபவர். ஆங்கிலத்திலும் இவர் எழுத்துகள் மொழிபெயர்க்கப்பட்டிருக்கின்றன. 2018ஆம் ஆண்டின் கனடா இலக்கியத் தோட்ட விருதான 'இயல்' விருதைப் பெற்றார். அவர் எழுத்துகள் தலித் எழுத்துகளாகப் பார்க்கப்பட்ட அதேவேளையில் தலித் அனுபவங்களைத் தமிழ் வாழ்வின் தவிர்க்க முடியாத அங்கமாக மாற்றியமைப்பதில் பிரதான இடம் வகித்துள்ளது. ஆரம்பத்திலிருந்தே தன்னிடம் மாற்றமும் புரிதலும் ஏற்பட்டிருக்கிறது என்று சொல்லும் அவர் தலித் இலக்கியம் பற்றி ஏற்பட்டிருக்கும் பார்வை மாற்றத்தையும் இந்நேர்காணலில் பகிர்ந்துள்ளார்.

'கோவேறு கழுதைகள்' நாவல்தான் உங்களுடைய முதல் படைப்பாகவும் அதுவே இன்றுவரை உங்களுடைய அடையாளமாகவும் இருக்கிறது. கோவேறு கழுதைகள் நாவலுக்கு முன் எழுதிய படைப்புகள் என்று ஏதாவது இருக்கிறதா? ஆரம்பகால உங்களுடைய எழுத்து முயற்சிகள் எப்படி இருந்தன?

கவிதைகள் எழுத முயன்றேன். சிறுகதைகள் எழுத முயன்றேன். கட்டுரைகள் எழுத முயன்றேன். எதுவும் சரியாக வரவில்லை. பிறகுதான் 'கோவேறு கழுதைகள்' நாவலை எழுதினேன். அதற்கு முன்பாக இரண்டு நூல்களை எழுதினேன். முதலாவது ராஜீவ்காந்தி கொண்டுவந்த புதிய கல்விக் கொள்கைக்கு எதிராக 'புதிய கல்விக் கொள்கை ஒரு *exray* கண்ணோட்டம்' என்ற 36 பக்கம் கொண்ட சிறு வெளியீடு. அந்நூல் அப்போது அதிகமாகப் பேசப்பட்டது. கொண்டாடப்பட்டது. இரண்டாவது நூல் 'பத்திரிகை ஒரு பார்வை' நூறு பிரதிகள் மட்டுமே அச்சிடப்பட்டது. அந்த விஷயம் எனக்கும் பிரிண்டருக்கும் மட்டுமே தெரிந்த ரகசியமாக இருந்தது, இன்றுவரை.

'கோவேறு கழுதைகள்' வெளிவந்து 25 ஆண்டுகள் முடிந்துவிட்டன. இன்றுவரை அது பேசப்படுகிற ஒன்றாக, கொண்டாடப்படுகிற ஒன்றாக இருக்கிறது. இப்படி நிகழும் என்று எதிர்பார்த்தீர்களா?

நிச்சயமாக இல்லை. ஒரு படைப்பு, தனக்கான ஆயுளைத் தானேதான் உருவாக்கிக்கொள்கிறது. எழுத்தாளன் உருவாக்குவதில்லை. 'கோவேறு கழுதைகள்' நாவல் எனக்குள் ஏற்பட்ட பெருவெடிப்பு என்றுதான் சொல்ல வேண்டும். ஒரு படைப்புக்கான மதிப்பு என்பது அதன் உண்மைத் தன்மையைப் பொறுத்தே ஏற்படுகிறது. அதே மாதிரிச் சமூகப் பொருத்தம் சார்ந்தும் ஏற்படுகிறது.

'கோவேறு கழுதைகள்' நாவல் வெளிவந்ததுமே கவனம் பெற்றதா, கால தாமதமாகக் கவனம் பெற்றதா? நாவலுக்கான வரவேற்பு எப்படி இருந்தது?

நாவல் வெளிவந்த உடனேயே மதுரையில் என்.சிவராமன் ஒரு விமர்சனக் கூட்டத்திற்கு ஏற்பாடு செய்திருந்தார். அந்தக் கூட்டத்திற்கு வந்து சுந்தர ராமசாமி பேசினார். அன்று அவர் நாவல் குறித்துப் பேசியதும் அதன் பிறகு காலச்சுவடில் அவர் எழுதிய விமர்சனமும் ஆச்சரியத்தை உண்டாக்கியது. ஒருபக்கம் அளவுக்கு மீறிப் புகழ்கிறார், கொண்டாடுகிறார் என்றும் மறுபுறம் தலித் இலக்கியத்திற்கு எதிராகக் கிடைத்த ஆயுதமாகப் பயன்படுத்துகிறார் என்றும் குற்றச்சாட்டு எழுந்தது. தலித்திய விமர்சகர்கள் என்பவர்களால் இப்போக்குத் தூற்றப்பட்டது. நாவலை வெளியிட்ட க்ரியா எஸ்.ராமகிருஷ்ணன் ஒரு பிராமணர். நாவலைப் பாராட்டி எழுதிய சுந்தர ராமசாமி, வெங்கட் சாமிநாதன் போன்றவர்கள் பிராமணர்கள். அப்போது அதுவும் குற்றமாகப் பார்க்கப்பட்டது. ஆனால், இன்று அக்குற்றச்சாட்டுகளின் நிலை என்ன? நாவல் உயிரோடிருக்கிறது.

தலித் இலக்கிய அரசியலுக்கு எதிரான நாவலாக ஒருபக்கமும் தலித் இலக்கியத்திற்குச் சிறந்த எடுத்துக்காட்டாக மறுபக்கமும் பேசப்பட்டது. தலித் இலக்கிய அடையாளம் வேண்டாம் என்று இன்று சொல்கிற நீங்கள், நாவல் வெளிவந்த காலத்தில், தலித் இலக்கியக் கூட்டங்களில் கலந்துகொண்டீர்கள்தானே?

நான் நாவலின் முதல் பிரதியை எழுதுகிற சமயத்தில் இலக்கிய உலகில் தலித் அடையாளத்தோடு விமர்சகர்கள்

என்று யாருமில்லை. தலித் இலக்கியம் குறித்த புரிதலும் அறிமுகமும் எனக்கு அப்போது இல்லை, இலக்கியம் குறித்தும்தான். அப்போது பலரும் அப்படித்தான் இருந்தார்கள் என்று நினைக்கிறேன். நாவல் அச்சாகி வெளிவந்த காலத்தில் தலித் அரசியல், தலித் இலக்கியம், கலக இலக்கியம் என்ற பேச்செல்லாம் ஒலித்துக்கொண்டிருந்தது. எல்லாவற்றையும் எதிர்ப்போம் என்ற நிலைப்பாடு கொண்டிருந்ததால் 'கோவேறு கழுதைகள்' நாவலையும் அதன்படி எதிர்த்தார்கள். உட்சாதி முரணைப் பேசுகிறது. அதனைப் பேசுகிற நேரமும் இதுவல்ல என்றார்கள். அந்த அரசியல் எனக்கு அப்போது புரியவில்லை. அதனால் நான் தலித் இலக்கியக் கூட்டங்களிலும் மற்ற பொதுவான இலக்கியக் கூட்டங்களிலும் பங்கேற்றேன்.

இப்போது இலக்கிய அரசியல் புரிந்துவிட்டதா?

ஓரளவுக்கு என்றுதான் சொல்வேன். திமுக, அதிமுக கட்சிகளின் அரசியலைவிட இலக்கியவாதிகள் செய்கிற அரசியல்தான் மோசம் என்பது என்னுடைய கருத்து. தமிழில் தலித் இலக்கியத்திற்கு எடுத்துக்காட்டானவை என்று கொண்டாடப்பட்ட படைப்புகள் இன்று முக்கியத்துவம் இழந்துவிட்டன. 'தலித்' இலக்கிய அரசியலைச் சிலர் பயன்படுத்திக்கொண்டனர். நான் ஒருபோதும் அரசியலுக்காக எழுதுவதில்லை. சூழலுக்காக எழுதுவதில்லை. தலித் இலக்கியம் குறித்த பேச்சு இப்போது அரிதாகத்தான் காதில் விழுகிறது. உங்களுக்குக் கேட்கிறதா?

எழுத்தாளனுக்கு அடையாளம் பெரும் சுமை என்று நீங்களே பலமுறை சொல்லியிருக்கிறீர்கள். அதே நேரத்தில் திராவிட இயக்க இலக்கியத்தின் பங்களிப்பு பற்றி அதிகம் இப்போது பேசுகிறீர்கள். இது முரண்பாடாகத் தெரியவில்லையா?

தெரியவில்லை. காரணம், தமிழ்நாட்டில் எழுத்தாளர்கள், கவிஞர்கள், விமர்சகர்களைவிட இலக்கிய ஆதீனங்கள், இலக்கியப் பூசாரிகள் அதிகம். தமிழ்நாட்டில் முதல் தலைமுறையாக ஆங்கிலம் படித்த பிராமணர்கள் ஒன்றுகூடி "தமிழில் ஒன்றுமே இல்லை. வெளிநாட்டு இலக்கியத்தில்தான் எல்லாம் இருக்கிறது" என்று பிரகடனப்படுத்தினார்கள். அதுதான் இன்றுவரை நம்பப்படுகிறது. இவர்கள் எப்படிப்பட்டவர்கள் என்றால் அண்ணா எழுதிய 'சிவாஜி

கண்ட இந்து ராஜ்ஜியம்' நாடகத்தில் வரும் பட்டரை போன்றவர்கள். கலைஞரின் 'சங்கிலிச் சாமி' சிறுகதையில் வரும் சங்கிலிச் சாமியார் போன்றவர்கள். அவர்கள் உதிர்த்த முத்தான வாக்கியம்தான் 'நவீன இலக்கியத்தில்தான் எல்லாம் இருக்கிறது. பழைய இலக்கியத்தில் ஒன்றுமே இல்லை' என்பது. அதை நாம் நம்பத்தான் செய்தோம். அதே மாதிரிதான் "திராவிட இயக்க இலக்கியம் என்று ஒன்று இல்லை. இருப்பதுகூட வெறும் பிரச்சாரம், வெறும் கோஷம்" என்று. இவர்களின் சிறுகதைகளை, நாவல்களை, நாடகங்களை, கவிதைகளைப் படித்திருக்கிறார்களா? இல்லை. படிக்காமலேயே கருத்துச் சொல்கிறார்கள். அவர்கள் சொன்னதை ஏற்றுக்கொண்டு நாமும் அப்படியே நம்பிக்கொண்டிருக்கிறோம். படித்துப் பார்த்துவிட்டு ஏற்கலாம், நிராகரிக்கலாம். படிக்காமலேயே கருத்துச் சொல்வதற்கு உரிமை இருக்கிறதா? திராவிட இயக்க எழுத்தாளர்களின் இலக்கியப் பங்களிப்பு முக்கியமானது என்றே நான் நம்புகிறேன். இன்றைக்குத் திராவிட இயக்க இலக்கியம் என்று ஒன்று இல்லை என்று சொல்கிற இதே இலக்கியப் பூசாரிகள், ஆதினங்கள் நாளைக்குத் தலித் இலக்கியம் என்று ஒன்று இல்லை எனச் சொல்வார்கள். அதை நீங்கள் ஏற்பீர்களா? அதற்காகத்தான் நான் திராவிட இயக்க எழுத்தாளர்களின் இலக்கியப் பங்களிப்பு பற்றிப் பேசிக்கொண்டிருக்கிறேன்.

திராவிட இயக்க இலக்கியம் வேண்டும் என்று சொல்லும் போது தலித் இலக்கியம் என்பதும் அவசியமல்லவா?

கட்டாயமாக. இங்கு எல்லாக் கிராமங்களிலும் இரண்டு நடைபாதைகள் இருக்கின்றன. பள்ளிக்கூடம், ரேஷன் கடை, கிணறு, பிணம் எரிப்பதற்கான இடம் என எல்லாமே இரண்டு இரண்டாக இருக்கும்போது, இலக்கியம் இரண்டாக இருப்பதில் தவறில்லை. இது எதிர் இலக்கிய அரசியல் நிலைப்பாடு.

நீங்கள் உங்களைத் 'தலித்' எழுத்தாளர் என்று அடையாளப் படுத்திக்கொள்ளவில்லை என்றாலும், உங்கள் படைப்புகளில் தலித்களினுடைய வாழ்க்கை இருக்கிறது இல்லையா? இது பற்றிய உங்களுடைய கருத்தென்ன?

நீங்கள் சொல்வது முற்றிலும் உண்மை என்று சொல்ல முடியாது. ஒரு கதையை எழுத நினைக்கும்போது, இது தலித்துகளின் வாழ்க்கையைச் சொல்ல வேண்டும் என்றோ, அல்லது தலித் அல்லாதவர்களின் வாழ்க்கையைச் சொல்ல வேண்டும் என்றோ தீர்மானித்துக்கொண்டு எழுதுவதில்லை. ஓர் எழுத்தாளனின் எழுத்து வாழ்க்கையில் அவனுடைய இளமைக்கால வாழ்க்கைதான் பெரும் பங்கு வகிக்கும். அந்த விதி – என்னுடைய எழுத்துகளுக்கும் பொருந்தும். இன்னொரு வகையில் சொன்னால், நான் வாழ்ந்ததுதான் என்னுடைய எழுத்து. அதற்கு யார் வேண்டுமானாலும் என்ன பெயர் வேண்டுமானாலும் கொடுக்கலாம். ஒரு பெயரை, அடையாளத்தை முன்னிறுத்தி நான் எழுதுவதில்லை. சமூகத்துடன் உறவுகொள்வதற்கான சிறந்த கருவியாக எனக்கு எழுத்து இருக்கிறது, இலக்கியம் இருக்கிறது. இசங்களின் சாயத்தைப் பூசிக்கொள்வதில் எனக்கு உடன்பாடில்லை.

நீங்கள் பேசுவதற்கும் எழுதுவதற்கும் முரண்பாடு இருக்கிறது. நீங்கள் தலித் என்கிற அடையாளத்தைத் தவிர்க்க நினைத்தாலும், தவிர்ப்பதாக நடித்தாலும் உங்களுடைய முதல் நாவலான 'கோவேறு கழுதைக'ளில் ஒடுக்கப்பட்ட சமூகத்தினரின் வாழ்வைத்தானே எழுதினீர்கள்?

நான் திரும்பவும் சொல்கிறேன், நாவலை எழுதும்போது ஒடுக்கப்பட்ட சமூக வாழ்வை எழுதுகிறோம் என்ற அறிவோ, இப்படித்தான் எழுத வேண்டும், ஒடுக்கப்பட்டவரின் சார்பாகத்தான் எழுத வேண்டும் என்ற தெளிவான புரிதலோ எனக்கு இருந்தது என்று சொல்ல மாட்டேன். அப்படிச் சொன்னால் அது முழுப்பொய். 'கோவேறு கழுதைகள்' நாவலின் முதல் பிரதியை எழுதும்போது, நாவலுக்கான வடிவம், மொழி என்பது குறித்த அறிவுகூட எனக்கு இல்லை. போதிய எழுத்துப் பயிற்சிகூட அப்போது எனக்கு இல்லை. அப்போது நான் அதிகமாகப் படித்திருக்கவுமில்லை.

புரட்சியைப் பற்றி, விடியலைப் பற்றி நான் எழுதியதையெல்லாம் படித்துவிட்டு திரு.எஸ்.ஆல்பர்ட், "புரட்சி, விடியல் பத்தியெல்லாம் நீ ஒன்னும் எழுத வணாம். ஒனக்கென்ன தெரியுமோ அத எழுது.

திருச்சியப் பத்தி எழுதறதவிட்டுட்டு ஒங்க ஊரப் பத்தி எழுது" என்று சொன்னார். எனக்கு என்னுடைய ஊரைப் பற்றித்தானே தெரியும். அதனால் என்னுடைய ஊரைப் பற்றி எழுதினேன். அதுதான் 'கோவேறு கழுதைகள்', 'செடல்' நாவல்கள். நான் எழுதியது தலித் இலக்கியமா, உட்சாதி முரண்பாடா, நவீன இலக்கியமா, பின்நவீனத்துவ இலக்கியமா என்பதெல்லாம் எனக்குத் தெரியாது. 'கோவேறு கழுதைகள்' நாவலும் சரி, 'செடல்' நாவலும் சரி திட்டமிட்டு எழுதப்பட்டதல்ல. தானாக நிகழ்ந்த ஒன்று.

'கோவேறு கழுதைகள்' எழுதியபோது இருந்த நிலையில்தான் இன்றும் இருக்கிறீர்களா? மாற்றம், புரிதல் ஏற்பட்டிருக்கிறதா?

ஏற்பட்டிருக்கிறது. அது என் எழுத்தில் வெளிப்படவே செய்கிறது. ஆனால், 'கோவேறு கழுதைகள்' நாவல் எழுதிய போது இருந்த மனநிலை அப்படியே இருப்பது ஒருவகையில் நல்லது. மற்றொரு வகையில் நல்லதல்ல.

ஒடுக்கப்பட்டவர்களின் மனநிலையிலிருந்து எழுதிக் கொண்டிருந்த நீங்கள் கால மாற்றத்தால்தான் ஒடுக்குபவர்களின் மனநிலையிலிருந்து 'சாவுச்சோறு', 'போலீஸ்', 'பெத்தவன்' போன்ற கதைகளை எழுதினீர்களா?

தொடர்ந்து படிப்பதால், எழுதுவதால் பயிற்சி ஏற்படுகிறது. அந்தப் பயிற்சியைத்தான் சொன்னேன். கொள்கை மாற்றத்தைப் பற்றியல்ல. ஒடுக்கப்பட்டவரின் மனநிலையிலிருந்து சொல்வதா, ஒடுக்குபவரின் மனநிலையிலிருந்து சொல்வதா எது சரியானதாக இருக்கும். எது கதைக்குப் பொருத்தமாக இருக்கும் என்று யோசித்து எழுதினேன். 'பெத்தவன்' கதையைப் பழனியின் குடும்பத்தின் மூலம் சொல்வதுதான் சரி என்று தோன்றியது. பாதிக்கப்பட்ட பையனின் குடும்பத்தின் வழியே கதையைச் சொல்லியிருந்தால் அது பச்சாதாபத்தை, இரக்கத்தை மட்டுமே கோரியிருக்கும். இதே நிலைதான் 'போலீஸ்' கதைக்கும். ஒரு விஷயத்தை ஒடுக்குபவரின் மனநிலையிலிருந்து அணுகுவதற்கும் ஒடுக்கப்பட்டவரின் மனநிலையிலிருந்து அணுகுவதற்கும் நிறைய வித்தியாசம் இருக்கிறது. எழுதத் தொடங்குவது மட்டும்தான் எழுத்தாளனின் வேலை. எழுத ஆரம்பித்த பிறகு கதை தன்னைத்தானே எழுதிக்கொள்ள ஆரம்பித்துவிடும். கதையின் போக்கில் நல்ல எழுத்தாளன் குறுக்கீடு செய்ய மாட்டான், நானும் செய்வதில்லை.

உங்களுடைய மற்ற நாவல்களைக் காட்டிலும் செடலில் ஆவணத்தன்மை கூடுதலாக இருப்பதுபோல் தோன்றுகிறது. நான் சொல்வதை ஏற்பீர்கள் என்று நினைக்கிறேன்.

நான் ஏற்கமாட்டேன். அதே நேரத்தில் தெருக்கூத்து சம்பந்தப்பட்ட பகுதிகளைச் சொல்கிறீர்கள் என்பதை நான் புரிந்துகொள்கிறேன். பல நூற்றாண்டுகளாகத் தெருக்கூத்து என்ற கலைவடிவம் நம்முடைய வாழ்வின் ஒரு பகுதியாக இருந்துவந்திருக்கிறது. தெருக்கூத்துப் பற்றி எழுதப்பட்ட இலக்கியமாகத் தமிழில் ஒன்றைக்கூடக் காட்ட முடியாது. அப்புறம், ஒரு நாவல் தனக்கு என்னென்ன வேண்டுமோ, அதைத் தானே உருவாக்கிக்கொள்ளும். ஆவணமும் ஓர் இலக்கிய வகைமைதான், மனித உடலில் எது அவசியமான பாகம், எது அவசியமற்ற பாகம்? தலையில் இருக்கும் முடிதான் நாம் உயிர்வாழ்வதற்கு உதவாத ஒன்று. ஆனால் முடிவெட்டும்போது கண்ணாடியை எத்தனை முறை நாம் பார்க்கிறோம். தவிர்த்துப் போகிறோம். அது மாதிரிதான். செடலில் தேவையற்ற பகுதி என்று எதுவுமில்லை. ஆவணத் தன்மையான பகுதி என்று எதைக் கூறுகிறீர்களோ அந்தப் பகுதிதான் நாவலுக்கான உயிர் என்று நான் நம்புகிறேன்.

உங்களுடைய சிறுகதைகள், நாவல்கள் எல்லாமே ஒரே சொல்முறையாக இருக்கிறது என்ற குற்றச்சாட்டு இருக்கிறது. அதை ஏற்றுக்கொள்வீர்களா?

மாட்டேன். 'எங் கதெ'யைப் படித்திருக்கிறீர்களா? 'ஈசனருள்' கதையைப் படித்திருக்கிறீர்களா? 'பொன்னம்மாவின் குடும்பக் கதை' என்ற சிறுகதையையும் படியுங்கள். அதையும் மீறி ஒரே சொல்முறையாகத்தான் இருக்கிறது என்று உங்களுக்குத் தோன்றினால், அந்த எண்ணத்தை மாற்றிக்கொள்ளுங்கள் என்று கட்டாயப்படுத்தமாட்டேன். ஒரு கதையை ஆயிரம் பேர் படிப்பார்கள். ஆயிரம் பேரும் ஆயிரம் விதமான கருத்தைச் சொல்வார்கள். ஆயிரம் விதமான கருத்தையும் கேட்டுவிட்டுக் கதையை எழுத முடியுமா? கதை மாந்தர்கள் சொல்வதைத்தான் நான் எழுதுகிறேன். கதை படிப்பவர்கள் சொல்வதையல்ல.

உங்களுடைய படைப்புகள் எல்லாமே எதார்த்தக் கதைகளாக இருக்கின்றன. பின்நவீனத்துவ, மேஜிக் ரியலிசம், சர்ரியலிசம், எக்ஸிஸ்டென்ஷியலிசம் போன்ற தத்துவத்தை அடிப்படையாகக் கொண்டு எழுதுவதற்கு நீங்கள் ஏன் முயற்சிக்கவில்லை?

நான் எழுதுவது பின்நவீனத்துவ எழுத்து, நான் எழுதுவது மேஜிக் ரியலிச எழுத்து, என் எழுத்து சர்ரியலிச எழுத்து, என் எழுத்து எக்ஸிஸ்டென்ஷியலிச எழுத்து என்று அறிக்கை விட்டுக்கொண்டு, விளம்பரப்படுத்திக்கொண்டு எழுதப்பட்ட எல்லா எழுத்துகளுமே அதை எழுதிய எழுத்தாளர்களின் கண்முன்னாலேயே செத்துப்போனதைப் பார்த்திருக்கிறேன். தத்துவம் தத்துவமாக இருக்கட்டும். இலக்கியம் இலக்கியமாக இருக்கட்டும். தரைமீதுதான் வீடு கட்ட முடியும். நீரின்மீதோ, ஆகாயத்திலோ கட்ட முடியாது. நீரின் மீதும் வீடு கட்டலாம் என்று சொன்னால், அதற்கு மிதக்கும் வீடுகள் என்று பெயர். நான் எனக்கான வீடுகளைத் தரையில்தான் கட்டுவேன். மிதக்கும் வீடுகளை அல்ல. நான் எதார்த்த வகைக் கதைகளையே எழுத விரும்புகிறேன். நிஜ வாழ்க்கையின்மீது கட்டப்பட்ட கட்டடம்தான் என் எழுத்து. யதார்த்தத்தை மீறி ஒருவரிகூட என் கதைகளில் எழுதியதில்லை. வாழ்க்கையின் வாழ்க்கைதான் இலக்கியம். என்னுடைய எழுத்துகள் எல்லாமே வாழ்க்கையின் வாழ்க்கைதான். எனக்குத் தத்துவம் முக்கியமல்ல. வாழ்க்கைதான் முக்கியம். எனக்குக் கற்பனை முக்கியமல்ல உண்மைதான் முக்கியம். நான் இதுவரை எழுதியதெல்லாம் நிஜத்தில் நாம் காண்பதுதான். ஒரு புகைப்படக் கருவியின் லென்ஸ் எப்படிப் பதிவு செய்யுமோ அப்படி ஓர் எழுத்தாளன் சமூகத்தைப் பதிவுசெய்ய வேண்டும். நான் ஒரு தத்துவத்தை விளக்குவதற்காகக் கதை எழுதவில்லை. வாழ்க்கைக்கு ஒரு விளக்கத்தைச் சொல்வதற்காகவும் கதை எழுதவில்லை. வாழ்க்கை இப்படி இருந்தது, இப்படி இருக்கிறது என்று சொல்வதற்காக மட்டுமே எழுதுகிறேன். இசங்களின் நிழலில் நானோ, என் எழுத்தோ ஒதுங்கி நிற்பதற்கு விரும்பியதில்லை. அதே மாதிரி இசங்களின் பாரத்தை என் எழுத்தின்மீது ஏற்றவும் நான் விரும்புவதில்லை.

உங்களுடைய எழுத்துக்கான வரையறையாக எதைச் சொல்வீர்கள்?

எதுவுமே இல்லை என்பதுதான். வாழ்க்கைக்கு எப்படி வரையறையை உருவாக்க முடியாதோ, அதே மாதிரிதான் இலக்கியத்திற்கும் வரையறையை உருவாக்க முடியாது. உலகம் எப்போதும் எழுதப்படுவதற்காகக் காத்துக்கொண்டிருக்கிறது. உலகம் எப்படி இருக்கிறதோ

அப்படியே எழுதுவதுதான் இலக்கியத்திற்கான வரையறை என்று நம்புகிறேன். வாசிப்பனுபவம் இலக்கிய அனுபவம் என்பது மொழியால் கட்டமைக்கப்படுவது என்பதுதான் என்னுடைய பதில்.

நவீனத்துவ இலக்கியம், பின்நவீனத்துவ, மேஜிக் ரியலிச இலக்கியம் என்று வகைப்படுத்துவதெல்லாம்?

விமர்சகர்கள், பேராசிரியர்கள் சூட்டுகிற பட்டப்பெயர்கள் அவை. எனக்குத் தேவை இலக்கியம், பட்டப் பெயர்களல்ல. பலருக்கும் பட்டப் பெயர்கள் அவசியமாக இருக்கின்றன. எழுத்தாளருக்கும் பின்நவீனத்துவ எழுத்தாளர் என்று விளம்பரப்படுத்திக்கொள்பவருக்குமான வேறுபாடு என்ன? எழுதத் தெரியாதவர்கள்தான், நவீனத்துவப் பின் நவீனத்துவ எழுத்தாளர் என்று சொல்லிக்கொள்வார்கள். அப்படிச் சொல்கிறவர்களின் எழுத்துகள், தினமலர் செய்தித்தாளைவிட மோசமாக இருக்கும். தலித்தியம், பெண்ணியம், நவீனத்துவம், பின்நவீனத்துவம், மேஜிக் ரியலிசம் என்பதெல்லாம் பிராண்ட்தான்.

உங்களுடைய 'கோவேறு கழுதைகள்', 'ஆறுமுகம்', 'செடல்', 'எங் கதெ', 'செல்லாத பணம்' நாவல்களில் ஆங்காங்கே அரசியல் சார்ந்த செயல்பாடுகள் வெளிப்படும். 'கட்சிக்காரன்', 'நம்பாளு' சிறுகதைகளில் கூடுதலாக அரசியல்தன்மை வெளிப்பட்டது. குறிப்பாக தி.மு.கவிற்குள் இருக்கக் கூடிய சாதிய மேலாதிக்கம் பற்றிப் பேசிய கதைகள் என்று அவற்றைச் சொல்ல முடியும். இதுவரை மறைமுகமாக அரசியலை எழுதிவந்த நீங்கள் 'வாழ்க வாழ்க' நாவலில் நேரடியாக அரசியலை எழுதியிருக்கிறீர்கள். அதிலும் ஜெயலலிதாவையும் அ.தி.மு.கவையும் கடுமையாக விமர்சித்துள்ளீர்கள். இந்த மாற்றம் உங்களுக்குள் எப்படி நடந்தது?

'போலீஸ்', 'நன்மாறன் கோட்டைக் கதை', 'நம்பாளு', 'கட்சிக்காரன்' போன்ற கதைகளை எழுதும்போது அரசியலை மறைமுகமாகச் சுட்டிக்காட்ட வேண்டிய நிலை இருந்தது. 'வாழ்க வாழ்க' நாவலில் நேரடியாகப் பேச வேண்டிய சூழல். கதையின் அமைப்பு அப்படி. ஜெயலலிதாவையும் அ.தி.மு.கவையும் விமர்சிக்க வேண்டும் என்பது என் நோக்கமல்ல. தமிழ்நாட்டு அரசியல் சூழலை முழுமையாகப் பாரபட்சமின்றிக் காட்டவேண்டும் என்று

நினைத்தேன், பொதுவாகத் தமிழ்நாட்டு எழுத்தாளர்கள் 'எனக்கும் என் எழுத்துக்கும் அரசியல் இல்லை' என்று அறிக்கை விட்டுக்கொண்டிருக்கிறார்கள். தங்களைப் புனித இலக்கியவாதியாகக் காட்டிக்கொள்கிற மனப்போக்கும் அதில் ஒரு மேட்டுக்குடித்தனமும் இருப்பதைப் பார்க்க முடியும். எழுதுவதுகூட ஒரு அரசியல்தான் என்பதைக்கூட அறியாதவர்களாகத் தமிழ் எழுத்தாளர்கள் இருக்கிறார்கள். அதே நேரத்தில் தாங்கள் எழுதுவது உன்னதமான புனித இலக்கியம் என்றும் சொல்கிறார்கள். ஒன்றை எழுதிக்காட்டடத் தெரியாதவன் நூறை எழுதிக் காட்டியது போன்றதுதான் இது. தமிழ்நாட்டில், ஏன் இந்தியாவில்கூட இவ்வளவு நேரடியாக அரசியலை – அதுவும் நிகழ்கால அரசியலைப் பேசிய படைப்பு வேறு இல்லை என்றே நினைக்கிறேன். அரசியலைப் பற்றிப் பேசினாலும், அது வெற்று அரசியல் கோஷமாக இல்லாமல் இலக்கியப் படைப்பாக இருக்கிறதா என்றுதான் பார்க்க வேண்டும். 'வாழ்க வாழ்க' நாவலை முன்வைத்துத் தமிழ்நாட்டில் அரசியல் நாவல்கள் வர வேண்டும் என்பதுதான் என் ஆசை. நம்முடைய எழுத்தாளர்கள் அரசியல் வேறு, இலக்கியம் வேறு என்று நினைக்கிறார்கள். அப்படியே எழுதவும் செய்கிறார்கள். அது தவறு. இரண்டும் இரண்டறக் கலக்க வேண்டும். தமிழ் எழுத்தாளர்கள் கவிதை, நாவல், சிறுகதைகளைத் தவிர வேறு எதையும் படிப்பதில்லை. அதுவும் அவரவர் எழுதியதைத்தான் அவரவர்கள் படித்துக்கொண்டிருக்கிறார்கள். அறிவியல் சார்ந்த, வரலாறு, அரசியல், பொருளாதாரம் சார்ந்த நூல்களைப் படிப்பதே இல்லை. அவ்வாறு படிக்கும்போது இலக்கியத்தின் தன்மையே மாறிவிடும். பிற துறை சார்ந்த நூல்களைப் படிக்காததால்தான் தமிழ் எழுத்தாளர்கள் திரும்பத் திரும்பக் குடும்பக் கதையை மட்டுமே எழுதிக்கொண்டிருக்கிறார்கள்.

எழுத ஆரம்பிப்பதற்கு முன்பு உங்களுடைய வாசிப்பு எப்படி இருந்தது?

நான் எழுதுவதற்கு முன்பு நிறையப் படித்ததில்லை. அதற்கான வாய்ப்பும் எனக்கு இல்லை. படிக்க வேண்டும் என்று தோன்றியதுமில்லை. இலக்கியக் கூட்டங்களுக்குப் போக ஆரம்பித்த பிறகுதான் எனக்குப் புத்தகங்கள் அறிமுகமாயின.படிக்க ஆரம்பித்ததுமே எழுத வேண்டும்

என்று தோன்றியது. எழுத எழுத நிறைய நிறையப் படிக்கிறேன்.

எழுதுவதற்கு முன்பாக நிறைய வாசித்திருக்க வேண்டும். அப்படி இல்லையென்றால் நன்றாக எழுத வராது என்று கூறுகிறார்களே?

எழுதத் தொடங்குவதற்கு முன்பு படித்திருந்தால், படிக்கிற பழக்கம் இருந்தால் நல்லது. எழுத ஆரம்பித்த பிறகுகூட படிக்கலாம். அது ஒரு குற்றமில்லை. நன்றாகப் படித்தவர்களால்தான் எழுத முடியும் என்பதை நான் ஏற்க மாட்டேன். மழைக்காகக்கூட பள்ளிக்கூடத்தில் ஒதுங்கியதில்லை என்று சொன்ன கி.ரா எழுத்தாளர் இல்லையா? அவர் எழுதியது இலக்கியங்களாக மதிக்கப்படவில்லையா? அச்சிடப்பட்ட புத்தகங்களைப் படித்தவர், படிக்கத் தெரிந்தவர்கள்தான் அறிவாளியாக இருக்க முடியும், இலக்கிய மேதையாக இருக்க முடியும் என்பது கற்பனை. நம்முடைய முன்னோர்கள் பலரும் அச்சிடப்பட்ட புத்தகங்களைப் படித்தவர்களில்லை. ஆனால் நல்ல கதை சொல்லிகளாக இருந்திருக்கிறார்கள். ஒப்பாரிப் பாடல்கள் படித்த பெண்களால் பாடப்பட்டதில்லை. ஒப்பாரிப் பாடல்கள், நாட்டுபுறப்பாடல்கள், பழமொழிகள், விடுகதைகள் எல்லாம் படிக்காதவர்களால்தான் உருவாக்கப்பட்டன. அனுபவத்தைச் சொல்வதற்கு மொழி எப்படி ஒரு கருவியாக இருக்கிறதோ அதேமாதிரிதான் படிப்பு என்பது. இது உங்களுடைய எழுத்தை மேம்படுத்த முடியும். அவ்வளவே. வாழ்க்கைதான் பெரிய படிப்பு. அதைப் படித்தால் போதும். ஆனாலும் படிப்பதற்கும் எழுதுவதற்கும் இடையில் நெருக்கமான உறவு இருக்கிறது என்பதையும் மறுப்பதற்கில்லை.

உங்களுடைய சிறுகதைகளான 'ஆகாசத்தின் உத்தரவு', 'போலீஸ்', 'அணையும் நெருப்பு', 'பெத்தவன்', 'அம்மா', 'நிஜமும் பொய்யும்' போன்றவை நாடகமாகப் பல இடங்களில் நிகழ்த்திக்காட்டப்பட்டிருக்கின்றன. அந்த நாடகங்கள் உங்களுக்குப் பிடித்திருந்ததா? கதையைச் சிதைத்துவிட்டார்கள் என்ற எண்ணம் ஏற்பட்டதா?

ஒரு கதை எழுத்து வடிவத்திலிருந்து காட்சி வடிவத்திற்கு மாறும்போது மாற்றங்கள் ஏற்படலாம், ஏற்படும். மூலக்

கதையை அப்படியேதான் நாடகமாக மாற்ற வேண்டும் என்ற கட்டாயம் எதுவுமில்லை. அதற்கு அவசியமுமில்லை. எழுத்தைப் போன்று நாடகமும் ஒரு கலை வடிவம். அதற்கென்று தனித்த கூறுகள் உண்டு. அந்தக் கூறுகளில் அவை முழுமைபெற்று ஒளிர வேண்டும் என்பதுதான் என் விருப்பம். ந.முத்துசாமி என்னுடைய இரண்டு கதைகளை நாடகமாக்கியிருக்கிறார். பேரா.சி.ராஜி நான்கு கதைகளை நாடகமாக்கியிருக்கிறார். அவர்களுடைய உரிமைகளில் நான் தலையிட்டதில்லை. முடிந்தவரை அவர்களும் மூலக்கதைக்கு நியாயம் செய்யும் விதத்தில்தான் நாடகமாக்கியிருந்தார்கள்.

உங்களுடைய பார்வையில் சிறந்த இலக்கியப் படைப்பு என்பது எப்படியாக இருக்க வேண்டும்?

ஒவ்வொரு கவிதையும் மற்றொரு கவிதையினுடைய நகல்தான். ஒவ்வொரு நாவலும் மற்றொரு நாவலினுடைய நகல்தான். ஒவ்வொரு சிறுகதையும் மற்றொரு சிறுகதையின் நகல்தான். ஒவ்வொரு புத்தகமும் அப்படித்தான். இலக்கிய நகலெடுப்பு. எல்லா ஒலிகளையும்விட மேம்பட்டது சொற்களின் ஒலி. அதுதான் வார்த்தையாக, வாக்கியமாக, இலக்கியமாக மாறுகிறது. சொற்களைக் கூட்டுச் சேர்ப்பது என்பது ஒரு புதிர் விளையாட்டு. அதிகமான புதிர் விளையாட்டுகளைக் கொண்டிருப்பதுதான் சிறந்த படைப்பு. வார்த்தைகளின் கூட்டுச் சேர்க்கையில் நிறைந்திருக்கிற புதிரை அவிழ்ப்பது எளிதல்ல. அத்தகைய புதிரை உருவாக்குவதும் அவிழ்ப்பதும்தான் எழுத்து, இலக்கியம், படிப்பு.

சிறுகதைக்கான, நாவலுக்கான கரு எப்படி உங்களுக்குக் கிடைக்கிறது. கிடைத்த கருவை எப்படிச் சிறுகதையாக, நாவலாக எழுதுகிறீர்கள்?

என்னுடைய எந்த ஒரு படைப்பும் எழுதியே ஆக வேண்டும் என்று திட்டம்போட்டு எழுதியதல்ல. பத்திரிகைக்காரர்கள் கேட்கிறார்கள் என்பதற்காக ஒரு கதையைக்கூட நான் எழுதியதில்லை. நடந்துபோகும்போது, பஸ்ஸில், ரயிலில் போகும்போது பார்த்தது, கேட்டதுதான். பிறருடன் பேசிக்கொண்டிருக்கும்போதுகூட ஒரு கதைக்கான கரு கிடைக்கும். சில நேரங்களில் புத்தகத்தைப் படித்துக் கொண்டிருக்கும்போதுகூட கதைக்கான கரு தோன்றும். ஒரு வார்த்தை, ஒரு வாக்கியம்கூட ஒரு கதையைக்

கொடுத்துவிடும். 'நன்மாறன் கோட்டை கதை', 'போலீஸ்', 'உயிர்நாடி', 'ஈசனருள்', 'திருட்டுப்போன பொண்ணு' போன்ற கதைகள் புத்தகங்களைப் படித்துக்கொண்டிருக்கும்போது உருவானது. அதேமாதிரி ஜெயலலிதா பற்றி நண்பர்களுடன் பேசிக்கொண்டிருக்கும்போது உருவானதுதான் 'வாழ்க வாழ்க' நாவல். 'ஆலடி பஸ்', 'கொலைச்சேவல்', 'வீடும் கதவும்', 'சாமி மேல சத்தியம்' போன்ற கதைகள் நண்பர் ஒருவருடன் பேசிக்கொண்டிருக்கும்போது உருவான கதைகள்தாம். கதை எழுதுவது மட்டும் கலை அல்ல, ஒரு கருவை அணுகுவதும் கலைதான். கதையைப் படிப்பதும் கலைதான். பல இடங்களில் நான் சொன்ன வார்த்தையைத்தான் இப்போதும் சொல்கிறேன். என்னுடைய சிறுகதைகளும் நாவல்களும் சமூகம் உருவாக்கிய கதைகள்தாம், சமூகம் எழுதிய கதைகள்தாம். அதில் நான் ஒரு பாத்திரம் மட்டுமே, எழுத்தாளன் என்ற பாத்திரம். அதற்குமேல் நான் எழுதிய சிறுகதைகளில், நாவல்களில் எனக்கு எந்த உறவுமில்லை. உரிமையுமில்லை.

● நவம்பர் 2020

கலைக்கு எதிராக கலை
ஓவியர் சந்ரு

சந்திப்பு : ஸ்டாலின் ராஜாங்கம், வாசுகி பாஸ்கர்

'சந்ரு மாஸ்டர்' என்றழைக்கப்படும் ஓவியர் சந்ரு, நம் காலத்தில் வாழ்ந்துவரும் மகத்தான கலைஞன். இயல்பாக இருப்பதே கலை என்று நம்புவதால்தான் 'ஒரு கலைஞனைப் போல இருக்கிறேன் பார்' என்றுகூட எத்தகைய உரிமைக் கோரலிலும் அவர் ஈடுபட்டதில்லை. சென்னை கவின் கலைக்கல்லூரியில் பேராசிரியராகப் பணியாற்றிவிட்டு முதல்வராக இருந்து ஓய்வுபெற்றவர். நிறுவனத்திற்கு உள்ளேயும் வெளியேயும் கலை பற்றிய தன்னுடைய பார்வையில் எந்தச் சமரசமும் செய்துகொள்ளாமல் இயங்கியவர். அவரோடு இணைந்தும் பின்பற்றியும் செயல்படும் பெரும் மாணவர் பரப்பினர் உண்டு. அவரோடு பயணிப்பதும் விளக்கங்களைக் கேட்பதும் கலைப்பயணத்தின் சுவாரஸ்யமான அங்கம்.

மலைகள், குகைகள், கோயில்கள் போன்றவற்றில் விரவி நிற்கும் எல்லாக் காலகட்டத்தின் ஓவியங்கள், சிற்பங்கள், சிலைகள் தொடர்பான உரையாடல்களையும் அவரோடு நிகழ்த்த முடியும். ஓவியம் கற்பது என்பது ஓவியமல்ல. மாறாக இந்தச் சமூகத்தோடு ஒட்டியும் விலகியும் நாம் கொள்ளும் உறவுதான் என்பார். சமூகத்தோடு அவர் கொண்ட உறவின் நீட்சியாக மாணவர்களோடு சேர்ந்து அவர் மேற்கொண்ட வெட்டவெளி ஓவியங்கள் உள்ளிட்ட ஓவிய முகாம்கள் முக்கியமானவை. ஓவியரான அவர் சிற்பியாக இருந்து உருவாக்கிய சிலைகளும் ஏராளம். சிற்பம், ஓவியம் மட்டுமல்லாது கவிதை, சிறுகதை, இதழ்கள், நவீனப் படைப்புகளுக்கான ஓவியங்கள் என்று அவரது பயணம் விரிந்தவை. 'சரியும் மரத்திலிருந்து வெளியேறும் குருவிகள்' என்பது அவருடைய நூல்களுள் ஒன்று. அவரின் தொகுக்கப்படாத ஓவியங்களும் எழுத்துகளும் அதிகம். தாமிரபரணிக் கரையோரத்தில் வாழ்ந்துகொண்டிருக்கும் மாஸ்டரை *நீலம்* இதழுக்காகச் சந்தித்தோம். அவரின் இதுவரையிலான நேர்காணல்களிலிருந்து வேறுபட்ட அனுபவத்தை இது தருமானால் அதுவே மகிழ்ச்சி.

வழமையான கேள்வி என்றாலும் அது அவசியம் என்பதால் உங்கள் பின்புலத்திலிருந்தே கேள்விகளை ஆரம்பிக்கலாம்?

நான் பிறந்தது, வளர்ந்தது எல்லாம் விருதுநகர்தான். எங்கள் அய்யா பெயர் குருசாமி, அம்மா பெயர் மாரியம்மாள், பூர்வீகம் கோவில்பட்டி. எங்கள் அய்யாவும் அம்மாவும் மேய்ப்பர்கள். அவர்களுக்கு அதுதான் முழுநேர வேலை, எனக்கு அது பகுதிநேர வேலை. பள்ளிவிட்டு வந்தவுடன்

மாட்டை வீட்டில் கட்ட வேண்டும். காலையில் காட்டில் விட வேண்டும். அப்பா, அம்மா இருவரும் படிக்காதவர்கள். அதில் இருக்கும் சவுகரியம் என்னவென்றால், 'இத படிச்சியா அத படிச்சியா, இதுல ஏன் மார்க் குறைவு, இதுல ஏன் கூட' என்று கேட்க முடியாது. 'பாஸ்' என்றால் பாஸ்தான். பாஸ் ஆகிவிட்டால் இரண்டணா, மூன்றணா கொடுப்பார்கள்.

கல்வி தொடர்பாகக் கேட்க ஆளில்லாததால், படிப்பதற்கென்று பேப்பர் வாங்கி அதில் வரைந்தால், 'ஏன் வரையுற, எதுக்கு வரையுற' என்று கேட்க மாட்டார்கள். அதனால் நான் பூ, இறந்து கிடக்கும் தவளையென்று வரைந்துகொண்டிருப்பேன். வரைவதற்காக அவற்றை வீட்டுக்குள் எடுத்துவந்து குப்பையாக்குவற்கு அடி வாங்கியிருக்கேன். அதனால், என்னைக் கலைஞனாக உருவாக்கியதில் எங்கள் வீட்டு விளக்குமாற்றுக்கும் பங்கு உண்டு. இந்த மாதிரி நான் விரும்பிய வகையில் வளர்ந்ததால், உறவினர்களெல்லாம் 'இவனை ராஜா வீட்டுக் கன்னுக்குட்டியா வளர்த்திட்டீங்க, அவனுக்குக் கஷ்டம் தெரியாம வளர்த்திட்டிங்க' என்று சொல்வார்கள். எனக்கும் அந்த வாழ்க்கை பிடித்திருந்தது. நம்முடைய தேவையெல்லாம் இரண்டு பைசா, ஒரு பைசாதான். அது பெரிய கஷ்டம் கிடையாதல்லவா. எங்க வீட்டிலும் எப்போதும் பணம் புழங்கிக்கொண்டிருக்கும். அதற்காகப் பணக்கார வாழ்க்கையென்று அர்த்தமில்லை. அது ஒரு சுதந்திர வாழ்க்கை. இரயிலுக்குப் பணமில்லாதவர்கள், ஊருக்குப் போக வழியில்லாதவர்கள் எல்லாம் எங்கள் பறைச்சேரிக்கு வந்து சாப்பாடு கேட்பார்கள். எல்லாச் சாதிக்காரர்களும் வருவார்கள். நாங்க, சிறுவர் பட்டாளம் வீடு வீடாகச் சென்று அவர்களுக்கு உணவு வழங்குவதை ஒரு வேலையாகச் செய்வோம். இதைப்போல் எதைப் பற்றியும் கவலைப்படாமல் அன்றைய தேவையை மட்டுமே நினைக்கும் ஒரு ஆளாகத்தான் நான் வளர்ந்திருக்கிறேன்.

'ஒரு பத்துப் பேரைக் கூப்பிடுடா ஊரைச் சுத்துவோம்' என்றுதான் இருந்திருக்கேனே ஒழிய சேமித்து வைக்கும் பழக்கம் ஒருபோதும் இருந்ததில்லை. பணம் என்பது என்றைக்குமே எனக்கு ஒரு பொருட்டாக இருந்ததில்லை. அந்த வழக்கம்தான், 'நீ சொல்லுற *portrait* லாம் வரைய முடியாது, எனக்குப் பிடிச்சாத்தான் வரைவேன்,

பசிச்சாத்தான் வேலை செய்வேன்' என்று இருக்க வைத்தது. இதுதான் கலைத்துறையில் என்னோட இருந்தலுக்கான (*survival*) அடிப்படையான உளவியல். அதுவே என்னோட குடும்ப வாழ்க்கை, ஊர் வாழ்க்கை, சமூக வாழ்க்கையென்று இருக்கிறது. நேரடியாக என்னுடைய '*work of art*' எதுவென்று பார்க்காமல், நான் எப்படி இந்தச் சமூகத்தைப் பார்க்கிறேன் என்பதில்தான் இருக்க முடியும். ஓவியம் என்பது என்னுடைய தொழில். சமூகத்துடன் எந்த மாதிரியான உறவை மேற்கொள்கிறேன் என்பதைத்தான் நான் கலையாகப் பார்க்கிறேன். கலை என்பது என் வாழ்வியல், 'பொம்மை போடுவது தொழில்', இந்த வாழ்வியல்தான் என் பின்புலம்.

படிக்கும்போது படம் வரைந்தாலும் மேற்படிப்புக்குப் போகும்போது பொதுவாக வேறு படிப்புக்குத்தான் போவார்கள். உங்களுக்கு எப்படி ஓவியத்தையே படிப்பாகக் கொள்ளும் திட்டம் வந்தது?

பொதுவாக இதற்கெல்லாம் யார் உங்களுக்கு உந்து சக்தியாக இருக்கிறார் என்று கேட்பார்கள். எனக்குச் சித்தர்கள், சிறு வயதில் படித்த பைபிள், அதற்குப் பிறகு அவ்வையார், இவர்கள்தாம் பெரிய வழிகாட்டி. அதிலும் குறிப்பாக 'சித்திரமும் கைப்பழக்கம்' நான் சொல்ல வருவது எல்லா வித்தையையும் கற்றுக்கொள்ளலாம் என்பதைத்தான். கற்ற வித்தையின் பெயரில் மனித இனத்தின்மீது நட்பும் அன்பும் வெளிப்பட வேண்டும், அதுதான் கலை. என்னோட வாழ்க்கையில் பள்ளி என்பது முக்கியக் கட்டம். ஆசிரியர்கள்தான் என்னை ஊக்கப்படுத்தினார்கள். பிறகு என் தாய் மாமா கே.பி.சிவம், ஓவிய ஆசிரியராக இருந்தவர், பெரிய காலண்டர் ஆர்ட்டிஸ்ட். கலை சார்ந்து அவரிடமிருந்து நிறையக் கற்றுக்கொண்டேன் என்று சொல்ல மாட்டேன். ஆனால் என் வளர்ச்சியில் அவருடனான பயணம் முக்கியமானது. அந்தக் காலகட்டத்தில் என் மாமாவோடு இருந்த காலண்டர் ஆர்டிஸ்டுகள் எல்லாம் '*Life Magazine*'இல் வந்த பிக்காஸோ ஓவியங்களைப் பற்றிப் பேசிக்கொள்வார்கள். புரியவே புரியாத ஓவியம், இரண்டு இலட்சத்திற்கும் ஐந்து இலட்சத்திற்கும் விலை போவதைப் பிரமிப்பாகப் பேசிக்கொள்வார்கள். கடவுள் படங்களும் தலைவர்கள் படங்களுமே ஓவியமாக இருக்கும் சிவகாசிக்கு நாளையே

நவீன ஓவியம் வரலாம், அதனால் நம்மில் ஒருவன் அதைக் கற்றுக்கொள்ள வேண்டுமென்றார்கள். அப்போதுதான், 'மெட்ராஸ் காலேஜ் ஆப் ஆர்ட்டில்' புரியாத ஓவியங்களைக் கற்றுக்கொடுக்கிறார்களாம் என்று பேசிக்கொண்டார்கள். இதற்கிடையில் என் வீட்டில் என்னைப் பட்டப்படிப்புப் படிக்க வைத்து போலீஸாகவோ ஆசிரியராகவோ உருவாக்குவதாகப் பேசிக்கொண்டார்கள். என் அம்மாதான் 'அவன் விருப்பப்படி அவனை விட்டுவிடலாம்' என்று என்னைச் சென்னைக்குப் போய் ஓவியராக மாற்றும் யோசனையைச் சொன்னார். கலைக் கல்லூரிக்கு வருகிறவர்கள் பெரும்பாலும் புத்தகத்தைப் பார்த்து வரைந்தவர்களாக இருப்பார்கள். ஆனால், மனிதர்களை நேரில் பார்த்து வரையும் சூழல் எனக்கு இயல்பாகவே இருந்ததால் ஓவியக் கல்லூரி குறித்த பிரமிப்போ, ஓவியம் குறித்த பிரமிப்போ இருந்ததில்லை. என் ஒரே நோக்கம் சென்னைக்குப் போக வேண்டுமென்பதாகத்தான் இருந்தது.

அப்படியென்றால் கல்லூரியில் உங்கள் நிலை என்ன? ஒரு ஓவியராக எப்படி, எப்போது கவனம் பெற்றீர்கள்?

சென்னை வந்து கல்லூரியில் சேர்ந்தது முதல் பிறர் கவனிக்கும்படியான மாணவனாக அறியப்பட்டேன். ஏற்கெனவே எனக்கு ஓவியப் பயிற்சி இருந்த காரணத்தாலும் அங்கு இருந்ததிலேயே இளம் வயது என்பதாலும் அந்தக் கவனம் உருவானது. அப்போதெல்லாம் கல்லூரியில் சேர வயது வரம்பு இல்லை. ஐம்பது வயசு உள்ளவர்கள் கூட இருப்பார்கள். இப்படியான சூழலில் நான் இரண்டாமாண்டு படிக்கும்போது, என் மாமா மகளோடு காதல் என்று சொல்ல முடியாது, கடிதப் போக்குவரத்து மூலம் பேசிக்கொண்டிருந்தேன். நான் அவளை விரும்பியது உண்மைதான். ஆனால் காதலர்களுக்கான எந்த உறவும் எங்களுக்கிடையில் இருந்ததில்லை. ஒருநாள் திடீரென்று அவள் தற்கொலை செய்துகொண்டாள். அந்த மரணம் உண்மையில் நிகழ்ந்ததா இல்லையா என்பது எனக்கு இன்றுவரை சந்தேகமாகவே இருக்கிறது. நமக்குத் தெரியாமல் எங்கோ அவள் வாழ்ந்துகொண்டிருக்கிறாளோ என்று கூட நினைப்பதுண்டு. அவள் மரணத்திற்குப் பின்பு படிப்பே வேண்டாமென்று ஊருக்கு வந்துவிட்டேன். ஏன் அழுகிறேன் என்று தெரியாமலேயே அழுதுகொண்டேயிருப்பேன். என்

பெற்றோரும் என்னைப் பார்த்து அழுதுகொண்டிருப்பார்கள். அப்புறம் எபினேசர் மாமா அவர்களிடம் என்னை ஆறுதல் படுத்தச் சொல்கிறார் என் அம்மா.

அப்போது அவர், 'ஒன்னரை மாசமா பார்த்துட்டே இருக்கேன், நீயும் எப்போ பார்த்தாலும் அழுதுட்டே இருக்க, இன்னும் எவ்வளவு நாளுக்கு இப்படியே இருப்ப? அவ செத்துப் போயிட்டான்னு நீயும் சாகணும்னு நினைச்சினா, இரயில் தண்டவாளத்துல விழுந்து செத்துப் போயிரு, நான் இராணுவத்துல இருந்தேனே தவிர யார் சாவுறதையும் நேருல பார்த்ததில்லை, நீ சாவுறதையாவது பார்க்கிறேனே' என்று கிண்டலாகச் சொன்னார். 'நீ இப்படியே இருந்தா அவ செத்துப்போயி எப்படி விலாசமில்லாமப் போனாளோ, நீயும் அப்படிப் போயிருவ. நீ சின்ன வயசுல இருந்தே திறமையானவன், நல்லா படிக்குற, படி. பெரிய ஓவியனா உருவாகு, நீ பெரியா ஆளா உருவான பிறகு, உன் வளர்ச்சிக்கு யாரு காரணம்னு யாராவது கேட்டா என் மாமன் மகள்னு சொன்னா உனக்கும் ஒரு விலாசமிருக்கும். உன் மாமா மகளுக்கும் விலாசமிருக்கும்' என்று சொன்னார். அதற்குப் பிறகு நான் கல்லூரிக்குப் போனேன், அப்போது எனக்குக் கல்லூரி வேறு ஒன்றாக இருந்தது. அந்தக் காலகட்டத்தில்தான் என் பார்வைகள் மாறத் தொடங்கின. என் கலைத்தன்மை மாறியது. மனித உறவுகள் குறித்த என் எண்ணங்கள் மாறின. நாம் எப்போதும் தனி அடையாளம் தேடுவது இயல்பானது. நான் வெளிப்படையாகச் சொல்கிறேனோ இல்லையோ, இதுதான் என் இயக்கத்தின் நிலை.

ஓவியக்கலை கால மாற்றத்திற்கேற்ப வடிவங்களையும் விளக்கங்களையும் மாற்றிக்கொண்டே வருகிறபோது, அது ஓவியம் என்கிற ஓர்மையை எப்போது அடைகிறது?

உருவம், வடிவம், அரூபம், மாடு. அப்புறம் மாடு என்கிற எழுத்து. ஒரு மாடு படத்தையும் ஒரு பன்றி படத்தையும் வரைந்துவிட்டு ஒரு புரிதலை உருவாக்குவது அரூபம். ஒன்றைச் சொல்லி ஒன்றை உணர்த்துவதுதான் அரூபம், அரூபம் என்பது சூனியமல்ல. இதில் அச்சு அசலாக வரைவது என்கிற திறமை என்பது முதல் நிலையாக இருக்கிறது. இப்படியான பதிவுகளை '*Portrait*' மூலம் பதிவுசெய்யும்போது கேமரா என்கிற தொழிற்நுட்பம் வருகிறது. பின் கேமரா செய்யக்கூடியதையே நான்

ஏன் செய்யணும் என்கிற கேள்வி எழுகிறது. வரைவது மட்டுமே ஓவியமில்லை. அதன் வாயிலாக நீ என்ன சொல்ல வருகிறாய் என்பதும் முன்னிலை பெறுகிறது. இது ஒரே நாளில் உருவானது அல்ல, சமூகவியல் மாற்றம். இதே காலகட்டத்தில்தான் நாடுகளுக்குள் போர் உருவாகிறது, உயிர்பயத்துடன் மனித இனத்தின் இருத்தல் பற்றியான கேள்விகளை இந்த யுத்தங்கள் எழுப்புகின்றன. அது கலையிலும் இலக்கியத்திலும் வெளிப்படத் தொடங்குகிறது. இதே காலகட்டத்தில் அழகியல் கோட்பாடுகள் மீதும் கேள்விகள் எழுகின்றன. இதுவரை எதை நீங்கள் கலை என்று பேசிக்கொண்டிருந்தீர்களோ அதன் மீது விமர்சனம் உருவாகிறது, சிதைவியல் கோட்பாடு. மதம், சமூக உறவுகள், அதுவரை அறியப்பட்ட கலை என்ற அழகியல் கோட்பாடு என்று அனைத்தின் மீதும் விமர்சனம் உருவாகிறது. ஏசுவையும் மேரியையும் கறுப்பர்களாக வரைந்திருப்பதையும் கூட நீங்கள் பார்க்கலாம். ஒரு அரசியல் தலைவர் படத்தை நாற்பதடிக்கு வரையச் சொன்னால் அது Order Work, அதன் பெயர் கலை இல்லை. மாறாக அந்தத் தலைவர் சமூகத்திற்கு என்ன மாதிரியான கருத்தை வைத்தார் என்கிற என் விமர்சனம்தான் கலை. என்னை ஏற்றுக்கொள், ஏற்காதே, சரியாகச் சொல்வது, தவறாகச் சொல்வது என்று எதுவுமில்லை. நான் எனக்குத் தோன்றுவதைச் சொல்கிறேன். பிடிக்கிறது, பிடிக்கவில்லை என்பதைத் தாண்டி அப்படிச் சொல்வதற்கு நான் நேர்மையாக இருக்க வேண்டும். சமூகம் ஏற்கிறதோ, நிராகரிக்கிறதோ அந்தப் பொழுதுக்கு உண்மையாக இருப்பது முக்கியம். அதைத்தான் நான் கலைப் படைப்பு என்று சொல்வேன்.

தாராசுரத்தில் ஒருவன் சிற்பம் செய்திருக்கான். அது என்னவென்றால், ராமன் மரத்துக்குப் பின்னால் ஒளிந்திருந்து வாலியின் மீது அம்பு எய்வான். அதற்கு மறுபக்கத்தில் வாலி என்ன செய்வானென்றால், காலில் பிள்ளைகளை வைத்துக்கொண்டு விளையாடுவதைப் போல விளையாடிக்கொண்டிருப்பான். வாலியோட மனைவி தாரா அவன் தோளைப் பிடித்துக்கொண்டு கன்னத்தோடு கன்னம் வைத்திருப்பாள். அங்கு இரண்டு உறவினர்கள் இதைப் பார்த்துச் சிரித்துக்கொண்டிருப்பார்கள். இப்போது இந்தச் சிலை என்ன சொல்கிறதென்றால், 'ஏ ராமா, நீ கொன்றது ஒரு நல்ல வீரனை மட்டுமல்ல, ஒரு தந்தையைக் கொன்றாய்,

நல்ல கணவனைக் கொன்றாய், ஒரு குடும்பத்தைச் சிதைத்திருக்கிறாய். அதுபோல ஓவியம் பொய் பேசாது, ஓவியன் பேசுவான். நான் ஏற்கெனவே சொல்லியிருப்பதைப் போல, ஓவியத்தின் வாயிலாக நீ என்ன சொல்ல வருகிறாய் என்பது முக்கியம்.

உங்களது இலக்கியப் பயணம் குறித்துச் சொல்ல முடியுமா?

'ராணி' வார இதழில் வெளியாகும் இளவரசன் கதைகளை வாசிக்க ஆரம்பித்தேன். பிறகு சங்கர்லால் கதைகள் என வாசிப்பு போய்க்கொண்டிருந்த சமயத்தில், கல்லூரி மூன்றாமாண்டில் மிகவும் தற்செயலாகப் புதுமைப்பித்தனை வாசிக்க நேர்ந்தது. பிறகு கார்க்கி, செக்காவ் என ரஷ்ய எழுத்துகளால் ஈர்க்கப்பட்ட பிறகு மீண்டும் தமிழிலக்கியத்துள் நுழைந்தேன்.

ஒருமுறை, கோணங்கி என்கிற ஒருவர் என்னைப் பார்க்க வந்தார். தன்னுடைய இலக்கிய இதழக்கு நான் ஓவியம் வரைந்து கொடுக்க வேண்டுமென அணுகினார். அன்று முழுக்க என்னுடனேயே இருந்தார். இருவரும் தேநீர் குடித்த படியே இலக்கியம் பேசிக்கொண்டிருந்தோம். எனக்கு அன்றைய நவீனத் தமிழிலக்கியத்தின் மீது ஒரு ஒவ்வாமை இருந்தது. அதுகுறித்தும் கோணங்கியிடம் விவாதித்துக் கொண்டிருந்தேன். அன்று கிளம்பும்போது கோணங்கி நடத்தும் இலக்கிய இதழான *கல்குதிரை*யின் சில இதழ்களை வாசிக்கக் கொடுத்தார். அதைப் புரட்டிக்கொண்டிருந்தபோது 'மதுரைக்கு வந்த ஒப்பனைக்காரன்' என்ற சிறுகதையை வாசித்தேன். கோணங்கி எழுதிய அச்சிறுகதை அற்புதமாக இருந்தது. அந்தக் கதையை என் நட்பு வட்டத்தில் சிலாகித்துக்கொண்டிருந்தேன். நான்கு நாட்களில் வரேன் எனச் சொல்லிச் சென்ற கோணங்கி ஒரு மாதம் கழித்து வந்தான். 'உன்னுடைய கதை எனக்கு ரொம்பப் பிடிச்சிருக்குப்பா. நேரம் கிடைக்கும்போது நிச்சயம் உனக்கு ஓவியம் வரைந்து தருகிறேன்' என்றேன். தமிழிலக்கியத்தை மீண்டும் வாசிக்கத் தொடங்கிய என்னுடைய ஆர்வம் *பெரிய கோடங்கி* என்னும் இலக்கிய இதழைத் ஆரம்பிக்கும் அளவுக்குச் சென்றது.

***புதிய கோடாங்கி* தொடங்குவதற்கான தேவை, அதன் அனுபவம் பற்றிச் சொல்லுங்களேன்?**

பிரதிபா ஜெயச்சந்திரன் என்னிடம் முதன்முதலாகப் பேசுகிறார், தலித்துகள் எழுதினால்தான் தலித் இலக்கியமா என்று ஜெயகாந்தன் கேட்டுக்கொண்டிருக்கிறார். இதே கருத்தை பிரபஞ்சனும் சொல்லியிருக்கிறார். தலித்துகளுக்கு ஆதரவாக நாங்கள் எழுதுகிறபோது தலித்துகள் எழுதினால்தான் தலித் இலக்கியமா என்கிற கேள்விகளைப் பகிர்ந்துகொள்கிறார். தலித்துகளுக்குப் பொதுத் தளம் என்று ஒன்று உருவாகாததால் தலித்துகள் தங்களுக்கென்று ஒரு தளத்தை உருவாக்கிக்கொள்கிறார்கள். சுதந்திரப் போராட்டச் சூழலில் *Patriotic Art & Literature* என்றொரு *movement* கொண்டு வருகிறார்கள், அப்போ அதை ஒத்துக்கொள்கிறீர்களா நீங்கள்? கலை என்றால் கலைதானே? அதில் ஒரு வகைமை இருப்பதை மட்டும் நீங்கள் எப்படி ஒப்புக்கொள்கிறீர்கள்? அதை ஒப்புக்கொள்ளும்போது *Dalit Art* என்பதும் இருக்கும்தானே? எனவே, தலித்துகள் தங்களுடைய அடையாளத்தைப் பதிவுசெய்ய வேண்டிய அவசியம் இருக்கிறது. *புதிய கோடாங்கி* உருவாகத் தொடங்கியது இப்படித்தான். பிரதிபா ஜெயச்சந்திரன், சிவகாமி, ரவிக்குமார் இணைந்து இதற்கான வேலையைச் செய்கிறார்கள். *பெரிய கோடாங்கி* என்கிற பெயரை நான்தான் வைத்தேன், பேயை விரட்டி சாமியைக் கொண்டு வருபவனுக்குப் பெயர் கோடாங்கி. என் தாத்தா ஆழ்வான் கிழவன் பெரிய கோடாங்கி, அவர் பெயரைத்தான் வைக்க வேண்டுமென்று வைத்தேன். ஐந்தாறு இதழ் வந்த பிறகு அது *புதிய கோடாங்கி* என்று பெயர் மாற்றப்பட்டு வெளியானது.

நீங்கள் வெவ்வேறு தளத்தில் வெவ்வேறு சூழலில் வெவ்வேறு நபர்களுடன் செயல்பட்டிருக்கிறீர்கள், அந்த அனுபவம் பற்றி?

நாம் எப்போதுமே குறிப்பான அடையாளங்களில் செயல்பட்டதில்லை, அவ்வையார் பாடிய ஒரு பாடல் நினைவிற்கு வருகிறது, "குறத்தி மகளின் வருத்தம் நீக்கப் பாடினேன், அவள் ஆழாக்கு திணை கொடுத்தாள், உப்புக்கும் பருப்புக்குப் பாட என் கவி உளம் ஏற்கும். அதுவே கவிதை." 'அவள் ராஜ விருந்தாளி, யார் உணவு கேட்டாலும் கொடுப்பார்கள். ஆனால் போகிற வழியில் யாராவது மகிழ்வார்களேயானால் நான் ஆடுவேன் பாடுவேன்' என்பது அதன் சாரம். அதுபோலத்தான் நானும். என் சமரசமில்லாத பேச்சை முரட்டுத்தனமாக

எண்ணுகிறவர்கள் என்னை ஆதிக்கச் சாதி என்று நினைத்து என் சாதியைக் கேட்டிருக்கிறார்கள். நான் ஒளிவு மறைவில்லாமல் பறையன் என்று சொல்லிவிடுவேன். நான் சாதியைத் தூக்கிச் சுமப்பவனல்ல, எனது சாதியைக் கண்டுபிடிக்கும் கஷ்டத்தை ஏன் அவர்களுக்குக் கொடுக்க வேண்டும் என்று நானே சொல்லிவிடுவேன்.

1997 தென் மாவட்ட கலவரங்களையொட்டி நீங்கள் ஓர் ஓவியக் கண்காட்சி நடத்தினீர்கள், அந்த அனுபவங்களைப் பகிர்ந்துகொள்ள முடியுமா?

எனக்கு எப்போதுமே ஒரு எண்ணமுண்டு, *Parallel Institution* இருக்க வேண்டுமென்று. அரசுக் கல்லூரியில் கலை என்பது *Gallery* மற்றும் அகாடமி விருது. உண்மையில் அது ஒரு சந்தைப் பொருள். கலை என்பது சமூக உறவில்தான் இருக்கிறது அவர்களின் பிரச்சனைகளோடு வாழ்வது, அதை கான்வாஸில் கொண்டு வரவேண்டியது அவசியம். 1980களில் கார்ப்பரேஷன் பள்ளி மாணவர்களுக்கு ஓவியம் சொல்லிக்கொடுப்பதற்காக அவர்களோடு சேர்ந்து பணியாற்றினேன். ரஷ்யன் கலாச்சார மையத்தில் ஜலாலுதீன் காதர் மைதீன் ‘நாங்கள் இடம் தருகிறோம் வாருங்கள்’ என்றார். பள்ளி மாணவர்களோடு நான் உரையாடும்போது ‘நீ சமூகத்துக்கு எதைச் சொல்ல நினைக்கிறாயோ அதுதான் கலை. ஆண் பெண்ணை வரைவது என்பது பயிற்சி மட்டுமே’ என்று சொல்வேன். ஒலிம்பிக் விளையாட்டு வீரர்கள் ஆப்பிரிக்காவில் பசியால் வாடும் சிறுவர் சிறுமிகளுக்கு நிதி திரட்டிக்கொண்டிருந்தனர். அதேபோல ஒரு பொது இடத்தில் நாம் ஏன் மக்களுக்கு முன் ஓவியம் வரைந்து நிதி திரட்டக் கூடாது என்று டாக்டர் ஜீவா யோசனை சொன்னார். ஒரு பூங்காவில் அதற்கான ஏற்பாடுகளைச் செய்து வரைந்து முடித்தபோது ஒரே நாளில் மூவாயிரம் கிடைத்தது. பொதுவான காரியங்களுக்குப் பொதுமக்கள் மத்தியிலேயே போய்ப் பார்ப்பது இங்கிருந்து ஆரம்பமானதுதான்.

திண்டுக்கல் பால் பாஸ்கர் உடன் ‘மரங்களைக் காப்போம்’ என்ற தலைப்பில் ஒரு நிகழ்ச்சி செய்தோம், அப்போதுதான் எனக்கு மதுரையில் வே.அலெக்ஸ் அறிமுகமாகிறார். ‘இராமநாதபுர கலவரம் நடந்து இரண்டு நாளாகிறது. நாம் ஏதாவது செய்ய வேண்டுமே’ என்று சொன்னார்.

நான், கலை பயிலும் மாணவிகள் பொற்கொடி, பெனிடா ரேவதி என்று அப்போது என்னோடு இருந்தவர்களோடு இராமநாதபுரம் போய் அங்கிருக்கக்கூடிய சூழல்களைப் பார்த்து வந்து சென்னையில் பத்து ஓவியங்களை வரைந்தேன். அதில் 'வானவில்லைப் போல வாழ்க்கை' என்று ஒன்று வரைந்திருந்தேன். அதில் பலர் வெட்டுக் காயங்களுடன் இருப்பார்கள், பின்புறம் வானவில் இருக்கும். மற்றுமோர் ஓவியம் கத்திகளை விழுங்கிய நோயாளிகளின் எக்ஸ்ரே படம். இம்மாதிரியான செயல்பாடுகளில் நான் ஈடுபட்டபோது நண்பர் ஒருவர் என்னிடம் கேட்டார், 'நீ பறையன் என்று தெரிந்தா நான் உன்னை வீட்டுக்கு அழைத்துப் போனேன்? எனக்கு எந்தப் பேதமுமில்லை. முக்கியமான ஓவியரான நீ குறிப்பிட்ட சாதிக்குள் அடைந்துவிடக் கூடாது, கலை என்பது பொதுவாக இருக்க வேண்டும்' என்று சொன்னார். நான் அவரிடம் பதிலுக்குச் சொன்னேன், 'கலை என்பது சுதந்திர உணர்வுதானே? மதத்தின் பேராலும் சாதியின் பேராலும் ஒருவன் ஒடுக்கப்படும்போது அவன் உடன் நிற்பது நம் வேலையா இல்லையா? என் ஓவியத்தை மீண்டும் போய்ப் பார், அதன் சாரம் உனக்குப் புரியவில்லையென்று சொல், நான் ஏற்றுக்கொள்கிறேன்.

ஓவியத்தில் நான் சொல்ல நினைத்தது தெளிவாகப் பதிவு செய்யப்படவில்லை என்று சொல் அதையும் ஏற்கிறேன். ஆனால், எந்தவிதச் சாதிய அடையாளத்தையும் சுமந்திராத ஒரு மானுடப் பொதுவான பிரச்சனையைப் பற்றிப் பேசும்போது என் ஜாதியை வைத்துக்கொண்டு, என் ஓவியத்தைப் பார்ப்பது உன்னோட பிரச்சனை' என்று சொன்னேன். என்னைச் சாதி கடந்த பொது மனிதனாக அவரால் பார்க்க முடியாததையும் சுட்டிக்காட்டினேன். இம்மாதிரி அனுபவங்களோடு தொடர்ந்து மேலவளவு, பாப்பாரப்பட்டி, கீரிப்பட்டி போன்ற பகுதிகளிலும் போய் வரைந்தோம். இந்த மாதிரியான பிரச்சனைகளையொட்டி அதைக் கலைப்படைப்பாகக் கொண்டுவரும்போது நான் சொல்வதெல்லாம் ஒன்றுதான், கோரத்தைத் தவிர்த்து விடுங்கள். ஏனெனில், இங்கு ஏற்கெனவே எல்லாமே கோரமாகத்தான் இருக்கின்றன. இழப்பை இழப்பாகக் கருதாமல் அதை ஆற்றலோடு வெளிப்படுத்துவது என்பது முக்கியம். யாருக்கெல்லாம் சுதந்திரம் மறுக்கப்படுகிறதோ, அவர்களுக்காக வேலை செய்வது கலை.

கல்லூரிப் பின்புலத்தில் ஆசிரியராகப் பணிபுரிந்த நீங்கள் இம்மாதிரியான களச் செயல்பாட்டிற்கு வந்ததற்கான பின்னணி குறித்து?

'கலை மக்களுக்கானது' என்கிற பிரகடனத்தோடு கம்யூனிஸ்ட் தோழர்கள் பேசிவந்த சூழல் அது. நிறுவனப்படுத்தப்பட்ட கலையிலிருந்து நான் சொல்வது வேறானதாக இருப்பதை அறிந்து என்னிடம் வருகிறார்கள், அப்படித்தான் பல தோழர்களோடு நட்பு உருவானது. ஆனால், கலை மக்களுக்கானது என்று அவர்கள் சொல்லும் பகுதியும் என் பகுதியும் வேறானதாக இருந்தது. அவர்களுக்கு எம்.எஃப்.ஹுசைன்தான் பெரிய கலைஞன், மக்கள் கலைஞன். ஆனால் எனக்கு ஹுசைன் சந்தைக்கான ஓவியர்களில் ஒருவர் என்ற விமர்சனம் உண்டு. கலப்பையை ஏந்திக்கொண்டிருக்கும் உழவனை வரைந்தாலே அவர் மக்கள் கலைஞனாகிவிடுவார்.

அடிப்படையில் நிறுவனப்படுத்தப்பட்ட எதனோடும் என்னை நேரடியாகத் தொடர்புபடுத்திக்கொள்ளாதவனாக நான் இருப்பதால் அரசியல் கோட்பாடுகளுக்குள்ளோ அல்லது கட்சிகளுடன் இணைத்துச் செயல்படுவதோ என்னால் இயலாத காரியம். மக்கள் சந்திக்கும் பல்வேறு பொதுப் பிரச்சனைகளுக்கு இயக்கத் தோழர்கள் களத்தில் போய் நிற்கும்போது, அவர்களோடு பங்கெடுக்க வேண்டுமென்று நினைத்தேன். ஆனால், நேரடியாக என்னால் பங்கெடுக்க முடியவில்லை. கருத்தியலோடு பொது மக்களுக்காகச் செயல்படுகிறவர்களுக்கு என்னால் ஏதேனும் செய்ய முடியுமா என்று நினைக்கும்போதுதான் அவர்களுக்குத் தேவையான படங்களை வரைந்துகொடுக்கத் தொடங்கினேன். மார்க்ஸ், லெனின் படங்கள் வரைவதோடு பொதுவுடைமை நூல்களுக்கான அட்டைப்படம், மாநாடுகளுக்கான பணியையும் செய்துகொண்டிருந்தேன். அப்படியிருக்கும்போது, அவர்கள் ஓவியர் என்று யாரைக் கௌரவிக்கிறார்கள் என்றால் பத்திரிகைகளுக்குப் படம் வரைந்துகொண்டு நவீன ஓவியத்தைப் பற்றிப் பேசிக்கொண்டிருப்பவர்களைக் கௌரவிக்கிறார்கள். உங்களுக்காகப் பணி செய்துகொண்டிருப்பது நானும் என் மாணவர்களும். ஆனால், நீங்கள் கௌரவிப்பது வேறு யாரையோ என்கிற கேள்வி எழுப்பியபோது,

அவர்கள் சொன்ன பதில் 'கௌரவிக்கப்பட்டவர்கள் பிரபலமானவர்கள்' என்று. இங்கிருந்துதான் எனக்கு முரண்பாடு உருவானது. சாதி கிடையாது, மதம் கிடையாது என்று சொல்லிக்கொண்டிருந்தாலும் பொதுக் கூட்டத்தில் யாரைக் கௌரவிக்க வேண்டுமென்பதில் தெளிவாக இருக்கிறார்கள் என்று வே.அலெக்ஸிடம் சொல்லிக்கொண்டிருக்கும்போது அவர்தான் 'நாமே நேரடியாக மக்களின் பிரச்சனைகளை அணுகலாம்' என்று சொன்னார். அப்படித்தான் இராமநாதபுரப் பிரச்சனைக்குப் பிறகு என் மாணவர்களோடு போனோம், பின்பும் அது தொடர்ந்தது.

உங்களிடம் பயின்ற மாணவர்கள் இன்று உலகம் முழுக்கச் செயல்பட்டுக்கொண்டிருக்கிறார்கள், அவர்களின் எதிர்காலம் குறித்த உங்களது வழி காட்டுதல்கள் எப்படியாக இருந்தன?

என்னிடம் வரும் மாணவர்களிடம் நான் சொல்வது இதைத்தான், 'ஓவியத்தின் அடிப்படையைப் பயிற்சியைக் கற்றுக்கொள்ளுங்கள், அது உன் வாழ்க்கையில சோறு போடும். அது கிடைத்துவிட்டால் நீ யாரை நம்பியும் இருக்க வேண்டாம். யாருக்கும் பயப்படவும் தேவையில்லை. ஒருவன் கழுதை படம் கேப்பான், இன்னொருவன் ஒற்றைக் கண் பிள்ளையார் கேப்பான், அதை வரைவதற்குத் தெரிந்தால் போதும். அதே வேளையில் அது கலை இல்லை என்கிற தெளிவும் வேண்டும், அது சோறுக்கான வேலை மட்டுமே. இவையில்லாமல் நிறைய வாசிக்க வேண்டும், வாசிக்காமல் போனாலும் கலை, இலக்கியம் சார்ந்து இயங்குகிறவர்களோடு தொடர்பு இருக்க வேண்டும். அப்போதுதான் நீ யாராக இருக்கிறாய் என்பது உனக்கு விளங்கும். உலகத்தின் பிரபலமான ஓவியங்களைப் பற்றியும் ஓவியர்களைப் பற்றியும் தெரிந்து வைத்திருக்க வேண்டும். அது எதற்கென்றால் கலை விமர்சனம் என்ற பெயரில் உன்னை அடுத்தவன் முட்டாளாக்கிவிடக் கூடாதென்பதற்காக. நீங்கள் பால்கிலீயைப் போலச் சிந்திக்கிறீர்கள் என்று சொல்வான், நாமும் பால்கிலீயைப் படித்திருந்தால் நான் எப்போது பால்கிலீயைப் போல யோசித்தேன், நீ ஒழுங்கா பால்கிலீயைப் படி என்று சொல்லலாம். அதே போல நாம் ஒரு விஷயம் சொல்கிறோமென்றால் அதை வரைந்து காட்டவும் தெரிந்திருக்க வேண்டும்' என்று

என் மாணவர்களுக்கு அடிக்கடி நான் சொல்வதுண்டு. வாசிப்பனுபவத்தோடு வரலாறும் அந்த வரலாற்றை வரையவும் தெரிந்திருக்க வேண்டியது அவசியம். அதைச் செய்யக்கூடியவர்களாக வெகு சிலரே இருக்கிறார்கள்.

ஓவியத்திற்கும் ஓவியர்களுக்கும் கிடைக்கும் அங்கீகாரத்தில் அரசியல் தலையீடு இருக்கிறதா?

அங்கீகாரம் என்னவாக இருக்கிறதென்றால் நாடு, அரசு, மொழி, இனம், மதம் என்கிற பின்புலத்தில்தான் இருக்கிறது. உங்கள் கலை இதன் மீது கேள்வியை எழுப்பினால் அது ஓரங்கட்டப்படும். மானுடச் சுதந்திரம் அல்லது தனிமனிதச் சுதந்திரம் என்றாலே அது இதன் மீது கேள்வி எழுப்புபவையாகத்தான் இருக்கின்றன. இங்கே பிரபல்யமான ஓவியம் அல்லது ஓவியர் என்றாலே அவர் என்ன செய்வாரென்றால், மதத்தையோ அரசையோ அல்லது கார்ப்பரேட் கம்பெனிகளையோ எந்தக் கேள்வியும் கேட்காதவராகத்தான் இருப்பார். எல்லாக் காலத்திலும் இந்தப் போக்கு இருந்திருக்கிறது என்றாலும் உலகமயமாக்கலுக்குப் பின்னால் மானுடத்தின் மீதான நெருக்கடி அதிகமாகியிருக்கிறது. பண்பாட்டு நெருக்கடி உருவாகியிருக்கிறது, உணவுப் பழக்கம், உடை, பாவனை என்று அனைத்தின் மீதும் மறைமுகமாக ஆதிக்கம் செலுத்துகிறது. இதில் நாம் புரிந்துகொள்ள வேண்டியது என்னவென்றால், இந்த நிலத்துக்கும் எனக்குமான உறவு என்பது எனக்கான உணவாகவும் மருந்தாகவும் இருக்கிறது. பல்லாயிர வருடத்தின் தொடர்ச்சியின் மீது நான் உட்கார்ந்துகொண்டிருக்கிறேன். இது இனக்குழு அடையாளமாக இருக்கிறது. மானுடப் பொதுவாக நாம் அன்பை மட்டும்தான் செலுத்த முடியும். மானுடப் பொது என்கிற பெயரில் அடுத்தவனின் அடையாளத்தை எடுத்துப் போர்த்திக்கொள்ளக் கூடாது. நான் பிக்காஸோ ஆகிவிட்டேன், நான் அதே மாதிரிப் படைப்பைப் படைத்துவிட்டேன் என்று சொன்னால் 'நீ பணக்காரனுக்கு நோகாம யாவாரம் செய்துகொண்டிருக்கிறாய்' என்று அர்த்தம். கலைப் படைப்பின் இயக்கத்தைத் தீர்மானிக்கக் கூடியவர்கள் யார் என்றால் Galleries, புரவலர்கள். இவர்கள்தான் ஒரு உரையாடலைத் தொடங்குவார்கள், அதன்பின் அது ஒரு சர்ச்சையாக மாறும், அதற்குப்

பிறகு அதைக் கோட்பாடாக உருவாக்குவார்கள், அது கலைக்கல்லூரி பாடத்திட்டத்திற்குள் வரும், அதற்குப் பிறகு நீங்கள் எதுவுமே செய்ய முடியாது.

இம்மாதிரியான சூழலில் உலகம் முழுக்க ஓவியக் கலைக்கான போக்கு எப்படி இருக்கிறது?

ஒரு படைப்பு என்பது அதனுள்ளே ஒரு சமூகச் சூழல் இருக்கிறது, தனிநபரின் அனுபவத்தை வைத்துக் கொண்டிருக்கிறது; எப்படி வெளிப்படுத்துகிறார் என்கிற நோக்கத்தைக் கொண்டிருக்கிறது; இறுதியாக அவர் ஊடகத்தில் எவ்வளவு திறனாளி என்பதையும் உள்ளடக்கியிருக்கிறது. ஆனால் அடிப்படையில் மூன்றே மூன்றுதான் முக்கியம். அவரது அனுபவம், நோக்கம், அவரது வெளிப்பாட்டு வடிவம். மரண பயம் மருவிய ஒரு விந்தை உணர்வுதான் கலைக்கான தூண்டலும் ரசனையும். ஆனால் கலைத்துறையின் போக்கு என்னவாகப் போய்க்கொண்டிருக்கிறது என்றால், *Shit Art* என்று ஒன்றைச் சொல்கிறார்கள். மனித மலத்தை இருபதடி, முப்பதடி உயரத்தில் சிலையாகச் செய்து விற்கிறார்கள், அவன் மலத்தை அவனே குப்பியில் அடைத்து விற்கிறான். இம்மாதிரியான கண்காட்சிகள் எல்லாம் ஒருபக்கம் நடந்துகொண்டிருக்கிறது, அதை ஊடகங்கள் தொடர்ச்சியாக எழுதி, பேசுபொருளாக்கி அதையொரு இயக்கமாகக் கட்டமைக்கும் கூட்டம் இருக்கிறது. அதன் மூலம் மலத்தைக் கூட கோடிக்கணக்கில் விற்றுக்கொண்டிருக்கிறார்கள். அடுத்து, *Installation* என்று சொல்வார்கள், ஒரு செங்கல்லைக் கொண்டுபோய் வைத்துவிட்டு அதைக் கலை வேலைப்பாடு என்று சொல்கிறார்கள், செங்கல்லே அழகாக இருக்கிறபோது அதில் உனக்கென்ன வேலை? இதை யார் வைக்கிறார்கள் அதை யார் வணிகப்படுத்துகிறார்கள் என்பதை வைத்து அது ஒரு கலை வடிவமாகவும் அவர் கலைஞராகவும் ஆகி விடுகிறார். இவையெல்லாமே செல்வமிருப்பவன் ஆடும் சூது. சாலையில் கிடக்கும் பீங்கான் துண்டை கலைப் பொருள், கலை அழகு என்பது நன்று, அந்தப் பீங்கான் துண்டை ஏலக்கடையில், கலை அரங்கில் வைத்து வியாபாரம் செய்வது சந்தேகத்திற்கு உரிய செயல் என்பேன்.

இசங்களின் அடிப்படையில் ஓவியங்களை வகைப்படுத்துவதும் விளக்குவதும் பற்றி?

இசங்கள் பற்றிப் பேசும்போது நான் சொல்வது அது ஒரு வரையறை. தொழிற்புரட்சிக்குப் பின்னால் கண்டுபிடிப்பாளர்களுக்கும் உற்பத்தியாளர்களுக்கும் காப்புரிமை கொடுத்துப் பொது மக்களிடமும் அரசிடமும் அதை அங்கீகாரப்படுத்தப்படுவதைப் போல கலைத்துறையில் வர்த்தகம் தேவைப்படுகிறது. இந்த வர்த்தகத் தேவைக்காகவும் ஒரு வகைமையை உருவாக்கியத்திற்கான உரிமை கோருவதற்காகவும் உருவாக்கப்பட்டதுதான் இசங்கள். நாம் யாருக்காகச் சொல்கிறோம், என்ன சொல்கிறோம் என்பதில் தீர்மானமாக இருந்தால், அதற்கான வடிவத்தை அதுவே தீர்மானித்துக்கொள்ளும். நிபந்தனையற்ற விடுதலை இருப்பதாக மதங்கள் சொன்னாலும், அவை தனது அடையாளத்தைத் திணிப்பதைப் போலதான் கலையில் இசங்களும்.

நிறுவனங்கள் கலையைக் கட்டுப்படுத்துபவையாக இருக்கிறபோது உள்ளிருந்து இயங்கிய உங்களது பயணத்தின் அனுபவம் எத்தகையது ?

அரசு வேலை என்று பார்த்தால் என் முதல் வேலை தொல்லியல் துறைதான். மதுரை திருமலை நாயக்கர் மஹாலில் சில பணிகளுக்காக நியமிக்கப்பட்டேன். அதன்பின் சித்தன்னவாசலில் மூன்று மாதம் பணிபுரிந்துவிட்டு, பிறகு வேலை வேண்டாமென்று எழுதிக்கொடுத்துவிட்டேன். இதற்கெல்லாம் முன் அரும்பு என்றொரு இதழில் பணிபுரிந்தேன், *Indiana Creation* என்றொரு நிறுவனத்தில் பணிபுரிந்தேன், அங்கிருந்தும் வெளியில் வந்தேன், தொல்லியல் துறை வேலையைவிட்ட பிறகுதான், என் அம்மா இவன் எந்த வேலையும் பிடிக்காமல் ஊரைவிட்டு ஊர் ஓடிட்டே இருக்கிறானென்று திருமணம் செய்து வைக்க முடிவெடுத்தார்கள். வேலைதான் வேண்டாமென்று தோன்றியதே ஒழிய, திருமணம் வேண்டாமென்று தோன்றவில்லை. திருமணம் செய்து என் முதல் மகள் பிறந்த பிறகுதான் வேலைக்குப் போக வேண்டுமென்கிற எண்ணம் மீண்டும் வந்தது. கலைக்கல்லூரியில் காலியிடம் இருப்பதை அறிந்து விண்ணப்பித்தேன், தனிப்பட்ட சில காரணங்களுக்காக நிராகரிக்கப்பட்டேன். பிறகு மீண்டும் நேர்காணலுக்கு அழைத்தார்கள், பணி சேர்க்கைக்கான தேர்வு நடத்தாமலேயே வரிசையில் நிற்க வைத்து

அனுப்பினார்கள், பணி நிரப்புதலுக்கான தேர்வு நடத்த நிர்பந்தம் செய்தேன். அதற்குப்பின்தான் வேலை கிடைத்தது.

கல்லூரியில் பல எதிர்ப்புகளைச் சந்தித்தேன். நான் எதைச் செய்தாலும் அதைக் கவனித்து சர்ச்சைப்படுத்திக்கொண்டிருந்தார்கள். நான் நூலகத்துக்குப் போவது, ஓவியம் வரைவது என்று எல்லாமே பிரச்சனையாக்கப்பட்டது. 'நீ செராமிக்கில் இருக்கும்போது ஓவியத் துறையில் உனக்கென்ன வேலை' என்றெல்லாம் கேட்டார்கள், அவர்கள் என்னைக் கேட்டுக்கொண்டே இருக்கும்போது நான் வரைந்ததை எடுத்துக்காட்டி, 'இது நல்லா இருக்கா' என்று கேட்டேன். அதாவது நான் வரைந்ததற்காக என்னைத் திட்டிக்கொண்டு இருக்கிறவர்களிடத்திலேயே 'இது நல்லா இருக்கா' என்று கேட்டேன், அவர்களால் எந்தப் பதிலும் சொல்ல முடியவில்லை. அந்த இரண்டு ஓவியத்தையும் கிழித்துப் போட்டுவிட்டுக் கல்லூரிக்கு வெளியே இருக்கும் தார்ச்சாலையில் இருந்து பூந்தமல்லி வரை என்னால் வரைய முடியும், உங்களால் என்ன செய்ய முடியுமென்று கேட்டேன், அப்போதே என்னுடைய ராஜினாமா கடிதத்தைக் கொடுத்துவிட்டு வெளியேறினேன். கல்லூரி முதல்வர் முனுசாமிதான் என்னை அழைத்துச் சமாதானப்படுத்தினார், பன்னிரண்டு ஆண்டுகள் பணியாற்றிய நிலையில் வயது அதிகமெனப் பணிநீக்கம் செய்தனர். மீண்டும் நான் பணிக்குத் திரும்புவதற்காக உடன் இருந்தவர்கள் முயன்றபோது நான் எங்கிருந்தும் பிழைத்துக்கொள்வேன், இந்தப் பணி வேண்டாமென்று சொல்லி வந்தேன். பின்னே என்னை மீண்டும் சேர்த்துக்கொள்வதற்கான எல்லா முயற்சியும் நடந்தன. என் பணி சம்பந்தமான வழக்கு ஒன்றின் தீர்ப்பு எனக்குச் சாதகமாக வந்தது, அதற்குப் பின்னர்தான் எனக்கு நிரந்தரப் பணியிட ஆணை வந்தது.

ஒரு ஓவியன் எழுத்தாளனாக இருக்க வேண்டிய நிர்பந்தமில்லை, நீங்கள் ஓவியம் குறித்து எழுதவும் செய்கிறீர்கள், இந்தத் தேவை உங்களுக்குத் தன்னியல்பாக உருவானதா?

என்னுடைய யதார்த்தமான வாழ்க்கைச் சூழலில் நான் எதைப் பார்க்கிறேன், யாருடன் பேசுகிறேன் அப்படியான உறவில் என்ன எதிர்வினை உண்டாகிறது என்ற என் அனுபவங்களை நண்பர்களிடத்தில் சொல்லிக்

கொண்டேயிருப்பேன். இன்னொரு பக்கம் என்னுடைய ஆழ்மன வெளிப்பாடுகளையும் நண்பர்களிடம் பகிர்வதுண்டு. அதன் பின்புலம் இதுவாக இருக்கலாம் என்று அதை வரையவும் செய்வேன். ஒருநாள் என் வீட்டுக்குள் நுழையும்போது என் மனைவி புத்தகம் படித்துக்கொண்டிருந்தார், நான் வந்ததைக் கவனிக்கவில்லை. மேசை மேல் ஆறிப்போன காப்பி இருந்தது, அதை எடுத்து நான் குடித்துக்கொண்டே பக்கத்தில் சென்றபோது அவர் புத்தகத்தைக் கீழே போட்டுவிட்டுக் குற்றவுணர்வோடு எழுந்து நான் வந்ததைப் பற்றி விசாரித்தார். 'சொல்லியிருந்தால் காப்பி போட்டுக் கொடுத்திருப்பேனே' என்றார். 'நீ ஆர்வமாகப் படித்துக் கொண்டிருந்ததால் உன்னைத் தொந்தரவு செய்யவில்லை' என்றேன். ஒருவிதக் குற்றவுணர்வோடு மாறிய அவள் முகம் என்னுள் புகைப்படக் காட்சியாகப் பதிந்தது.

பரந்த புல்வெளியில் ஒருவன் சிலுவையைக் கையில் ஏந்தியபடி நடந்து வருகிறான். பனி படர்ந்த அந்தச் சிலுவையில் ஒரு பெண் அறையப்பட்டிருக்கிறாள். அது ஒரு பெண், குறிப்பிட்டு இவள்தான் என்று சொல்ல முடியாது. பொருளாக அல்லாமல் மேக மூட்டமாக இருக்கிறது. நான் இதை வரைந்து நண்பர்களிடம் காண்பித்தபோது, காதலித்த பெண்ணை யாரோ ஒருவன் சிலுவையில் அறைந்துவிட்டான், ஒரு சோகத்தைத் தூக்கிக்கொண்டு அலைகிறான், காதல் தோல்வி, சோகக் கதை என்றெல்லாம் அவர்களுக்குத் தோன்றுவதைச் சொன்னார்கள். இந்தக் காட்சியே ஒரு கதையாக இருந்தால் அந்த அம்மா முகத்துல ஒரு மிரட்சி, இவர் கையில் ஒரு காபி இருப்பதுபோல்தான் பொதுவாக Illustration வரைவார்கள். ஆனால் நான் வரைந்த படத்தில் அந்தச் சூழலே இல்லை, என் வீடோ என் படுக்கை அறையோ எதுவுமில்லை, அங்க யாரோ ஒருவன் ஒரு சிலுவையைத் தூக்கிக்கொண்டு மேகத்தோடு போகிறான். அவளைச் சிலுவையில் அடித்தது நான்தான், ஆனால் இப்போது இல்லை, எப்போதோ. அது நான் மட்டுமேயில்லை, என் மனைவி அப்படிப் பயப்படுகிறார் என்றால் என் அம்மா ஒரு காரணம், அவரது அம்மா கூட ஒரு காரணம், அவரது பாட்டி கூடக் காரணம். பெண்ணென்றால் இப்படித்தான் இருக்க வேண்டும் என்று சொல்லிச் சொல்லி வளர்ப்பது ஒரு காரணம். அப்பொழுதில்

அவருடைய சுதந்திரத்தில் தலையிடாதவனாக நான் இருந்திருந்தாலும் பல தருணங்களில் தம்ளரில் அழுக்கு இருந்ததற்காகக் காப்பியை நான் கீழே ஊற்றியிருக்கிறேன்.

கல்லூரியில் எனக்குப் பிரச்சனைகள் ஏற்பட்டபோதெல்லாம் 'உங்க எழவுக்காகச் சகித்துக்கொண்டிருக்கிறேன்' என்று அவர் மீது பழியைச் சுமத்தியிருக்கிறேன். அவரை ஏதோ ஒருவகையில் நான் ஒடுக்கிக்கொண்டேதான் இருக்கிறேன், அதையும் அவருக்காகத்தான் என்று சொல்கிறேன். நான் அவரைச் சிலுவையில் அடித்துவிட்டுச் சுமந்துகொண்டு திரிகிறேன், அதைக் கீழே இறக்கிவைக்கவும் என்னால் முடியாது. இதை அடிப்படையாகக் கொண்ட என் ஓவியம் அந்தச் சம்பவத்தின் நேரடியான காட்சியாக இல்லாமல் உள்ளடக்கமாக இருக்கிறது. அந்தக் கணத்தில் தோன்றும் ஆழ்மன வெளிப்பாடுதான் அது. இது மாதிரியான அனுபவங்களை என் நண்பர்களிடம் சொல்லிக்கொண்டேயிருக்கிறேன்.

பிரதிபா ஜெயசந்திரன்தான் இதையெல்லாம் நீங்க கண்டிப்பாக எழுத வேண்டுமென்று சொன்னார். எழுத ஆரம்பிக்க வேண்டிய தேவையை இன்னொரு பக்கம் பார்த்தால், என் கலை என்பது என்னுடையது மட்டுமே இல்லை, நான் என்ன சொல்ல வருகிறேன் என்பதையும் கொண்டுபோய்ச் சேர்க்க வேண்டியிருக்கிறது. கலை விமர்சகர் என்று இடையில் இருப்பவர்கள் மேல் எனக்கு நம்பிக்கை இல்லை, இவன் புதியதாக ஏதோ சொல்கிறானென்று அவர்கள் கேட்டுக்கொண்டாலும், அதைக் கொண்டுபோவதில் அவர்களுக்குச் சிக்கல் இருக்கிறது. ஏனென்றால் அவர்கள் ஏற்கெனவே கலை என்று அங்கீகரித்துவந்த ஒன்றை விமர்சனம் செய்கிறேன். அதை விமர்சனம் செய்யாமல் எப்படி இருக்க முடியும்? அதையெல்லாம் பதிவு செய்ய அவர்கள் தயாராக இல்லாத பட்சத்தில் நானே எழுதிவிடுவது என்று முடிவு செய்தேன். ஊடகங்கள் என்னை எழுதுவதை விடவும், கலை இலக்கியவாதிகள்தான் என்னை மதிப்பிடுகிறார்கள். புதுமைப்பித்தன் எனக்கு அறிமுகமான பிறகுதான் கொஞ்சம் சென்சிபாலான ஆட்கள் கூட தமிழ் இலக்கியச் சூழலில் இருந்திருக்கிறார்கள் என்று தோன்றியது. என் நண்பர்கள் வட்டாரத்தில் கவிதைச் சூழலையும் இலக்கியச் சூழலையும் பேசும்போது இவர்கள்தான் என்னை அடுத்த ஆட்களிடம்

கொண்டுபோய்ச் சேர்க்கிறார்கள். சந்ரு என்பவர் வெறும் ஓவியர் மட்டுமல்ல, இலக்கியப் போக்கைக் கணிக்கக் கூடியவராகவும் இருக்கிறார் என்று கோணங்கி சொல்கிறார். இந்த மாதிரியான அனுபவங்களோடுதான் நான் இலக்கியச் சூழலுக்குள் வருகிறேன், அத்தோடு கலை பற்றிய என் புரிதல் மற்றும் வாழ்க்கை அனுபவங்களை எழுதத் தொடங்கினேன்.

நீங்கள் எழுதத் தொடங்கிவிட்டீர்கள், இந்தப் பயணத்தில் உங்கள் ஓவியங்களைப் பற்றி நீங்களே எழுதுவதற்கும் ஓவிய விமர்சகர்கள் எழுதுவதற்குமான வேறுபாடாக எதைப் பார்க்கிறீர்கள்?

சுயவிமர்சனமற்ற படைப்பாளிக்கும் கலைத்துறையின் மீது அக்கறையில்லாமல் இருப்பவர்களுக்கும்தான் விமர்சகர்கள் தேவை. அதையும் மீறி விமர்சனம் செய்வதற்கான தேவை இருக்கிறதா என்றால் நிச்சயம் இருக்கிறது. உலகளவில் மானுடத்தின் போக்கு, கலைத்துறையின் போக்கு என்னவாக இருக்கிறது, நாம் வாழும் சூழலில் எது தேவையாக இருக்கிறது என்பதெல்லாம் முக்கியம். உலகப் பொது என்று பேசலாம், ஆனால் ஜப்பானியரும் இந்தியரும் வேறுதான். வட்டாரம் என்று ஒன்று இருக்கிறது, இந்த வட்டாரச் சூழலில் என்ன தேவை இருக்கிறது? அதன் தேவைக்கு நாம் என்ன பங்களிக்க முடியும் என்பதையெல்லாம் கருத்தில்கொள்ள வேண்டும். ஒரு படைப்பாளி எதிலிருந்து தாக்கத்தை அடைகிறான், அந்தத் தாக்கத்தை எந்த நோக்கத்தில் வெளிப்படுத்துகிறான்? வெளிப்படுத்துவதற்கான பயிற்சித் திறன் அவனுக்கு இருக்கிறதா என்பதெல்லாம் முக்கியம். இங்கு கலை விமர்சகர்களாக அறியப்பட்டவர்கள் என்ன செய்கிறார்கள் என்றால் அவர்களுக்கு ஏற்கெனவே தெரிந்த பிக்காஸோ ஓவியத்தோடு ஒப்பீடு செய்கிறார்கள் அல்லது ஓவிய வகைமைகளுக்குள் சிக்கிக்கொள்கிறார்கள். இன்னும் சிலர் நம் ஓவியங்களில் நமக்கே தெரியாத விளக்கத்தை எல்லாம் கொடுப்பார்கள். கோட்பாடுகளைப் படித்து விடுவதாலேயே ஒருவன் சரியாகப் புரிந்துகொள்வான் என்று அர்த்தமில்லை. ஆடு, மாடு மேய்ப்பவர்கூடச் சரியாகப் புரிந்துகொள்வார். இன்னும் சிலர் தகவல்களைத் திரட்டித் தமது சொந்தக் கருத்தைப் போல எழுதுவார்கள், அதையும் சரிவரச் செய்ய மாட்டார்கள், இந்தச் சூழலில் நாமே எழுதுவது கூட ஒரு வகையில் முக்கியம்.

மரபு ஓவியத்திற்கும் நவீன ஓவியத்திற்கும் இடையே ஒரு விவாதம் இருந்துகொண்டே இருக்கிறது, ஓவியப் படைப்பாளிகளுக்குள்ளே இம்மாதிரியான தர்க்கம் நிகழும்போது வெளியிலிருந்து பார்க்கும் நாங்கள் இவற்றை எவ்வாறு புரிந்துகொள்வது?

இளம் வயதில் சிவகாசியில் இருந்தபோது ஒரு படத்தைப் பார்த்து அதை அப்படியே வரைவதுதான் மரபு. பிள்ளையாரைப் பிள்ளையார் போல வரைய வேண்டும் அதுதான் மரபு. கல்லூரிக்கு வந்த பிறகு மரபு வேறொன்றாக தெரிகிறது. இந்திய மரபு, ஐரோப்பிய மரபு என்று தனித்தனியாக இருப்பதாகச் சொல்கிறார்கள். கண்களால் பார்த்ததை வரைவது ஐரோப்பிய மரபு, மனதிலிருக்கும் காட்சியை வெளிப்படுத்துவது இந்திய மரபு. இதற்கு உதாரணங்களாக மைக்கலாஞ்சலோவின் சிஸ்டின் சாப்பல் ஓவியத்தையும் அஜந்தா ஓவியங்களையும் சொல்வார்கள். கலை பற்றியான பாடத்திட்டங்களில் இது மாதிரி இருக்கிறபோது அறுபதுகளில் ஒரு பிரச்சனை உண்டானதாகச் சொல்வார்கள். குறிப்பாகக் கலைக்கல்லூரி முதல்வர் பணிக்கர் காலகட்டத்தில் ஒரு தர்க்கம் உருவாகிறது. நான் கல்லூரிக்குள் நுழைந்த காலகட்டத்திலேயே கூட ஒரு விவாதம் நடந்தது. நவீன ஓவியங்கள் என்கிற பெயரில் வான்காவையும் பிக்காஸோவையும் பிரதி எடுத்துக்கொண்டிருந்ததால், நம் ஓவியங்களில் இந்திய மரபு சார்ந்த தாக்கம் என்னவாக இருக்கிறது என்கிற கேள்வி எழுந்தது. ஓவியம் என்றாலே ஓவியம்தான், அதில் ஐரோப்பிய ஓவியம், இந்திய ஓவியம் என்றெல்லாம் ஒன்றுமில்லை என்று சொல்கிறவர்களும் உண்டு. பொத்தாம் பொதுவாக நீதி சொல்லிவிட்டுப் போகிறவர்களைப் போலத்தான் இவர்கள். மற்றுமொரு தரப்பும் இருக்கிறார்கள். உலகம் தழுவி வளர்ந்துவிட்ட நிலையில் மரபு என்றே ஒன்று இல்லை என்று சொல்வார்கள். பொதுவாக நவீன ஓவியங்களைப் பற்றிய கட்டுரைகள் ஆங்கிலப் பத்திரிகைகளில் வருவதால் அதற்கொரு அறிவாளித் தோற்றம் கிடைத்துவிடுகிறது. இம்மாதிரியான உரையாடல்கள் நடந்துகொண்டிருக்கும் போதுதான் எனக்கு ஒரு யோசனை தோன்றியது. நாம் சிறு வயதிலிருந்து கோயில்களுக்குப் போயிருக்கிறோம், சிலைகளைப் பார்த்திருக்கிறோம், அவற்றை வணங்கவும் உள்ளோம். பின்னே அவையெல்லாம் கலை கிடையாதா?

எதன் அடிப்படையில் ஐரோப்பிய மரபை உயர்வென்றும் இந்திய மரபைத் தாழ்வென்றும் வகை பிரிக்கிறார்கள்? என்கிற கேள்வி வந்தது. என் தாத்தா முட்டாளாக இருந்தால் இருந்துவிட்டுப் போகட்டும். அவர்களிடம் சிறப்பானவை இருந்தால், அவற்றை நாம் எடுத்துக்கொள்ளலாம் என்கிற இடத்தில் வந்து நின்றேன். இந்த யோசனை நான் இரண்டாம் ஆண்டு படிக்கும்போதே வந்துவிட்டது. கோயில் கோயிலாகத் திரிந்து அங்கு தூண்களில் இருப்பதையெல்லாம் வரையத் தொடங்கினேன், அப்போது எனக்குள்ளாகவே ஒரு தேர்வு நிலை உண்டானது.

ஒரு வேலைப்பாடு, பரம்பரையாக இருக்கிறது என்கிற காரணத்திற்காகவே நான் அதை ஏற்றுக்கொள்ள மாட்டேன். மற்றுமொரு சூழலில் எனக்குள்ளே ஒரு உரையாடல் நிகழ்ந்துகொண்டே இருக்கிறது. வெளிநாடுகளில் அமைப்பியல் பற்றிய ஆய்வுகள் நடந்திருக்கின்றன. Group figure வரைகிறார்கள் என்று வைத்துக்கொள்வோம். அதில் எந்த உருவம் முன்னால் இருக்கிறது, எந்த உருவம் பின்னால் இருக்கிறது, அந்த உருவங்களுக்கு இடையிலான உறவு என்ன, அதன் பின்புலம் என்னவாக இருக்கிறது என்பதுபோன்ற ஆய்வுகள் செய்கிறார்கள். இந்தியாவில் அத்தகைய ஆய்வுகள் நடந்திருக்கிறதா என்றால் இல்லை. இந்தியாவில் பெரிய ஆய்வாளர்களாக ஆனந்த குமாரசாமி, சிவராம மூர்த்தி ஆகியோர் இருக்கிறார்கள். அவர்கள் இந்தியக் கலைகளைப் பற்றிக் குறிப்பிடும்படியான ஆய்வுகளைச் செய்திருக்கிறார்கள் என்று என்னால் சொல்ல முடியும். அவர்களுமே கலையை வரலாற்றுப் பூர்வமாகவும் மதக் கண்ணோட்டத்தோடும் அணுகிய பதிவுகள்தான் அதிகமாக இருக்கின்றன. தொழிற்நுட்பக் கண்ணோட்டத்தோடு ஆனந்த குமாரசாமி சில இடங்களில் தொட்டிருக்கிறார். ஆனால், அமைப்பியல் சார்ந்த எந்த ஆய்வும் இல்லை. இந்தியக் கலைகளைச் சில ஐரோப்பியர்களும் ஆய்வு செய்திருக்கிறார்கள். ஆனால் அதிலும் பல சிக்கல் இருக்கின்றன. அவர்களுக்குக் கலாச்சார ரீதியாக இங்கிருக்கக் கூடிய பண்பாடு தெரியாத காரணத்தினால் அவை வெறும் தகவல்களாகப் பதிவு செய்யப்பட்டிருக்கின்றன. ஒரு உடைந்த பூசணிக்காய்ப் பக்கத்தில் காசு கிடந்தால் நமக்கு அந்தப் பூசணிக்காய்

என்னென்ன காரணங்களுக்காக உடைக்கப்படும் என்பது தெரியும், அது அவர்களுக்குத் தெரிவதற்கு வாய்ப்பில்லை. இதற்கு மற்றுமொரு உதாரணம் சொல்கிறேன், திருப்புடை மருதூரில் இருக்கும் சிற்பங்களை எல்லாம் புகைப்படம் எடுத்துப் பட்டியல் போட்டிருக்கிறார்கள். அரசு சார்ந்தது, மதம் சார்ந்தது, சமூகவியல் சார்ந்தது என்று தனித்தனியாகத் தொகுத்திருக்கிறார்கள். அதில் ஒரு காட்சிக்கு விளக்கம் கொடுக்கும்போது ராணியும் தோழிகளும் விளையாடிக்கொண்டிருக்கிறார்கள் என்று எழுதியிருக்கிறார்கள். ஆனால் உண்மையில் அது வளைகாப்பு. அவர்களை நாம் குறை சொல்ல முடியாது. அவர்கள் அதைப் புரிந்துகொள்வதற்கான எந்த வாய்ப்புமில்லை. அதனால்தான் சொல்கிறேன், வாழ்க்கைச் சூழலில் இருந்து நாம் கலையைப் பார்க்க வேண்டியிருக்கிறது என்று.

நான் மூன்றாம் ஆண்டு படிக்கும்போது தாராசுரம் போனேன், அங்கே கர்ப்பகிரகமே தேர். அதன் சக்கரம் அருகில் குமாரச் சம்பவம் இருக்கும். மன்மதனைத் தீக்கிரையாக்கும் காட்சி, நிறைய உருவங்கள் அதில் இருக்கின்றன, பார்க்கவும் அழகாக இருக்கிறது, நான் அதைப் பார்த்து வரைந்துகொண்டிருந்தேன். அப்போ ஒரு பெரியவர் வந்து 'என்னப்பா பண்ணுற' என்று கேட்டார், வரைந்துகொண்டிருப்பதைச் சொன்னேன், 'நல்லாத்தான் வரையுற' என்று சொல்லிவிட்டு 'அதைப் பற்றிய செய்தி தெரிந்து வரைகிறாயா இல்லை, சும்மா வரைகிறாயா' என்று கேட்டார். 'பார்க்க நன்றாக இருக்கிறது, வரைகிறேன்' என்று சொன்னேன். அந்தப் பெரியவர் அதன் வேலைப்பாடுகளுக்குப் பின்னால் இருக்கும் கதை ஒன்றைச் சொல்கிறார், சிவபெருமான் தவத்தில் இருக்கும்போது, அதைக் கலைக்க முயன்ற மன்மதன் தீக்கிரையாகி சாம்பல் ஆகும் கதை அது. இதே சிற்பத்திற்கு வெவ்வேறு வகையான கதைகள் உண்டு.

அடுத்து இன்னொன்றும் சொல்கிறேன், என் தாத்தா ஒருவர் இரும்புத் தகரத்தால் கூம்பு விளக்கு செய்கிறவர். ரெமி, பாண்ட்ஸ் டப்பாக்களை வைத்து விளக்கு செய்வார். அது கிடைக்குமிடத்தில் இருந்து பொறுக்கிக்கொண்டுபோய்க் கொடுத்தால் காசு தருவார். விளக்கு செய்வதற்கு அதை வெட்டி, மடக்கி, பற்ற வைப்பதற்குத் துருத்தி ஊதும் வேலைக்கெல்லாம் வாலிபர்களைப் பயன்படுத்துவார்.

அதற்குக் காசும் கொடுப்பார். இப்படி வேலை செய்துகொண்டிருக்கும்போது அந்தப் பக்கம் போகும் பெண்களை வேடிக்கை பார்த்தால், 'வேலை செய்யும் நேரத்தில் வேலை செய்ய வேண்டும், பொம்பளப் பின்னால சுத்துற நேரத்துல சுத்த வேண்டும்' என்று சொல்வார். இப்போ, இங்கே சிவனும் காமனும் வேறு வேறல்ல, இரண்டும் இருவேறு நிலை. செய்கிற காரியத்தை இடையூறு இல்லாமல் செய்வதுதான் தவ நிலை. அது உங்களுக்கு ஒரு செடிக்கு நீர் ஊற்றும்போது கூட கிடைக்கும். ஓவியம் வரைந்தால்தான் கிடைக்குமென்பதில்லை. இங்கே என் தாத்தா என்னும் தனிநபரின் அனுபவம் சொல்லாடலாக முடிந்து விடுகிறது 'வேலையைப் பாருடா' என்று அதட்டுவதோடு முடிகிறது. இதையே இன்னொரு இடத்தில் இன்னொருவர் கதையாகச் சொல்வார். பிறகு அது புராணமாக மாறும். புராணங்கள் கடவுள் மேல் சொல்லப்படும். கடவுள் நம்பிக்கைக்குரியவர் என்பதால் அதுவே நிலைக்கும். அடிப்படையில் இவையெல்லாமே மக்களின் நீண்டகால மரபாகவும் பரந்துபட்ட செயல்பாடாகவும் இருக்கிறது.

என் மாணவர்களிடம் என்ன சொல்வேன் என்றால், 'ஒன்றைப் புரிந்துகொள்வதற்கு நீ எங்கெங்கோ போய் உட்காருவதைவிட உன் பக்கத்தில் இருப்பதையே தீவிரமான கேள்வியோடு அணுகு. இதை எதற்காகச் செய்தான், அவனுடைய அனுபவம் என்ன என்று தீவிரமான கேள்வி கேட்டால் அந்த இலக்கை அடைய முடியும்' என்று சொல்வேன். கலை நாடற்றது, மொழியற்றது, விலையற்றது என்று சொல்வார்கள். கலை என்கிற அந்தப் பண்பை வேண்டுமானால் அப்படிச் சொல்லலாம். ஆனால், கலைப் பொருளுக்கு நாடு உண்டு, மொழி உண்டு, வியாபாரம் உண்டு, உறவு உடையது, பகை உடையது. நாடற்றத்தனமாகவும் மொழியற்றத்தனமாகவும் அந்தப் பொழுதுதான் இருக்க முடியும். ஒரு சிலையை நான் செய்துவிட்டு அதைத் தேங்காய் நாரில் தேய்த்து ஊதிவிட்ட பிறகு, சின்னச் சின்ன நகாசைப் பார்க்கும்போது ஒரு மகிழ்ச்சி உருவாகிறது இல்லையா? அதுதான் அந்தப் பொழுது. நான் செய்யும் சிலையை விற்கலாம், ஆனால் அந்தப் பொழுதில் நான் அடைந்த மகிழ்ச்சியை விற்க முடியாது.

ஒரு பெண்ணின் படத்தை வரைகிறீர்கள் என்று வைத்துக்கொள்வோம், நீங்கள் எதையெல்லாம் அழகு

என்று உணர்கிறீர்களோ, அதன் சாயல்தான் அந்த உருவம், அது குறிப்பிட்ட பெண் கிடையாது. இதைப் போல நீங்கள் அழகு என்று கண்டடைவதின் கூட்டுச் சாரத்தைப் பதிவுசெய்தாலே போதும், குறிப்பிட்ட நபரைப் பதிவுசெய்ய வேண்டுமென்பதில்லை. இதன் அடிப்படையில் நம் மரபில் நமக்கு எந்தவித வரம்புமில்லை. மைக்கலாஞ்சலோ கடவுளை வரையும்போது கடவுள் என்னும் பிரமாண்டத்தைக் காட்டுவதற்காக அவனைச் சுற்றிப் பத்து நபரை வரைய வேண்டியிருக்கிறது. ஆனால் நம்மூரில் பிரமாண்டத்தைக் காட்ட நான்கு தலையை வைத்துவிடுகிறோம் அல்லது ஒரு பறவையின் மீது உட்கார வைத்து விடுகிறோம். பத்துப் பேரை வரைவதற்குப் பதில் பத்துத் தலை வரைந்துவிடுகிறோம், இங்கே பத்துத் தலை என்பது பிரமாண்டத்தின் குறியீடு. ஒரு வழிப்போக்கனை உட்கார வைத்து அவரை அச்சு அசலாக வரைந்து அவர்தான் இயேசுநாதர் என்று சொல்வதைவிட, இயேசு நாதருக்கென்று இருக்கும் சாராம்சத்தை வரைவது சிறந்தது. மந்திரியாக இருந்தாலும், மருத்துவராக இருந்தாலும், செருப்பு தைப்பவராக இருந்தாலும் சமூக சேவகன்தான். இயற்கையில் எல்லாமே ஒன்றையொன்று சார்ந்திருக்கிறது. அதுபோல இங்கே அம்மனுக்கும் அம்மன் பக்கத்தில் நின்று வெண்சாமரம் வீசுகிறவர்களுக்கும் ஒரே முகம், ஒரே உடல் வாகுதான் இருக்கும். இதன் அடிப்படையில் கலையின் தத்துவச் சிந்தனையோடு அணுகினால் நாம்தாம் திறந்த மனதோடு இருக்கிறோம். அப்படித்தான் இருக்கிறதா என்பது பெரிய கேள்வி, மரபை நவீனமாக்குகிறோம் என்பவர்கள் அப்படித்தான் புரிந்துகொள்கிறார்களா என்பதும் கேள்விதான். வாழ்வியல் சூழலோடு மரபைப் புரிந்துகொள்ளாத ஒருநிலை என்பதாகத்தான் நான் இதைப் பார்க்கிறேன்.

மரபை நவீனப் பார்வையால் அணுகுவது என்பது இருக்கிறதா? அதை விளக்க முடியுமா?

உதாரணத்திற்குக் கடவுளை வரைய வேண்டுமென்றால் ஐரோப்பியர்கள் ஒருவரை அழைத்து உட்கார வைத்து வரைந்து விடுவார்கள். ஆனால், நம்மூரில் அப்படிச் செய்ய மாட்டார்கள். சூடம் வைத்து, கோரப்பல் செதுக்கி, கையில் கத்தியைக் கொடுத்து உருவகப்படுத்துவார்கள்.

அது என்ன குணநலன்களைச் சொல்ல வருகிறதோ அதற்கான உருவகங்களுக்குத் தங்கள் கற்பனா சக்தியைக் கொடுத்து வருவது இந்தியத்தன்மை ஓவியங்கள். இது பல நூற்றாண்டுத் தொடர் என்பதால், இது ஒரு மரபு. அதே நேரத்தில் இந்த மரபு ஓவியங்கள் வெறும் ஓவியங்களாக மட்டுமல்லாமல் அவற்றுக்கு ஒரு புனிதத்தன்மையும் கொடுக்கப்படுகிறது. அதை என் நவீனப் பார்வை கொண்டு உடைக்க விரும்புகிறேன். அதே சமயம் அதனுள் இருக்கும் யதார்த்தத்தைக் கொண்டுவர வேண்டுமென்கிற எத்தனமும் எனக்கு இருக்கிறது. அதனால்தான் காமதேனு பசு சாணி போடுவது போல ஒரு ஓவியம் என்னால் வரைய முடிந்தது.

நேரடி வடிவமாக அல்லாமல் அகத்தூண்டலை அரூபமாக வரைய வேண்டிய தேவையைப் புரிந்துக்கொள்ள முடிகிறது. ஆனால் திட்டமிட்டு அரூபமாக வரைகிறவர்களுக்கும் இந்த விளக்கம் பொருந்துமா?

கை விரலையோ கால் விரலையோ வரைவதற்கான பயிற்சியும் முயற்சியும்தான் கலை என்று நினைத்துக் கொண்டிருக்கும்போது, இன்னொருவன் அதை வரைவதற்கான எந்த முயற்சியும் எடுக்க மாட்டான். அவனுக்கு வரையவும் தெரியாது. கால், கை என எதையும் பார்த்து வரையத் தெரியாது. ஆனால் கிறுக்குவான். அதை அப்படித்தான் அவர்கள் பார்த்ததாகச் சொல்வார்கள். நான் எப்படிப் பார்த்தேனோ, எப்படி உணர்ந்தேனோ அப்படியே வரைகிறேன், இருப்பதைப் போல் வரைய வேண்டும் என்கிற அவசியம் எனக்கு இல்லை என்று சொல்வார்கள். அதில் எனக்கு ஒரு பாசாங்குத்தனமும் திமிர்த்தனமும் தெரிகிறது. கண்ணால் பார்த்து ஒரு பொருளை வரையத் தெரியாதவன், மனதில் இருப்பதை வரையத் தெரியும் என்று சொன்னால் அது பொய். இரண்டு கிறுக்குக் கிறுக்கிவிட்டு அதுதான் என் மனதில் இருந்ததென்று சொன்னால் அதை நாம் பார்க்கவா போகிறோம்? ஒப்பீடு செய்வதென்றால் ஒரு ஆளை வைத்து வரைந்தானென்றால் அவன் ஓவியம் வரைவானென்று நம்ப முடியும். அவன் மனதில் இருப்பதை வரைகிறான் என்றால் நம்பவா முடியும்? இதில் பிரபலமடைகிறவர்கள் யாரென்று பார்த்தால் விவசாயியை வரையச் சொன்னால் ஒரு ஆண் கலப்பையை வைத்துக்கொண்டிருப்பதாக வரைகிறவர்களாக இருக்கிறார்கள். அந்த விவசாயியின் பிரச்சனையை

அவர்கள் அதில் கொண்டு வருவதில்லை. விவசாயியை வரைந்துவிட்டார், உழைக்கும் மக்களை வரைந்துவிட்டார், அவர்தான் நவீன ஓவியர் என்கிறார்கள். மக்களின் உரிமை, அதிலுள்ள உண்மையான பிரச்சனைகளைப் பேசுகிறவர்களாக அவர்கள் இருப்பதில்லை.

சமூகப் பொறுப்பு பற்றிய கவலை கலையின் அழகியலைச் சிதைத்துவிடும் என்று சொல்லப்படுகிறதே?

நான் யாராக இருக்கிறேன், இந்த மண்ணுக்கும் எனக்கும் என்ன உறவு, இந்த மனிதனுக்கும் எனக்குமான உறவு என்ன, இந்த உறவை நான் செழுமைப்படுத்த விரும்புகிறேன். ஏனென்றால், இந்தப் பொழுதை மிகவும் மகிழ்ச்சிகரமானதாக வைத்திருக்க வேண்டும் என்று நம்புகிறேன். நான் மகிழ்ச்சியாக இருப்பது என் சமூகம் சார்ந்தது. என்னுடைய சந்தோஷம் என்பது என்னுடைய சுற்றத்தாரோடு சார்ந்தது. அவர்கள் சந்தோஷமாய் இல்லாமல் நான் எப்படி சந்தோஷமாக இருக்க முடியும்? நாம் ஒருமுகமாக ஒன்றிணைவதற்கு நாம் எதையெல்லாம் அடையாளப்படுத்த முடியும். ஒரு நேரத்தில் நான் வலிக்கிறது என்கிறேன், எனக்கு மருந்து போடுகிறீர்கள், அதுவும் ஒரு கலைதான். தூரிகையில் வண்ணக்குழைவைத் தொடுகிற கணம்தான் என் கலை. நான் மக்களின் வலியைப் போக்குவதற்கான வழியாகக் கலையைப் பார்க்கிறேன். நான் போகிற போக்கில் பாடுவது உங்களுக்கு சந்தோஷத்தைக் கொடுக்குமானால், பாடுவேன். நான் வரைவது உங்களுக்கு சந்தோஷத்தை அளிக்குமானால், வரைவேன். அதைத்தான் கலை என்று நினைக்கிறேன். அப்படி நான் பார்க்கும்போது ஏற்கெனவே சந்தையில் இருப்பதை, வர்த்தகமாகச் செய்துகொண்டிருக்கிறார்கள். போகிற வழியில் ஒரு நாய்க் குட்டியைப் பார்த்து சந்தோஷப்படுவதையோ, ஒரு பூனையைப் பார்த்து சந்தோசப்படுவதையோ கலை என்று பார்ப்பது கிடையாது. ஆற்றில் இறங்கி முங்கியெழுந்து பார்க்கும்போது அந்தச் சூரிய வெளிச்சம் தண்ணீரின்மீது பட்டுப் பிரதிபலிக்கும்போது, ஒரு பூர்வீகமான செடி எனக்கு ஞாபகம் இருக்கிறது. அடுத்து, தண்ணீர் சலசலவென்று சிற்றோடைகள் ஓடுகிறது. அதற்குள் இருக்கும் கற்கள், பாறைகள், அந்தப் பாறைகளில் இருக்கும் வரிகளைப் பார்க்கும்போது ஒரு ரெக்கார்ட் பிளேயரில் முள் வைத்தால்

பாடுகிறதல்லவா? அதன் பதிவைப் போன்றது. பாறையில் கோடு மகிழ்ச்சியான தருணமாக இருக்கிறது. நான் ஒரு செடிக்குக் கீழே அமர்ந்துகொண்டிருக்கும்போது அந்தச் செடியின் நிழல் வரையும்போது நான் கேட்ட அதே சத்தம் என்னுடைய வரையும் தாள்களில் கேட்கிறது. பொழுது ரம்யமாக இருக்கிறது. இயற்கையின் மொத்த வடிவமே எனக்குக் கலைதான். இப்படியாக உங்களைச் சுற்றி இருப்பவையைப் புறக்கணித்துவிட்டு நீங்கள் வேறு எதை கலை என்று சொல்வீர்கள்?

காட்சிப் பொருட்களை வரைவதைப் போல சப்தங்களை வரைய முடியுமா? அல்லது சப்தங்கள் வரையத் தூண்டுமா?

நம்முடைய புலன்கள் அனைத்துமே காட்சிமயமானவை. கழுதை என்றால் கழுதை வரைய முடியும். 'டிங்' என்கிற சப்தத்தை எப்படி வரைய முடியும் என்றொரு கேள்வி இருக்கிறது. ஒரு கண்ணாடி கிளாஸ் உடைக்கிற சத்தம் கேட்கும்போது நான் விழிப்புணர்வோடு இருந்திருந்தால், அந்த கிளாஸ் எவ்வளவு உயரத்தில் இருந்து விழுந்திருக்கும்? எத்தனை சிதறல்களாகப் போயிருக்கும் என்று கணக்கிட்டுச் சொல்ல முடியும், நம்முடைய புலன்கள் அனைத்தும் ஒன்றுக்கொன்று தொடர்புடையவை. ஒரு மாட்டின் சப்தத்தைக் கேட்டால் மாட்டின் உருவம் உங்களுக்குத் தெரியவருகிறது. ஒரு புலன் உங்களுக்கு ஒரு தகவலைச் சொன்னால், இன்னொரு புலன் அதற்கான உருவத்தைத் தானாகவே எடுத்துக்கொள்கிறது. ஒரு சத்தத்தைக் கேட்கும்போது உங்களுக்கு மாடு மாதிரி தோன்றுகிறது என்றால் சப்தத்தை வைத்து உங்களால் ஒரு உருவத்தைக் கணக்கிட முடியும். பக்கத்தில் ஒரு பெருச்சாளி இறந்து கிடந்தால் அதனுடைய நாற்றத்தை வைத்தே நாம் அதன் உருவத்தைக் கணிக்க முடியும். அதுபோல்தான் ஒரு ஓசையைக் கேட்டவுடன் வரைவதற்கான உந்துதல் வரும். நமக்குள் இருக்கும் வலியைக் கூட வரைய முடியும். ஆனால் அதை நாம் ஒரு பொருட்டாகவே கருதுவதில்லை. நான் கோபமாக இருக்கிறேன் அல்லது பயமாக இருக்கிறேன் என்பது வெறும் முக பாவனைகள் சம்பந்தப்பட்டதல்ல, என் உடல் உறுப்புக்கள் அனைத்தும் அதற்கேற்றவாறு இசைந்து வேலை செய்கின்றன. எதற்காக நாம் எவ்வளவு நேரத்தைச் செலவழிக்கிறோம் என்பது முக்கியம். ஐந்தாம்

வகுப்புப் பரீட்சையில் படம் வரைந்து பாகம் குறிக்கும் பாடம் வரும். மீனுக்கு முக்கியமான பாகங்கள் என்பது ஏழு. கண், காது மூக்கு வாய் என்று எழுதி வைத்தாலே பாஸ் மார்க் போட்டுவிடுவார்கள். ஆனால் மீனுக்கு ஏழு பாகங்கள் மட்டும்தான் இருக்கிறதா? மீனின் செதிலை ஆய்வு செய்தாலே நமக்கு நம்முடைய வாழ்க்கை காணாமல் போய்விடும். ஓசையைக் கேட்டவுடன் நம்முடைய உடலில் இருக்கும் மற்ற புலன்கள் மனதில் ஓர் உருவத்தை உண்டாக்குகிறது. நீங்கள் அதை வரைந்தாலே போதும்.

எதையெல்லாம் வரைவீர்கள்? இது வரையத்தக்கது என்று எவ்வாறு முடிவெடுப்பீர்கள்?

என்னுடைய வாழ்வில் நான் போகிறபோக்கில் எதையெல்லாம் உணர்கிறேனோ அதையெல்லாம் வரைய வேண்டும் என்று நினைக்கிறேன். அது ஒரு தவளையாக இருக்கலாம் அல்லது சிற்பமாக இருக்கலாம் அல்லது கரப்பான் பூச்சியாகக் கூட இருக்கலாம். என்னுடைய இளம்வயதில் அரூபக் கோட்பாடு என்றால் என்னவென்று தெரிந்துகொள்ள விரும்பினேன். பெயரளவில் அரூபம் என்கிற வார்த்தையைத் தெரிந்துகொண்டு வண்ணத்தைப் பூசிவிட்டேன் என்பதால் நான் ஓவியன் ஆகிவிட முடியாது. அவர் அப்படிச் செய்கிறார், இவர் அப்படியே செய்கிறார் என்று நான் செய்ய மாட்டேன். நான் வரைய ஒப்புக்கொள்வதற்கு எனக்கு ஒரு தர்க்கம் தேவைப்படுகிறது. அவன் எதைப் பார்த்தான், என்ன உணர்ந்தான், அதன் மூலம் அவன் என்ன சொல்ல வந்தான், அந்த வேலையை அவன் திறம்படச் செய்தானா என்பதுதான் *Work of Art*. என் மாமன் மகள் தற்கொலை செய்துகொண்டது என்னை ஏற்றுக்கொள்ள இயலாத தூரத்தில் தள்ளியது. மனித உறவுகள், சமூகப் பார்வைகள் என முற்றிலுமாக நான் வேறொன்றாக மாறத் தொடங்கியது அப்போதுதான். வழக்கமாக வரைந்துகொண்டிருப்பதை நிறுத்தி, என் பொழுதுகளை வரையத் தொடங்கியது அப்போதுதான்.

அடிப்படையில் ஓவியரான நீங்கள் சிற்பியாக உருவெடுத்த பயணத்தைப் பற்றி?

நான் வண்ணக்கலை ஓவிய மாணவன். எங்கள் கல்லூரியில் சிற்பத் துறையில் *(sculpture department) PDFA* (நுண்கலைப்

பாடத்தில் முதுகலை) போஸ்ட் டிப்ளமோ இருந்தது. மாணவர்கள் லைப் ஸ்டடி செய்வதில் போதிய திறனற்று இருந்ததால், அவர்களுக்குச் சிறப்பு வகுப்பு எடுப்பதற்காகப் பேராசிரியராக விஜயமோகன் நியமிக்கப்பட்டிருந்தார். அவர் மாபெரும் திறமைசாலி, அவருடைய உதவியாளராக மோகன் கல்யாண் இருந்தார். எப்போதும் ஒருவரை உட்கார வைத்து லைஃப் ஸ்டடி செய்வார்கள். ஆனால், இவர் இரண்டு மூன்று பேரை உட்கார வைத்து ஓவியம் வரைவதற்குப் பயிற்சி கொடுத்துக்கொண்டிருந்தார். விஜயமோகன் மாற்றலாகி டெல்லிக்குச் சென்றுவிட்ட காரணத்தால் அவர் செய்துகொண்டிருந்த பணி காலியாக இருந்தது. மாணவர்களுக்கு வகுப்பு எடுப்பதற்காக ஆட்கள் போதிய அளவில் இல்லாமல் இருந்தார்கள். மூத்த பேராசிரியர்கள் இருந்தாலும், அவர்களை இந்தப் பணியைச் செய்ய நிர்பந்திக்க முடியாது. அதனால் இளையவனாக இருந்த என்னை விஜயமோகன் எடுத்துக்கொண்டிருந்த வகுப்பை எடுக்கச் சொன்னார்கள். நான் சிற்பத்துறையில் மாணவர்களுக்கு ஓவியம் வரைவதற்கான பாடம் எடுக்கத் தொடங்கினேன். வாரம் இருமுறை மதியத்திற்கு மேல்தான் மாணவர்கள் வகுப்பிற்கு வருவார்கள். மற்ற நேரங்களில் சிற்பம் செய்கிற மாணவர்களோடுதான் அமர்ந்திருப்பேன். அந்த நேரத்தில்தான் சிற்பத்துறை மாணவர்களோடு சேர்ந்து சிலை வடிப்பதற்குக் கற்றுக்கொண்டேன். மோல்டிங், காஸ்டிங் உள்ளிட்ட தொழிற்நுட்பங்களை எல்லாம் கற்றுக்கொண்டேன். என்னுடைய ஆசிரியர் கன்னியப்பன் சிலை வடிப்புத் தொடர்பான வேலைகள் வரும்போது, என்னை அழைத்து அந்த வேலைகளில் ஈடுபடவைப்பார். அவரோடு சேர்ந்து சிலை செய்வதற்கான வேலைகளைத் தொடங்கினேன்.

நான் முதன்முதலாக வணிகரீதியாகச் செய்த சிற்பம் 'ஜீசஸ் கால்ஸ்' (Jesus calls) என்கிற அமைப்பிற்காக வடித்த கை சிலைதான். மதுரையில் இருந்த 'சோகோ டிரஸ்ட்'டுக்காக உச்சநீதிமன்ற நீதிபதி பகவதி அவர்களின் சிலையை வடித்துக் கொடுத்தேன். இதுதான் என்னுடைய ஆரம்பகட்ட வணிகரீதியான சிலை வடிப்பதற்கான பயணம். ஜப்பானில் நடைபெற்ற பனிச் சிற்பம் செய்வதற்கான போட்டியில் 1996ஆம் ஆண்டு கலந்துகொண்டேன். அச்சிற்பத்திற்கு உலகளவில் இரண்டாவது பரிசு கிடைத்தது.

மதுரை உயர்நீதிமன்றத்தில் இருக்கின்ற காந்தி சிலை, மெட்ராஸில் சாலையோரத் திடல்களில் உள்ள கிராமியக் கலைக் காட்சிகளை 12 சிலைகள், அகமதாபாத் மற்றும் சென்னை உயர் நீதிமன்றத்தில் உள்ள அம்பேத்கர் சிலைகள், புதுச்சேரி மற்றும் வள்ளியூரில் உள்ள அம்பேத்கர் சிலைகள் இவை யாவும் நான் வடித்தவைதான். மேலும், இரண்டு ஜெர்மானியர்களின் சிலைகளை வடித்தேன். செம்மொழி மாநாட்டிற்கான இலச்சினையை (*logo*) வடிவமைத்தேன். கலைஞர் கருணாநிதி, நான் மற்றும் ஐராவதம் மகாதேவன் ஆகிய மூவரும் அந்த இலச்சினையை உருவாக்குவதற்கான பொறுப்பை ஏற்றுக்கொண்டோம். இந்தப் பொறுப்புக் கிடைக்க எனக்கு வழிவகை செய்து கருணாநிதியிடம் என்னை அறிமுகம் செய்து வைத்தவர் ம.இராசேந்திரன். மதுரை உயர்நீதிமன்றத்தில் நான் வடித்த டாக்டர் அம்பேத்கர் சிலை திறப்பு விழாவில் கலைஞர் கருணாநிதி பூங்கொத்துக் கொடுத்தார். செம்மொழி மாநாட்டிற்காக இலச்சினையை வெளியிட அழைத்தபோது நான் சங்கரன்கோவிலில் குழந்தைகளுக்குப் பாடம் எடுத்துக்கொண்டிருந்தேன். ஜெயலலிதாவும் எட்டாவது உலகத்தமிழ் மாநாட்டில் எனக்கு விருது கொடுத்தார்கள்.

அதையும் போய் வாங்கவில்லை. வேலை செய்து அதற்கான ஊதியம் வாங்குவதோடு என் வேலை முடிந்துவிடுகிறது. விருது வாங்குவதில் எனக்கு விருப்பமே இருந்ததில்லை. ஐராவதம் மகாதேவனுக்காக நடத்தப்பட்ட கூட்டத்தில் அவர் சிலையை வடித்துத் தந்துள்ளேன். சிந்து சமவெளியில் இருந்த குறியீடுகளை எல்லாம் அட்டவணைப்படுத்தியவர் அவர். மகாதேவன் ஒரு பார்ப்பனர். அவர் சமஸ்கிருதத்திற்கு ஆதரவு தெரிவிக்கிறார் என்று என்னிடம் புகார் தெரிவித்தார்கள். நான் சொன்னேன், “அதைப் பற்றியெல்லாம் எனக்குக் கவலையில்லை. சிந்துசமவெளியைக் குறித்துப் பெரும் ஆய்வு நடத்தி அதை அட்டவணையாக்கிக் கொடுத்திருக்கிறார். அதைச் சரி என்றோ தவறு என்றோ நிரூபிப்பது உங்களுடைய புத்திசாலித்தனம். அட்டவணைப்படுத்துவதே மிகப்பெரிய வேலை. அதை நாம் பாராட்டியாக வேண்டும்” என்றேன். எந்தச் சிலையைச் செய்ய வேண்டும், எதைச் செய்யக் கூடாது என்பதில் நான் எப்போதும் தீர்க்கமாக இருப்பவன். சிலை செய்வதை என்னுடைய பேரனுக்கு ஒரு நண்டு செய்து தருவது போலத்தான் கருதுகிறேன். என் பேரனுக்கு என்ன

விருப்பத்தோடு ஒரு பொம்மையைச் செய்து கொடுக்கிறேனோ, அதே விருப்பத்துடன் எல்லாச் சிலைகளையும் செய்கிறேன். ஐராவதம் மகாதேவனின் சிலையைச் செய்துள்ளேன் என்பதில் எனக்குப் பெருமையோ சிறுமையோ எதுவுமில்லை. அந்த மனிதரை மனதார கௌரவிக்க வேண்டும் என்று நினைத்தேன், அவ்வளவுதான். சொல்லப்போனால் சிலை செய்வதே பாவம் என்றுதான் சொல்வேன். சிலை என்பது சமூக உறவுகளில் ஓர் அடையாளமாக, ஒரு தேவை இருக்கிறது என்கிற அடிப்படையில் செய்கிறேன்.

பயிற்சி, வகுப்பு, தொழில்முறை என்பதையெல்லாம் கடந்து நீங்கள் விருப்பப்பட்டுச் செய்த சிலை என்று ஏதாவது இருக்கிறதா?

நான் விருப்பப்பட்டு, என்னோட வாழ்க்கை அனுபவத்திலிருந்து செய்த நெருக்கமான சிலை என்றால் அது இன்னுமும் என்னிடம்தான் இருக்கிறது. சட்டக்கல்லூரியில் படித்தபோது தேவகி என்றொரு சினேகிதி இருந்தார். மேற்படிப்புப் படிக்க அமெரிக்கா சென்றிருந்தபோது எனக்கு ஒரு கடிதம் எழுதியிருந்தார். 'அமெரிக்காவில் இருக்கும் நண்பர்களோடு பேசிக்கொண்டிருக்கும்போது, இந்தியாவில் இருக்கக்கூடிய மிகச்சிறந்த ஓவியராக நான் உங்கள் பெயரைத்தான் குறிப்பிட்டேன். ஆனால் தமிழர்களுக்குக் கூட நீங்கள் யாரென்று தெரியவில்லை, எந்தப் பத்திரிகையிலும் உங்களைப் பற்றிய தகவல்கள் இல்லை. உங்கள் திறமைகள் வெளியே வர வேண்டுமானால் நீங்கள் செய்துகொண்டிருப்பது பத்திரிகைகளில் வர வேண்டும். அதற்காக நீங்கள் ஏதாவது சாதனைகளைச் செய்ய வேண்டும்' என்று அதில் குறிப்பிட்டிருந்தார். அந்தக் கடிதத்திற்குப் பதில் எழுதினேன், 'யாவற்றின் பெயரிலும் இருக்கும் உறவு நிலைகளை என்னுடைய இருதயத்திலிருந்து வாசித்துக்கொண்டேதான் இருக்கிறேன். இந்தத் துறைக்கான பயிற்சித் திறன் என்னிடம் இருக்கிறது. ஆனால், நீ பத்திரிகைகளில் தேடும் தலை என்னிடம் இல்லை' என்று எழுதினேன். இந்தக் கடிதத்தை எழுதுவதற்கு முன் இதையே ஒரு ஓவியமாகவும் வரைந்திருந்தேன், பெண் உருவத்தில் தலையில்லாத ஓவியம் அது. ரஷ்யன் கலாச்சார மையத்தில் அந்த ஓவியத்தைக் கண்காட்சிக்கும் வைத்தேன், அழைப்பிதழிலும் அந்தப் படத்தைத்தான்

போட்டிருந்தோம். அதற்குப் பின் அதைச் சிலையாகவும் வடித்தேன். அந்தச் சிலை இன்னமும் என்னிடம்தான் இருக்கிறது. பொருளாதாரத்திற்காகப் பல சிலைகளைச் செய்து அதன் மூலமாகப் பணம் கிடைத்தால்தான், நமக்கென்று ஒரு சிலை செய்து அதை வீட்டுக்குப் பின்புறம் சும்மாவாவது போட்டு வைக்க முடியும்.

இளமைக் காலத்தில் உங்களிடமிருந்த ஓர் இலட்சியவாதத் துடிப்பை இப்போது நினைத்துப் பார்க்கும்போது எப்படி இருக்கிறது?

கல்லூரியில் படிக்கும்போது கலைஞன் என்பவன் இவ்வுலகத்தைத் தூக்கிச் சுமப்பவன், அந்தப் பொறுப்பு மிக புனிதமானது என்றெல்லாம் நினைத்துக்கொண்டிருந்தோம். ஆனால், யதார்த்த வாழ்க்கையில் இந்தச் சமூகக் கட்டமைப்பில் அந்தக் கலைஞன் யாராக இருக்கிறான்? அவனுக்கு இங்கு வழங்கப்பட்டிருக்கிற இடம் என்ன என்பதைப் புரிந்துகொள்ளும்போது அதிலிருக்கும் முரண் சுவாரசியமாக இருந்தது. நாம் இருக்கிற விரும்புகிற சுதந்திர மனிதனாகவும், அதே சமயம் சமூக விழுமியங்களுக்கு உட்பட்டு இருக்க வேண்டிய கட்டாயச் சூழலுமென இவ்விரண்டும் ஏற்படுத்துகிற தத்தளிப்பு அதிகமாகவே இருந்தது. விழுமியங்களை மீறுவதை ஒரு செயல்பாடாகவே செய்தோம். அதுவே ஒரு கலைஞனின் அடிப்படைக் குணமென அலைந்தோம். அதிலொரு நியாயம் இருப்பதாகவே பட்டது. ஏனென்றால் ஒருவனுக்கு எது நியாயமோ அது எனக்கு நியாயம் இல்லை. அப்படி இருந்தோம். அதேநேரத்தில் இந்த உலகத்திற்கு நாம் ஏதேனும் உண்மையாகக் கொடுத்துவிட்டுப் போக முடியுமா என்கிற ஏக்கமும் இருந்தது. ஆகவே, இந்தப் படம் வரைந்தால் விற்பனை ஆகும், ஆகாது என்பதையெல்லாம் மீறி நாங்களொரு வேலை செய்தோம். அது இந்தச் சமூகத்தின் மீதிருக்கிற அக்கறை. அந்த வயதில் அவ்வளவு மூர்க்கமாக இருந்தோம். கலையின் மீது அவ்வளவு விமர்சனத்தோடு இருந்தோம். யாரிடமும் வேலை பார்க்கக்கூடாது. சோற்றுக்கென்று ஒருவன் முன்னாடி கைக்கட்டி நிற்கக்கூடாது என்றெல்லாம் இருந்தோம். பிறகு குடும்பம், குட்டி என்று வரும்போது செயல்படுவதில் சில மாற்றங்கள் வந்துவிட்டிருந்தாலும் இன்னும் அதிலிருந்து பெரியதாக வழுவியதில்லை.

ஓர் படைப்பாளியாக உங்களுக்குள் ஏற்படும் வெற்றிடத்தை, வெறுமையை எப்படிக் கடக்குறீர்கள்?

பல்வேறு எண்ணங்கள் நமக்குள் ஊடாடும்போது அதில் சிக்கிக்கொண்டு செயலற்றுப் போகும் தன்மைதான் வெறுமை. எதைச் செய்யணும், எதைச் செய்யக்கூடாது, இதை இப்போது செய்யலாமா, பிறகு செய்யலாமா, என்ற மனக்குழப்பங்கள் மன அழுத்தத்திலிருந்து வருகின்றன. அவை வெறுமையையும் அவ்வெறுமை நீடிக்கும்போது அவையே வெற்றிடமாகவும் மாறுகின்றன. நான் இவற்றை எப்படிக் கடப்பேன் எனில், ஒரு காகிதத்தை எடுத்துக்கொள்வேன், அதைக் கிறுக்கிக்கொண்டே செல்வேன், என்னை அறியாமலேயே ஒரு வடிவத்தை உருவாக்கி வைத்திருப்பேன், பின்னர் அதைச் செழுமைப்படுத்துவதில் என் கவனம் செல்லும். யாருக்காக இதை வரைகிறேன்? ஏன் இதைச் செழுமைப்படுத்துகிறேன்? இதுவரை நான் வரைந்த, நான் வியந்த ஓவியங்களை எப்படி இதில் முந்தப்போகிறேன் என்கிற பல கேள்விகள் என்னை நோக்கி எழ, ஆரம்பத்தில் எனக்குள் இருந்த அழுத்தம் விலகி படைப்பூக்கமடைந்து குதூகலமடைந்துவிடுவேன்.

● ஜனவரி 2021

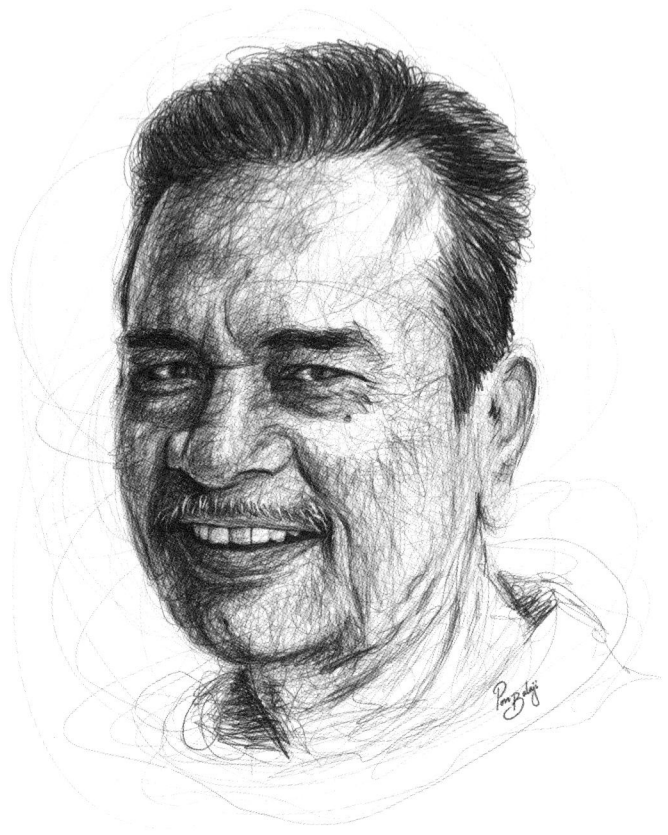

நீ யார் என்பதைக் காட்ட ஒரு வார்த்தை போதும்

ராஜ்கௌதமன்

சந்திப்பு : ஸ்டாலின் ராஜாங்கம், வாசுகி பாஸ்கர்

ராஜ்கௌதமன் (1950)

தமிழில் அரசியல், இலக்கியம், பண்பாடு, தத்துவம் சார்ந்த தளங்களை தலித் பார்வையில் அணுகுவது என்ற போக்கு உருவானபோது அதற்கான பிரதிகளாக அமைந்தவை ராஜ்கௌதமனின் எழுத்துகளே. மார்க்சியம், அமைப்பியல், பின் அமைப்பியல் சார்ந்த கோட்பாடுகளின் பின்னணியும் தலித் என்னும் வாழ்வனுபவமும் பிணைந்து உருவான அவரின் கூறுமுறை 1990களின் தமிழ் எழுத்துவெளியைப் புதிய திசைக்கு இட்டுச்சென்றது.

தலித் அனுபவம் புனைவுக்கு மட்டுமே உகந்தது என்பதுபோலக் கருதப்பட்ட தருணத்தில் அவ்வனுபவம் தமிழ் வரலாற்றின் இடைவெளிகளையும் மௌனங்களையும் வாசிக்கவும் புரிந்துகொள்ளவும் கூடத் தேவையானது என்பதைக் கூறின அவருடைய எழுத்துகள். அவர் பெயரில்லாமல் அவர் நிகழ்த்திய இடையீடுகளின் தாக்கமில்லாமல் தமிழ் இலக்கியப் பண்பாட்டு வரலாற்றை இனி எழுதிவிட முடியாது என்பதுதான் அவர் எழுத்தின் முக்கியத்துவம்.

புனைவுகள், விமர்சனங்கள், மொழிபெயர்ப்புகள் சார்ந்து பங்களித்துள்ள அவர் தலித் இலக்கியம், தலித் பண்பாடு பற்றி மட்டுமல்லாது நவீனத் தமிழ்ச் சமூகத்தின் ஆளுமைகள் பற்றியும் சங்க இலக்கியங்கள் பற்றியும் விரிவான பங்களிப்புகளை வழங்கியுள்ளார். கோட்பாட்டு இறுக்கத்தை வலிந்து ஏற்றுக்கொள்ளாத அவரின் எழுத்து அதேவேளையில் தீவிரம் குறையாதது என்பது குறிப்பிடத்தக்கது. பகடியைக் கிண்டலாக இல்லாமல் சமூக விமர்சனமாக மாற்றியவை அவர் எழுத்துகள். எழுதுவதைத் தாண்டி எழுத்து சார்ந்து வேறெந்த நலனையும் யோசித்திராதவர்.

நாற்பதாண்டுகள் புதுவை யூனியன் பிரதேசக் கல்லூரிகளில் தமிழ்ப் பேராசிரியராகப் பணியாற்றி ஓய்வு பெற்றிருக்கும் ராஜ்கௌதமன், மனைவி பரிமளத்தோடு பாளையங்கோட்டையில் வசிக்கிறார். அவரை *நீலம்* இதழுக்காகச் சந்தித்தோம். விமர்சகன் கலைஞனுக்குரிய குணாம்சத்தோடு இயங்க முடியும் என்பதற்கான உதாரணம் அவர். தன்னைப் பற்றி எந்தப் பிம்பத்தையும் ஏற்றுக்கொள்ளாத அவரின் அணுகுமுறை எங்களை ஈர்த்தது. கேள்விகளை நேரிடையாகவும் சற்று வளைந்து சென்றும் சமயங்களில்

விலகிச் சென்றும் எதிர்கொண்டது அவரின் இயல்பால் அமைந்தது. அவரின் சொந்த வாழ்க்கை பற்றிய செய்திகள் அவரின் தற்புனைவு நூல்களில் விரிவாக இடம்பெற்றுள்ளன என்பதால் அவருடைய எழுதும் முறையியலை முடிந்த அளவு வெளிக்கொணர முயன்றிருப்பது இந்த நேர்காணலின் தனித்துவமாக இருக்கும் என்று நினைக்கிறோம்.

தமிழ் இலக்கியம் குறித்துத் தீவிர ஆய்வுசெய்த நீங்கள் அடிப்படையில் விலங்கியல் மாணவர். வ.புதுப்பட்டியில் தொடங்கிய உங்களின் இந்தக் கல்விப் பயணத்திலிருந்து தொடங்கலாம் என்றிருக்கிறோம், அது குறித்துச் சொல்லுங்களேன்.

வத்திராயிருப்பு புதுப்பட்டி என்னுடைய ஊர் என்பது எல்லோருக்கும் தெரியும். என்னுடைய கல்லூரிப் படிப்பு பாளையங்கோட்டை தூய சவேரியார் கல்லூரியில் ஆரம்பித்தது. நிறைய மதிப்பெண்கள் பெற்றிருக்கிறாய், நீ பியூசி எடுக்கலாம் என்று அங்கிருந்த பாதிரியார் சொன்னார். ஆனால் நானோ படித்தால் விலங்கியல்தான் படிப்பேன் என்று சொன்னேன். முதலில் எனக்குக் கொடுக்கப்பட்ட பாடப்பிரிவு கணிதம். ஆனால், அதையும் வேண்டாம் என்று மறுத்தேன். நல்லவேளை கணிதப் பாடத்திலிருந்து தப்பித்தேன். அதைப் படித்திருந்தால் கூலி வேலைக்குத்தான் போயிருப்பேன். அதிலும் தூய சவேரியார் கல்லூரியில் விலங்கியல் படிக்க வேண்டும் என்பதுதான் என்னுடைய ஆசை. விலங்கியல் ஏன் படிக்க வேண்டும் என்பது குறித்தெல்லாம் எனக்குத் தெரியாது. ஆனால் அந்தப் பாடம் மிகவும் பிடிக்கும். அதைப் படிக்க அதிக சிரமப்பட்டதில்லை. மிக மகிழ்ச்சிகரமாக அதைப் படித்தேன்.

இலக்கியம், அரசியல், பண்பாடு ஆகியவற்றில் இருக்கும் சரடுகளை இணைத்து ஒரு பார்வையை முன்வைப்பவர் நீங்கள். விலங்கியல் பாடத்தைத் தேர்ந்தெடுத்தமைக்கும் இவ்வாறான காரணம் ஏதேனும் இருக்கிறதா?

விலங்கியல் என்பது எனக்குப் படிப்பில்லை. தேர்வுக்கு அமர்ந்து படிப்பதுபோன்று நான் படித்ததே கிடையாது. என்னுடைய விடைத்தாள்களின் ஓரத்தில் அழகாக வரைந்துவைப்பேன். விடைத்தாள் திருத்துபவர் என்னைக் கிறுக்கனாகக்கூட நினைத்திருக்கலாம். ஆனால், அதைப்

பற்றியெல்லாம் எனக்குக் கவலை இல்லை. படம் வரைவதில் எனக்கு மகிழ்ச்சி ஏற்படுவதுண்டு. இப்படித்தான் என்னுடைய தீவிரமான வாசிப்பு அல்லது படிப்பு என்பதெல்லாம் விளையாட்டாக ஆரம்பித்தது. வாழ்வின் பல தருணங்களை இப்படி விளையாட்டுத்தனமாகத்தான் ஆரம்பித்தேன். இளங்கலையில் எனக்குத் துணைப்பாடமாகத் தாவரவியல் இருந்தது. நான் மகிழ்ச்சிகரமாகப் படித்ததற்கெல்லாம் என்ன காரணம் என்று இப்போது யோசித்துப் பார்க்கிறேன். என்னுடைய கிராமம், சேரி, மக்கள், கண்மாய்கள், சுற்றியுள்ள மலைகள் இவைதாம் என்னை இயக்கியிருக்கும் என்று நினைக்கிறேன். கம்பங்காடு, ஏரிக்கரை, தோப்பு, துரவு போன்ற இடங்களில்தான் நீங்கள் என்னைப் பார்க்கவே முடியும். நான் அந்தக் கிராம வாழ்க்கையில் பார்த்த தவளை, பாம்பு எல்லாவற்றையும் படிப்பாகப் பார்த்தபோது மிகவும் ஆர்வமாக இருந்தது. இவ்வளவு காலம் கடந்த பிறகும் எனக்கு அந்தக் கருத்தில் மாற்றமில்லை. இவ்வாறு என்னுடைய மகிழ்ச்சி விலங்கியல் படிப்பதில்தான் இருந்தது. மற்றபடி நான் எந்தப் போட்டிக்காகவும் படித்ததில்லை. படிப்பது எனக்குப் பிடிக்கும். அவ்வளவுதான்.

இளங்கலையில் விலங்கியல், முதுகலையில் தமிழ். சுவாரசியமான இந்த மாற்றம் எப்போது, எப்படி நிகழ்ந்தது?

என்னுடைய இளங்கலை விலங்கியல் படிப்பு முடித்த பின்பு தூய சவேரியார் கல்லூரி விலங்கியல் துறையில் மாணவர்களுக்குப் பயிற்றுநராக இருந்தேன். ஆசிரியர்கள் வராதபோது பாடம் எடுக்க என்னை அனுப்புவார்கள். அப்போது நான் ரசித்த விஷயங்களைச் சொல்லும்போது மாணவர்கள் மகிழ்ச்சியடைவார்கள். எனவே என்னை யாரும் வழக்கமான ஆசிரியராகவே பார்த்தது கிடையாது. பயிற்றுநராக இருக்கும்போது தேர்வு வந்தால் நான் சொல்லிக்கொடுக்க வேண்டும் என்று மாணவர்கள் எதிர்பார்ப்பார்கள். நானும் சொல்லிக்கொடுப்பேன். நான் எப்பொழுதும் தனித்துவமாக இருக்க முயற்சி செய்வேன். என்னைப் பக்கத்தில் வரக் கூடாது என்று சொல்வதற்கு முன் என் பக்கத்தில் நீ வர முடியாது என்கிற நிலையில் நான் என்னை வைத்துக்கொள்வேன். அதைப் புரட்சி என்றெல்லாம் சொல்ல மாட்டேன், ஒருவிதமான வீம்பு என்று சொல்லலாம். அந்த வீம்புதான் என்னுடைய பெரிய பலம்.

தூய சவேரியார் கல்லூரியில் தமிழ் பயிற்றுநர் வேலை காலியாக இருந்தது. மதுரை தியாகராயர் கலைக் கல்லூரியில் முதுகலை சேர்ந்தேன். ஆனால் எனக்கு விடுதியில் இடம் கிடைக்கவில்லை. அதனால் எங்கு தங்குவது என்று தெரியாமலிருந்தேன். தூய சவேரியார் கல்லூரியில் விடுதி உண்டு. ஆனால், சவேரியார் கல்லூரியில் முதுகலை விலங்கியல் கிடையாது. அறிவியல் கிறித்தவத்திற்கு எதிரானது என்பதற்காகவே அவர்கள் முதுகலை விலங்கியல் பாடத்தைக் கொண்டுவராமல் இருந்தார்கள். ஒருவேளை நான் அங்கு முதுகலை படித்திருந்தால் விலங்கியல் பாடத்தைத்தான் படித்திருப்பேன். நான் மதுரை தியாகராயர் கல்லூரியில் சேர்ந்துவிட்டதால் எங்கு தங்குவது என்றறியாது தவித்தேன்.

படித்துவிட்டு மதுரையில் இருக்கும்போது சரஸ்வதி உணவு விடுதியில் சாப்பிடப் போவேன். அங்குதான் சவேரியார் கல்லூரி தமிழ்த் துறையில் பணி செய்துகொண்டிருந்த பாதிரியார் தங்கியிருந்தார். இளங்கலையில் தமிழ் ஒரு பாடமாக இருந்தபோது அவர் எனக்கு ஆசிரியராக இருந்தார். பாதர் என்னிடம் "என்ன செய்கிறாய்" என்று கேட்டார். நான் "வேலை எதுவுமில்லாததால் செய்வதறியாது இருக்கிறேன்" என்று சொன்னேன். என்னைத் தூய சவேரியர் கல்லூரி தமிழ்த் துறைக்கு விண்ணப்பிக்க அறிவுறுத்தினார். நானும் விண்ணப்பித்தேன். "உடனடியாகக் கல்லூரிக்கு வா மகனே" என்றழைத்தார். என் தந்தைகூட என்னை மகனே என்று அழைத்ததில்லை. பெட்டி படுக்கையோடு வா என்றும் சொல்லியிருந்தார். நான் தாமதமாகப் போனதால் கடிந்துகொண்டார். நீ இல்லாவிட்டால் வேறு ஒருவரைச் சேர்த்துக்கொள்ளவும் வாய்ப்புண்டு என்று சொன்னார்.

கல்லூரியின் முதல்வர் வெள்ளாளர். அவருக்குப் பாதிரியாரைக் கண்டால் பிடிக்காது. சான்றிதழ்களை எடுத்துவந்தாயா என்று கேட்டார். நான் கையோடு கொண்டுசென்றிருந்தேன். முதல்வரால் நியமிக்கப் படவிருந்த வெள்ளாளர் வகுப்பைச் சேர்ந்த பையன் அங்கு இருந்தான். அவனைப் போகச் சொல்லிவிட்டார். மாணவர்கள் அப்போது பரீட்சை எழுதிக்கொண்டிருந்தனர். நான் அப்போது உடனடியாகத் தேர்வுக் கண்காணிப்பாளராக மாறினேன். பிறகு கையெழுத்திட்டுப் பணியில் சேர்ந்தேன். எனவே தமிழ்த் துறையில்தான் எனக்கு முதல் வேலை கிடைத்தது.

தான் நியமிக்கவிருந்த பையனை எடுத்துவிட்டு இவன் வந்துவிட்டான் என்கிற கோபம் முதல்வருக்கு இருந்தது. அவர் முதல்வராக இருந்தாலும் அங்கு பாதிரியார் சொல்வதுதான் நடந்துவந்தது. பிறகு பாதிரியார் உலகத் தமிழ் மாநாட்டிற்காகப் பாரிஸ் சென்றிருந்தார். அந்த நேரத்தில் நான் தமிழ்த் துறையிலிருந்து விலங்கியல் துறைக்கு மாற்றப்பட்டேன். தூய சவேரியார் கல்லூரியே எனக்குச் சடுகுடு விளையாடுகிற மைதானம்போல்தான் இருந்தது. அப்போது ஒரு போராட்டம் நடந்தது. அந்தச் சந்தர்ப்பத்தைப் பயன்படுத்தி நான் வேலையிலிருந்து நீக்கப்பட்டேன். இளங்கலையில் விலங்கியல் படித்ததால் தமிழ் படிப்பதற்குச் சுலபமாக இருந்தது. எப்படி நம்ம ஊரில் மாட்டைத் துண்டு துண்டாக வெட்டிக் கூறுபோடுவார்களோ, அதுபோலதான் தமிழ் மொழியில் அடியார்களின், காப்பியங்களின் உள்ளடக்கங்களைப் பிரித்துக் கூறுபோட்டுப் படிப்பதற்கு விலங்கியல் உதவியது. எல்லாமே ஒன்னுதான்.

உங்களுடைய பயணத்தில் கிறிஸ்துவம் உருவாக்கிய அற இயலுக்கு ஏதேனும் பங்கு உள்ளதா?

நிச்சயமாக இருக்கிறது. ஆனால், அது பாதிரியார்களால் ஏற்படவில்லை. பைபிள் குறித்து நிறைய எழுதியிருக்கிறேன். நான் இயேசுநாதரை என்னுடைய நண்பன் என்று சொல்வேன். அவரைக் கிண்டல் செய்வேன். இயேசு கிறிஸ்துவை என்னுடைய நண்பன் என்றால் திருடர்கள் மட்டுமே கோபப்படுவார்கள். மற்றவர்கள் சந்தோஷமாகத்தான் இருக்கிறார்கள். கிறிஸ்துவக் கலாச்சாரத்தில் இப்படி ஒரு ஆள் இருக்க முடியுமா என்றும் நினைக்கிறார்கள். யார் யோக்கியனோ அவனைக் கொண்டு கல்லை எறியுங்கள் என்கிறேன் நான்.

உங்கள் மார்க்சியத் தொடர்பு பற்றிச் சொல்லுங்கள்.

இளங்கலை அறிவியல் படித்தவர்கள் முதுகலையில் கலைப்பிரிவு படிப்பில் சேர முடியும். ஆனால் கலைப்பிரிவு படித்தவர்கள் முதுகலையில் அறிவியல் படிப்பில் சேர முடியாது. புதுச்சேரியில் நான் பணிபுரியும்போது அறிவியல் துறை மாணவர்களைக் கலைத்துறையில் சேர்த்திருக்கிறேன் என்பது வேறு விஷயம். பிறகுதான் நான் வேலையில்லாமல் அலைந்தேன். 'சிலுவைராஜ் சரித்திர'த்தில்கூட அதைக்

குறித்து விரிவாக எழுதியிருக்கிறேன். என்னுடைய தந்தை இராணுவத்தில் இருந்தவர். கடும் ஒழுக்கக் கட்டுப்பாடுகளை விதித்தவர். அதனால் எனக்கும் என் தந்தைக்கும் முரண் இருந்துகொண்டே இருக்கும். படித்து முடித்தவுடன் வேலை கிடைப்பது சாதாரண விஷயமல்ல. கருணாநிதி ஆட்சிக் காலத்தில் வேலைக்கான அழைப்பு வந்தது. நேர்காணலில் ஏசி அறையில் அமர்ந்துகொண்டு கேள்வி எழுப்பினார்கள். அதில் ஒருவர் முப்படைகளின் தலைவர் யார் என்று கேட்டார். உங்க ஆத்தா என்று சொல்ல நினைத்தேன். துறைக்கு அப்பாற்பட்ட கேள்விகள். நம்மை எடுக்கக் கூடாது என்பதற்காகவே இப்படியெல்லாம் கேள்விகள் கேட்பார்கள். எதிர்பார்த்ததைப் போலவே நீங்கள் தேர்வாகவில்லை என்று சொன்னார்கள். பிறகு நக்சல்பாரி இயக்கத்தோடு தொடர்பு ஏற்பட்டது. இயக்க நக்சல்பாரி என்று சொல்ல முடியாது, ஆனால், மார்க்சியத்தைப் படித்திருந்தேன். வேலையில்லாமல் இருந்த அந்த இரண்டு வருடத்தில்தான் மார்க்சியம் சார்ந்து அதிகமாக வாசித்திருந்தேன். எனக்குத் தகப்பன் என்கின்ற நிலையில் மார்க்ஸ் வந்து சேர்ந்தார்.

இடதுசாரி இயக்கத் தொடர்பின்போது நீங்கள் எந்த மாதிரியான விஷயங்களைப் படித்தீர்கள்?

மார்க்ஸின் நேரடியான எழுத்துகளைப் படித்தேன். வத்திராயிருப்பில் உள்ள அரசு நூலகத்தில்தான் இதையெல்லாம் வாசித்தேன். நான் படிக்கும் புத்தகத்தை விரித்து நூலகர்கள் நான் யாரென்று கணித்துவிடுவார்கள். அதற்கேற்றவாறு நமக்குப் புத்தகங்களைத் தேர்வுசெய்து கொடுப்பார்கள். நான் காலையில் எழுந்து கூழ் குடித்துவிட்டு நேராக நூலகம் சென்று படிக்க ஆரம்பித்துவிடுவேன். மதியம் வீட்டிற்கு வந்து படுத்து உறங்கிவிடுவேன். இரவு முழுக்க ஊர் சுற்றிவிட்டு, சினிமா பார்த்துவிட்டு வருவேன். வழி முழுக்க நாங்கள் சோவியத்தின் செயற்பாடுகள் குறித்துப் பேசிக்கொண்டே போவோம். வேடிக்கையாக இருக்கும். நடராஜன் என்பவர் இலக்கிய வெளிவட்டம் என்ற அமைப்பை நடத்திவந்தார். அவரோடுதான் நாங்கள் மார்க்ஸியம் குறித்து விவாதிப்போம். பிறகு பாலகுரு. அவர் வியாபாரி. கட்சிக்கு நிதி கொடுப்பதெல்லாம் அவர்தான். எங்கள் மேல் மிகுந்த மரியாதை வைத்திருந்தார். கிராமத்தில் இருப்பவர்கள் எங்களுக்குப் பின்னாலிருந்து, ‘போகிறான் பார் நக்சல்பாரி’ என்று சொல்வார்கள்.

காரைக்காலில் என்னுடைய சகோதரரும் இருந்தார். அவர் பள்ளியில் வேலை செய்துகொண்டிருந்தார். நான் விலங்கியல் படித்ததால் அங்கிருந்த இஸ்லாமியப் பள்ளியில் ஆசிரியராகப் பணிபுரிந்தேன். 'தம்பி, நீங்கள் அதிக சம்பளம் எதிர்பார்க்கக் கூடாது' என்றார்கள். நான் எதுவும் சொல்லவில்லை. 'நீ பிஎஸ்சி விலங்கியல் படித்ததால்தான் உனக்கு வேலை தருகிறேன்' என்றார். 99 ரூபாய்ச் சம்பளமாகக் கொடுத்தார்கள். படித்ததற்கான சம்பளம் எதிர்பார்க்கக் கூடாது என்றார்கள். அங்கு சிறிது காலம் இருந்தேன்.

அது எமர்ஜென்சி காலம் என்பதால் தலித்துகளுக்கு ஒதுக்கப்பட்ட வேலைகளையெல்லாம் வேகமாகப் பூர்த்தி செய்தார்கள். வேலைவாய்ப்பு அலுவலகத்தில் பதியச் சொன்னார்கள். நான் பதிந்துவைத்திருந்தேன். பதிவு செய்யப்போன இடத்தில் என்ன சாதி என்று கேட்டார்கள். ஷெட்யூல்டு காஸ்ட் என்றேன். அதற்கு அங்கிருந்தவர் ஷெட்யூல்டு காஸ்ட் என்பது ஒரு பட்டியல். அதற்குள் என்ன சாதி என்று கேட்டார். பறையர், பள்ளர் மாதிரி எந்தச் சாதி என்று கேட்டார். அதற்கும் பதிவு செய்வதற்கும் என்ன சம்பந்தம் என்று கேட்டேன். சொல்லியே ஆக வேண்டும் என்று சொன்னார்கள். அப்போது அந்தக் கட்டடமே அதிரும்படியாக 'ஆமாண்டா நான் பறையன்' என்று சத்தம் எழுப்பினேன்; ஓ என்று கத்தினேன். இவன் கிறுக்கனா, ஏன் இப்படிக் கத்துகிறான் என்று எல்லோரும் அமைதியாகப் பார்த்தார்கள்.

ஏன் அப்படிக் கத்தினேன் என்றால் அதற்கு முன்னிரவு 'ஜென்மம்' என்ற படம் பார்த்திருந்தேன். அதில் ஒருவன் ட்ரம்ஸ் வாசிப்பான். அவன் வாசித்துக்கொண்டு கண்ணாடியைப் பார்க்கும்போது கண்ணாடி தூள்தூளாக உடையும். பல நேரங்களில் அந்தப் பையனாகவே என்னை நினைத்துக்கொள்வேன். எதுவும் செய்ய முடியாதபோது கோபத்தை இப்படிக் காட்ட முடியுமல்லவா! எங்கேயாவது சுவரில் விரிசல் விட்டிருக்கிறதா என்று பார்த்தேன். பிறகு பதிவுசெய்துவிட்டு வந்துவிட்டேன்.

என்னுடைய சித்தப்பா 'ஏன் இப்படிக் கூச்சல் போட்டுவிட்டு வந்தாய்' என்று கேட்டார். 'அவன் சாதியைக் கேட்கும்போது நான் என்ன செய்வது' என்று பதில் சொன்னேன். அவர்

"வீரியம் பெரிதா காரியம் பெரிதா" என்று கேட்டார். நான் "போ போ" என்று சொன்னேன். பள்ளியில் சில காலம் பணி செய்தது எனக்குப் பிடிக்கவில்லை. எனது சித்தப்பாவின் தொந்தரவும் தாங்க முடியவில்லை. 'நீ என்னடா மார்க்சியம் பேசுகிறாய்' என்று வம்புக்கு இழுத்துக்கொண்டே இருந்தார். இப்படியாக என் தனி அனுபவங்கள், சமூகம் குறித்த என் வாசிப்புவெளி விரிவடைந்துகொண்டிருந்தது. அப்போது என்னுடைய நண்பர்கள் இலக்கிய வெளிவட்டம் என்றொரு சிறுபத்திரிகை நடத்திக்கொண்டிருந்தார்கள். இப்படியாகப் பல இயக்கத் தொடர்பு இருந்த காலத்தில் நான் நேரடியான இயக்கப் பணி செய்யாமல் இருந்தாலும் என் வாசிப்பு தீவிரமாகிக்கொண்டே இருந்தது.

முதன்முதலாக நீங்கள் எழுதியது என்ன?

ஆரம்பத்தில் வந்தது எல்லாமே புதுக்கவிதைகள். எமர்ஜென்ஸி காலத்தில் நடந்த அக்கிரமங்களை முன்வைத்து 'அலைகளே அங்கு நடப்பது என்ன' என்று தலைப்பிட்டு கவிதை எழுதியிருந்தேன். எல்லாவற்றையும் பூடகமாகவே எழுதினேன்.

பிரச்சாரத்தை நம்பிய கம்யூனிஸ்ட்டாக இருந்து பூடகமாக எழுதினீர்கள் இல்லையா?

வெளிப்படையாகப் பேசுவதைவிடப் பூடகமாகப் பேசுவதில் எனக்கு ஆர்வம் மிகுதி. பூடகம் என்பது தெரியாதது ஒன்றுமில்லை. படிக்கும்போதே அறிந்துகொள்ள முடியும். மேடைப்பேச்சு தெளிவாகப் பேசுவதுபோல் இருக்கும். ஆனால், அதில் எவ்வளவு பூடகத்தன்மை இருக்கிறது என்பதை நாம் அறிவோம். அக்கலைதான் பேச்சுக்கும் எழுத்துக்கும் வலிமையைக் கொடுக்கிறது. வெளிப்படையாகப் பேசிவிட்டால் கலை என்பதே கிடையாது. அறிவியலைவிடவும் உணர்வதால்தான் மாற்றங்கள் நிகழும்.

இந்தப் புரிதல் உங்களுடைய கல்விப் பின்புலத்தில், அதாவது தமிழ்ப் பின்புலத்திலிருந்து வந்ததா?

இதைத் தமிழிலிருந்துதான் பெற வேண்டும் என்பதில்லை. இது விலங்கியலிலும் இருக்கிறது, மார்க்சியத்திலும் இருக்கிறது. இரண்டு சூத்திரங்கள்தான் என்னை மார்க்சியத்தை நோக்கி இழுத்தன. மெய்யியலாளர்கள் எல்லாம் உலகத்தை

விளக்குவதையே நோக்கமாகக்கொண்டிருக்க, உலகத்தை மாற்றியமைப்பது பற்றி மார்க்சியம் யோசித்தது. மாற்றுவதே முக்கியமான வேலை. வியாக்கியானம் கொடுப்பது வேலை அல்ல என்று மார்க்ஸ் சொல்வார். இவையெல்லாம் பிரபலமாகத் தெரிந்த விஷயங்கள்தான். இவை எனக்கு மிகவும் பிடித்தன. மனித வாழ்க்கை தர்க்கமற்று இயங்கும்போது தர்க்கத்தோடு எப்படிச் சிந்திப்பது? என்னுடைய யோசனை எப்போதுமே தர்க்கமற்று இருக்கும். அதற்குள்தான் ஒரு தர்க்கம் உருவாகும். ஒரு விஷயத்தை நேரடியாகச் சொல்வதைவிடப் பூடகமாகச் சொல்வதில்தான் தாக்கம் அதிகமாக இருக்கிறது.

கவிதையைத் தவிர வேறு என்ன எழுதினீர்கள்?

நான் அப்போதே மொழிபெயர்க்கவும் ஆரம்பித்து விட்டேன். கிறிஸ்துவப் பாதிரியார்கள் மார்க்ஸ் குறித்து ஒரு நூல் எழுதியிருந்தார்கள். எனக்கு மிகவும் பிடித்திருந்தது. விலங்கியல் குறித்த அறிவும் தமிழ்ப் பின்புலமும் இருந்ததால் எனக்கு மொழிபெயர்ப்பு இலகுவாக வந்தது. கிறிஸ்துவம் தொடர்பான விஷயமும் எனக்கு நிறையத் தெரியும். அதில் என்னுடைய இஷ்டத்திற்குப் புகுந்து விளையாடியிருக்கிறேன். அங்கேயும் கடவுளைக் கிண்டல் பண்ணுவதுதான் வேலை. இயேசுநாதர் குழந்தையாக இருக்கும்போது அவரைப் பார்க்கும்போதெல்லாம் எனக்குக் கிண்டலாகத்தான் இருக்கும். "இயேசு மரி பாலனை வந்து ஆராதியுங்கள், தீப மரி கனியை வந்து ஆராதியுங்கள்" என்று சொல்லிக்கொண்டே "வரும்போது வானமுக பாலனை வந்து ஆராதியுங்கள், வயிற்றால் போகிற பாலனை வந்து ஆராதியுங்கள்" என்று சொல்வேன். கோயிலில் இப்படிச் சொல்லும்போது சிரித்து விடுவார்கள். யாரென்று கேட்கும்போது பாடியவன் ஒளிந்துகொண்டான் என்பார்கள். ஏன் அப்படிப் பாடினான் என்று கேட்கும்போது அவரைக் கடவுள் என்றும் சொல்கிறீர்கள், மனிதன் என்றும் சொல்கிறீர்கள். மனிதனாக இருந்தால் அவனுக்கு வயிற்றால் போகாதா? மனித சுபாவத்தில் இதெல்லாம் இயல்புதானே என்போம். அதெல்லாம் இன்பமான விளையாட்டு. நான் பார்த்த படங்கள்கூட அப்படித்தான் இருந்தன. நான் நிறைய படங்கள் பார்த்துள்ளேன்.

1980களில் மார்க்சியம், பிறகு அமைப்பியல், பின்னமைப்பியல் சார்ந்த வாசிப்புகளில் இருந்த நீங்கள் தலித் என்கிற சட்டகத்தை நோக்கி எப்படி நகர்கிறீர்கள்? அதற்கான காரணிகள் எவை?

தலித் என்பது ஏற்கெனவே இருக்கிற ஒரு விஷயம்தான். அது நான் புதிதாக வாங்கிய பட்டம் கிடையாது. நான் என்னைத் தலித் இல்லை என்று மறுத்தாலும் அடுத்தவன் என்னைத் தலித் என்றுதான் சொல்லிக்கொண்டிருக்கிறான். தலித் என்று சொல்வதில் எனக்கு எந்தப் பிரச்சினையும் கிடையாது. நான் வேலை பார்க்கிற இடம் உள்ளிட்ட எல்லா இடங்களிலும் என்னுடைய பின்புலத்தை எப்போதும் மறைத்தது கிடையாது. வகுப்பில் நீங்கள் யார் என்று தெரிந்தால் உங்களைச் சரியாக நடத்த மாட்டார்கள் என்று சிலர் சொல்லியிருக்கிறார்கள். ஆனால் அதைப் பற்றியெல்லாம் நான் என்றுமே கவலைப்பட்டது கிடையாது.

என்னோடு வேலை செய்த ஒரு பேராசிரியர் “நான் இந்த ஜாதியைச் சேர்ந்தவன், என்னை ஒடுக்கப்பட்டவன் என்று நினைக்க வேண்டாம்” என வகுப்பில் ஜெபம்போல ஒப்பிப்பார். நான் அவரிடம், “ஏன்டா கேனப் பயலே, இவ்வாறு சொல்வதற்கான அவசியம் என்ன” என்று கேட்டேன். ‘நீ இதை ரசனையோடு சொல்லியிருக்கலாம். சங்க இலக்கியப் பாடலை எடுத்துக்கொண்டு, அதில் இடையீடு செய்து தலித் என்பது எவ்வளவு உன்னதமானது என்று விளக்கியிருக்கலாம். அதை விட்டுவிட்டு இப்படிச் சொல்லிக்கொண்டிருந்தால் உன்னைப் பற்றி உனக்கே கீழான அபிப்பிராயம் இருப்பதாகத்தானே அர்த்தமாகும்? உன்னைப் பற்றி உனக்குத் தாழ்வு மனப்பான்மை ஏதாவது இருக்கிறதா? அப்படி இருந்தால் அந்தத் தாழ்வு மனப்பான்மைதான் முதலில் போக வேண்டும். அது போனாலே எல்லாம் சரியாகிவிடும். வகுப்பில் நான் இவ்வளவு படித்திருக்கிறேன், இவ்வளவு நூல்கள் எழுதியிருக்கிறேன் என்றல்லவா சொல்ல வேண்டும்? அப்படிப் பேசிப் பழகு’ என்று சொன்னேன்.

பிறந்த இடத்தைச் சொல்லிக்கொண்டிருப்பதில் எந்த அர்த்தமும் இல்லை. நீ சொன்னாலும் சொல்லாவிட்டாலும் உன் ஜாதியைக் கண்டுபிடிக்கத்தான் போகிறார்கள். அதுதான் சாதிய அமைப்பின் வேலை. உன்னைத் தலித் என்று கண்டுபிடித்துவிட்ட பட்சத்தில் நாங்கள் கற்பனை செய்துவைத்திருப்பது போல் நீ இல்லையே என்ற கேள்விதான்

அவனுக்கு எழ வேண்டும். இவ்வளவு படித்தவராக இருக்கிறார். அவர் எப்படித் தலித்தாக இருக்க முடியும் என்று நினைக்க வேண்டும். தலித் என்றால் படிக்க மாட்டான், அவனுக்கு அறிவு இருக்காது என்றுதான் நினைத்துக்கொண்டிருக்கிறார்கள் இல்லையா? அதன் மீது கேள்வி எழுப்பப்பட வேண்டும்.

இங்கு ஏறக்குறைய 91லிருந்து தலித் குறித்தான விஷயங்களை எழுத ஆரம்பித்திருக்கிறார்கள். நான் அம்பேத்கரின் நூற்றாண்டை ஒட்டிதான் தலித்தியம் குறித்து எழுத ஆரம்பித்தேன். எப்பொழுதும் எனக்குச் சுய விமர்சனம் அதிகமுண்டு. நான் என்னையே சுய பகடி செய்வது சமூகத்தைப் பகடி செய்வதற்காகத்தான். எல்லோரும் இதைச் சுயவிமர்சனம் என்று சொல்லிக்கொண்டிருக்கிறார்கள். ஆனால், அது அப்படியல்ல. சமூகத்தை நோக்கிய விமர்சனத்தை வேறொன்றாக எழுதிப் பார்த்தேன் என்று சொல்ல வேண்டும்.

தலித் பண்பாடு என்கிற கருத்தை யோசிப்பதற்கு உங்களை எது தூண்டியது?

பண்பாடு என்றால் இவர்கள் எதையெதையோ பேசிக் கொண்டிருக்கிறார்கள். சமூகத்தில் மேலே இருப்பதாக நினைத்துக்கொண்டிருப்பவர்களுக்கே பண்பாடு இருப்பதாகவும் தலித்துகளுக்குப் பண்பாடே இல்லாததைப் போலவும் பேசிக்கொண்டிருக்கிறார்கள். அது எப்படி உண்மையாக இருக்க முடியும்? தலித்துகளுக்கும் பண்பாடு உண்டு என்று சொல்ல ஆரம்பித்தேன். எதையும் புனிதமாகப் பார்த்துப் பேச வேண்டியதில்லை என்ற விமர்சன நிலைப்பாடு முக்கியமானது. அம்பேத்கர் எனக்குத் துணையாக இருக்கிறார் என்ற நம்பிக்கை இருந்தது. அப்போதெல்லாம் அயோத்திதாசர் எழுத்துகள் வரவில்லை. ஒருவேளை அயோத்திதாசர் சிந்தனைகளை அறிந்திருந்தால் இன்னும் சிறப்பாக இருந்திருக்கும்.

ரெட்டைஜடை சீனிவாசன் என்று கிண்டல் செய்வார்கள். ‘காரிலேயே சிறந்த கார் என்ன கார், அம்பேத்கார்’ என்று கிண்டல் செய்தவர்களெல்லாம் அப்போது இருந்தார்கள், தலித்துகளிலேயேகூட இருந்தார்கள். இவையெல்லாம் எதைக் குறிக்கிறதென்றால் தலித் தலைவர்கள், தலித் அரசியல்,

தலித் பண்பாடு என்று தலித்துகளுக்குச் சொந்தமான எதையும் மதிப்பிழக்கச் செய்வதின் மூலம் அப்படியொன்று அவர்களுக்கு இல்லவே இல்லை என்று நிறுவப்பார்க்கும் போக்கு. எது ஒன்றையும் புனிதமாக மதிக்க வேண்டும் என்ற அவசியமில்லை. ஆனால் அந்த விமர்சன நிலைப்பாடுகள் எல்லாவற்றுக்கும் பொதுவாக இருக்க வேண்டும்.

தமிழனாக ஒன்றுதிரள வேண்டும் என்கிற விஷயத்தை இங்கு தொடர்ந்து சொல்லிவந்திருக்கிறார்கள். அந்நிலையில் நீங்கள் வந்து தலித் என்று தனியாகப் பேசினீர்கள். தலித் பார்வையில் தமிழ்ப் பண்பாடு என்கிற தலைப்பு எப்படித் தோன்றியது?

இப்போதுள்ள சூழ்நிலையிலிருந்து அதைப் பார்க்கும் போது அது விவகாரமானதாகத் தோன்றலாம். ஆனால், அந்தக் காலகட்டத்தில் அது முக்கியமான ஒன்றாக இருந்தது. தென் மாவட்டங்களில் கலவரங்கள் ஏற்பட்டன. அவை எல்லாமே பண்பாடு தொடர்பான கலவரங்களாகத்தான் இருந்தன. குறிப்பாக அங்கு பண்பாட்டு ரீதியான அழிப்புகளையே தொடர்ச்சியாகச் செய்துகொண்டிருந்தார்கள். இம்மக்கள்மீது பண்பாட்டு ஒவ்வாமை உருவாகியது. தலித் இளைஞர்களிடம் இது தொடர்பான விஷயங்களை நான் நிறையச் சொல்வதுண்டு. "நன்றாக உடுத்திக்கொண்டு சிங்காரமாய் இருந்தால் புத்துணர்ச்சியோடும் உத்வேகத்தோடும் இருப்பாய்" என்று சொல்வேன். "உனக்கு மதியம் தூக்கம் வராது, பாடத்தையும் கவனிக்க முடியும்" என்பேன். நான் படி என்று நிர்பந்தப்படுத்தவில்லை. ஆனால், தனித்துக் காட்டிக்கொள்ளுங்கள் என்று மாணவர்களிடம் சொல்லிக்கொண்டே இருப்பேன். 'நீங்கள் அதிகமாகப் படித்திருக்கிறீர்கள், ஆனால் நாங்கள் அப்படி இல்லையே' என்று சொல்வார்கள். "அப்படியென்றால் நீயும் நிறையப் படி" என்று சொல்வேன்.

இவர்கள் ஏன் இப்படி இருக்கிறார்கள் என்று தொடக்கத்தில் எனக்கு அசிங்கமாகத் தெரிந்தது. ஆனால் இப்படி ஒடுக்கப்பட்டவர்களாக இருப்பதற்கான காரணம் அவர்களுக்கே தெரியாது என்கிற தெளிவு பின்னாளில் வந்தது. அந்தப் புரிதல்களை எல்லாம் உள்ளடக்கித்தான் நீ செய்வதுதான் பண்பாடு என்று எழுத ஆரம்பித்தேன். மாட்டுக்கறி உண்பதுதான் தலித் பண்பாடு என்று சொன்னேன்.

தலித் பண்பாடு பற்றிய உங்களுடைய சிந்தனைகள் சுயயோசனையிலிருந்தும் அனுபவத்திலிருந்தும் வந்தனவா அல்லது மாறிவந்த உங்களுடைய வாசிப்பிலிருந்து உதித்தனவா?

நான் பல துறை சார்ந்த விஷயங்களை வாசித்துவந்தது எனக்கு பலம் சேர்த்தது. அதே வேளையில் இந்தச் சூழல் பழைய விஷயங்களை எதையும் அழித்துவிடவில்லை. பூக்கோ உள்ளிட்டோரை எல்லாம் படித்தேன். அவை என்னை வலுப்படுத்தியதே தவிர எதையும் அழிக்கவில்லை. நீட்சேதான் எனக்கு ஆத்மார்த்தமான குருவாகத் தெரிகிறார். நம் ஊரில் எனக்கு வள்ளலாரை மிகவும் பிடிக்கும். நிறைய விஷயங்களைக் கவனித்துப் பார்த்து வேலைகளைச் செய்ய வேண்டியிருக்கிறது. இதையெல்லாம் வரிந்துகட்டிக்கொண்டு பண்ண முடியாது. மிகவும் ஆத்மார்த்தமாக இருக்கும்போது மட்டும்தான் இதைச் செய்ய முடியும். பெரிய புராணம், பக்தி இலக்கியம் ஆகியவற்றை வைத்துதான் இங்கு மேல் கீழ் என்கிற அடுக்குகள் தீர்மானிக்கப்பட்டிருக்கின்றன. இந்நிலையில்தான் என்னுடைய ஆய்வு அணுகுமுறை என்னுடைய வாழ்வியலிலிருந்து உருவாகிறது.

இந்தத் தருணத்தில்தான் நீங்கள் *நிறப்பிரிகையிலும்* எழுதிவந்தீர்கள். அவ்விதழும் தீவிரம் பெற்றிருந்தது. *நிறப்பிரிகையில்* உங்களுடைய எழுத்துகளை நீங்கள் எப்படி மதிப்பிடுவீர்கள்?

நிறப்பிரிகை பழைய கம்யூனிஸ்ட்டுகளின் குழுவாக இருந்தது. திண்டிவனம் பேராசிரியர் கல்யாணி, அ.மார்க்ஸ் போன்றவர்கள் இருந்தார்கள். பல்வேறு சாதியைச் சேர்ந்தவர்கள் ஒன்றிணைந்திருந்தார்கள். அவ்விதழ் வாயிலாக ஒரு மாற்றம் நடந்தது. குறிப்பாக அதில் நடக்கும் கூட்டு விவாதங்கள் எனக்குப் பிடித்திருந்தன. அந்தக் குழு விவாதங்கள் முக்கிய முன்னெடுப்பு என்று என்னால் சொல்ல முடியும். நானும் அதில் கொஞ்சம் பங்களித்தேன். *நிறப்பிரிகையை* ஒட்டித்தான் ரணஜித் குகா போன்றோரை வாசிக்க ஆரம்பித்தேன். அதிலிருந்துதான் என்னுடைய அடுத்த கட்டப் பயணம் தொடங்குகிறது என்று எண்ணுகிறேன். பின்நவீனத்துவம் குறித்து நான் சிந்திக்கும்போது எனக்கு *நிறப்பிரிகை* தூண்டுதலாக இருந்தது. அதே வேளையில் எனக்கு ஒரு வரையறை இருந்தது. இங்கு குழுச் செயல்பாடுகளும் உண்டு. இயல்பாகவே அதிலிருந்தெல்லாம் நான் ஒதுங்கியவன்.

உங்களுடைய முதல் நூல் 'எண்பதுகளில் தமிழ்க் கலாச்சாரம்.' மார்க்சியப் பின்புலத்திலிருந்து வந்தவர் என்றாலும் அமைப்பியல், பின் அமைப்பியல் தாக்கம் எவ்வாறு ஏற்பட்டது?

அமைப்பியல் என்பது மார்க்சியத்துக்கு எதிரான கோட்பாடு கிடையாது. அதை முன்னெடுத்தவர்கள் மார்க்சியவாதிகள்தான். பூக்கோ அடிப்படையில் மார்க்சிஸ்ட்தான். ரோலண்ட் பார்த் ஒரு மார்க்சிஸ்ட். எல்லோரும் நிச்சயமாக நீட்சேவைப் படித்திருப்பார்கள். புனைவு எழுதுபவர்களைத்தான் இங்கு எழுத்தாளர்கள் என்று சொல்லிக்கொண்டிருக்கிறோம். அங்கு புனைவு எழுதுபவர் மட்டும் எழுத்தாளர் கிடையாது. நீட்சேவைத் தாண்டாமல் ஒருவர் எழுத வர முடியாது. எனவே, நான் மார்க்சியம் வாசித்திருப்பினும் பிறவற்றைத் தனித்தனிக் கோட்பாடாக விளங்கிக்கொள்வதோ, வைத்துக்கொள்வதோ கிடையாது. மேலும் அவை எனக்குள்ளே இயல்பாகவே இருப்பவையும்கூட.

இப்படி ஒரு மாற்றத்தைத் தக்கவைத்துக்கொள்வதில் யாருக்காவது பங்கு இருக்கிறதா?

நான் வாசித்த புத்தகங்கள். அப்புறம் என்னுடைய சிரிக்கத் தெரியாத நண்பர்கள். மிக முக்கியமான புத்தகங்களை எல்லாம் கொடுத்து உதவிய நண்பர்கள். எழுத்தாளராக என்னைக் கண்டுகொள்ள *நிறப்பிரிகை* காலம் உதவியது.

தலித் இலக்கியமும் தலித் இயக்கங்களும் பண்பாட்டு விஷயங்களும் இணைந்திருக்கின்றனவா? அதை எப்படிப் பார்க்கிறீர்கள்?

ஒருவர் எழுதுவதாலேயே எல்லாமும் ஒட்டுமொத்தமாக மாறிவிடாது. அப்படி என்றால் ரஷ்யாக்காரன் எப்போதோ உலகை மாற்றியிருப்பான். லியோ டால்ஸ்டாய் போன்ற பெரும் மேதைகள் எல்லாம் இருந்தார்கள். இன்று வாசகர்கள் என்று யாரைச் சொல்ல முடியும் எனத் தெரியவில்லை. ஏறக்குறைய எல்லாருமே எழுத்தாளர்களாக இருக்கிறார்கள். நமக்குத் தெரிந்த அளவில் நாம் எழுதுகிறோம். இப்பொழுதுகூட நான் எழுதியதை எல்லாம் திரும்ப எழுத முடியாது. 'பாவாடை அவதாரம்', 'ஊம நாயக்கன்' என்றெல்லாம்கூடக் கதைகள் எழுதியிருந்தேன்.

தலித் குறித்து எழுதியதில் இதை வேறு மாதிரி யோசித்திருக்கலாம் என்று தோன்றியதுண்டா?

ஒரு செயல்திட்டம் சார்ந்து செயல்பட்டிருந்தால் அதன் பலன் சார்ந்து பதில் தரலாம். ஆனால் நான் அப்படிச் செயல்திட்டம் சார்ந்து எழுதவில்லை. அந்த நேரத்தில் என்ன தோன்றுகிறதோ அதை எழுதுவதுதான் என் வேலை. எனக்கு எந்தத் திட்டமும் கிடையாது.

நீங்கள் கம்யூனிஸ்டாக இருந்த காலகட்டத்தில் திமுக, அதிமுகவின் தாக்கம் அதிகமாக இருந்தது. அது உங்கள் மீது செல்வாக்கு செலுத்தவில்லையா?

இயல்பாகவே எனக்குத் திமுக, அதிமுக கட்சிகளைப் பிடிக்கவில்லை. கட்சி எப்படி இருந்தாலும் கம்யூனிசம் என்கிற தத்துவம் எனக்குப் பிடித்திருந்தது. அதுதான் எனக்குத் தோழர்களைக் கொடுத்திருக்கிறது. எல்லோரிடமும் சகஜமாகப் பழகக்கூடிய மனநிலையைக் கொடுத்திருக்கிறது. அதேவேளையில் 'நாம் ஒன்றும் பெரிய புடுங்கி இல்லை' என்பதையும் மார்க்சியம்தான் கற்றுக்கொடுத்தது.

அடுக்குமொழி, கவித்துவம் எனத் தமிழ் முக்கியவத்தும் பெற்ற காலத்திலிருந்து வந்தவரென்றாலும், நீங்கள் அப்படி எழுதுபவரல்ல. அந்தத் தமிழ் உங்களை ஈர்க்கவில்லையா?

கருணாநிதியின் 'பராசக்தி' படம் எனக்குப் பிடிக்கும். மற்றபடி கருணாநிதியின் வசனங்கள் என்னைத் தாக்கியதாகச் சொல்ல முடியாது. எனக்கு கருணாநிதியின் தமிழ் மட்டுமல்ல, அந்த மாதிரியான தமிழே பிடிக்காது. அடுக்கு மொழி என்று சொல்வதெல்லாம் பிடிக்காது. என்ன காரணம் என்று தெரியவில்லை.

முதல் நூலிலிருந்தே சங்க இலக்கியம் குறித்த பேச்சை உங்களிடம் பார்க்க முடிகிறது. மற்றவற்றையும் எழுதி வந்திருக்கிறீர்கள் என்றாலும் தற்காலத்தில் சங்க இலக்கியம் குறித்த ஆய்வில் மட்டும் அதிக கவனம் செலுத்துவதுபோல் தெரிகிறதே?

ஆமாம். ஆனால், இவை ஒரேடியாக நடந்தவை அல்ல. ரொம்ப நாளாகவே இருந்துவந்தவைதாம். அந்தந்த நேரத்தில் சிலவற்றைப் பதிவு செய்ய வேண்டுமென்று நினைத்தேன். எனக்கு ஒரு சிக்கல் உண்டு. எனக்கு மறதி அதிகம். எனவே, ஒரு விஷயம் தோன்றும்போதே உடனடியாகப்

பதிவுசெய்துகொள்வேன். பெரியபுராணம் குறித்து எழுதியதெல்லாம் வெறும் கட்டுரைத் தொகுப்புக்காக மட்டுமல்ல. அவற்றில் பல கோட்பாடுகளின் புரிதல்களை எல்லாம் உள்வாங்கி எழுதியிருப்பேன். ஏற்கெனவே சொன்னதைப்போல நான் எதையும் திட்டம் வகுத்துச் செய்பவனல்ல. அது என் இயல்பே அல்ல.

நீங்கள் ஆரம்ப கட்டத்தில் தலித் பண்பாடு, தலித் பார்வை என்னும் பின்னணியில் சங்க இலக்கியம் பற்றிப் பேசியதற்கும் இப்பொழுது விரிவாகச் சங்க இலக்கியம் குறித்து எழுதுவதற்கும் ஏதேனும் வேறுபாடு உள்ளதா?

அடிப்படை ஒன்றுதான். ஆ.வேலுப்பிள்ளை, ரொமிலா தாப்பர், க.கைலாசபதி போன்றோரை மறுவாசிப்பு செய்ய ஆரம்பித்தேன். அப்போதுதான் சங்க இலக்கிய ஆய்வுகளில் இடைவெளி இருப்பதை உணர்ந்தேன். மார்க்ஸின் சமூகவியல் சட்டகத்தின் துணைகொண்டு சங்க ஆக்கங்களையெல்லாம் மறுவாசிப்பு செய்தேன். சங்க இலக்கியம் குறித்து ஏற்கெனவே எழுதப்பட்டவை எல்லாம் வெள்ளாள வாசிப்பு என்று கொள்ளலாம். சங்க இலக்கிய ஆய்வில் கா.சிவத்தம்பி மிக முக்கியமான ஆய்வாளராகத் தெரிந்தார்.

இலக்கியம் என்பது புனைவு. சமூகத்தைப் புரிந்துகொள்ள எழுத்துப் பிரதிகளையும் புனைவையும் இந்த அளவிற்கு ஆதாரமாகக் கொள்வது சரியா? சங்க காலம் என்பது முழுக்கச் சங்கப் பிரதிகள் வழியானதுதானே? பிரதிக்குள் அடங்காத விஷயங்களும் இருந்திருக்க முடியுமல்லவா?

நீங்கள் கள ஆய்வு சார்ந்து கேட்கிறீர்கள் என்று நினைக்கிறேன். ஆனால் நானும் கள ஆய்வு செய்தவன்தான். அதேவேளையில் எல்லாவற்றையும் மேற்கோள் காட்டுபவன் கிடையாது. புதைபொருள் ஆய்வு குறித்து பேராசிரியர் க.ராஜன் உள்ளிட்ட பல ஆய்வாளர்களிடம் பேசுவது, வாசிப்பது என்று இருந்திருக்கிறேன். சமண, பவுத்தக் கோயில்கள் எப்படி இங்கு வைணவக் கோயில்களாக மாற்றப்பட்டன என்பதை அறிந்தேன். தியடோர் பாஸ்கரன் இப்படியான ஆய்வில் ஈடுபட்டவர்தான். அவர் எனக்கு நிறைய உதவிகள் செய்திருக்கிறார். பிரதியை மட்டும் வைத்துக்கொண்டு ஒரு சமூகத்தை முழுதும் அறிந்துகொள்ள முடியாது. நான் செய்ததெல்லாம் முற்று முழுதான ஆய்வு

என்று சொல்ல மாட்டேன். கள ஆய்வுக்குப் போக வேண்டும் என்பதில் எனக்கு மாற்றுக் கருத்து இல்லை. நான் வகுப்பு எடுக்கும்போது எனக்குப் பல்வேறு யோசனைகள் என்னுடைய மாணவர்களிடமிருந்து வந்தவைதாம். நான் அவர்களுக்குத்தான் நன்றி சொல்ல விருப்பப்படுகிறேன். ஆக, கள ஆய்வு என்றில்லை, என்னை யோசனைக்குள் தள்ளும் எதையும் நான் புறக்கணித்ததில்லை.

ஒரு பாடலை நீங்கள் ஆய்வுக்காக வாசிக்கிறீர்கள். அதிலுள்ள பிரச்சினைகளை விமர்சிக்க விரும்புகிறீர்கள். ஆனால், அது இன்னொரு புறத்தில் அழகியலாகவும் ஈர்க்கிறது. அத்தருணத்தில் உங்களுடைய நிலைபாடு என்னவாக இருக்கும்?

நான் ரசனைபூர்வமான விஷயங்களையும் பதிவு செய்துள்ளேன். சங்க இலக்கியதில் ஒரு பாடல் உண்டு. பெண்கள் மூக்கில் விரலை வைத்துக்கொண்டு பொறணி பேசுகிற காட்சியைப் புலவன் ஒருவன் ஓவியம் போலப் பாடியிருப்பான். நான் புலவர்களைக் கண்டு ஆச்சரியப்படுகிறேன். இந்த மாதிரியான காட்சிகளை எல்லாம் மிக அழகாக வர்ணித்திருக்கிறார்கள். சங்க இலக்கியத்தில் ஒரு பாடலில் மாடு ஒன்று முற்றா இளம்புல்லை நாவால் தடவி எடுப்பதுபோல் காமத்தை ஒப்பிடுகிறான் ஒரு புலவன். இதுமாதிரி எல்லாம் இன்று யாராவது எழுதுவார்களா என்று எதிர்பார்க்கிறேன். இது மாதிரியான விஷயங்களை எழுதியதைவிட மாணவர்களிடையே அதிகம் பேசியிருக்கிறேன். விமர்சனம் செய்யும்போது எனக்கு அழகியல் உணர்வும் மேலிடுகிறது. அழகியல் குறித்து யோசிக்கும்போது எனக்கு விமர்சனப் பார்வையும் வருகிறது. என்னுடைய எழுத்துப் பணியை அழகியல், விமர்சனம் என இரண்டும் சார்ந்துதான் கையாண்டிருக்கிறேன்.

தலித் பண்பாடு பற்றி எழுதும்போது பெரிய புராணம் குறித்தெல்லாம் விமர்சித்திருக்கிறீர்கள். அவ்வாறு எழுதும்போது புனைவுக்கும் புனைவின்மைக்குமான இடைவெளி குறைகிறது. இந்தச் செயல்முறை பற்றிச் சொல்ல முடியுமா?

எல்லாவற்றையும் ஒரு வேகத்தில் எழுதியிருக்கிறேன். அதே வேளையில் அந்த வேகமெல்லாம் என்னுடைய

கட்டுப்பாட்டில்தான் இருக்கின்றன. மேடையில் பேசும்போது திட்டமிட்டுத்தான் பேசுகிறோமா? சிலவற்றைத் திட்டமிட்டிருக்கிறோம், சிலது திட்டமிடாமலே நிகழ்கிறது. நான் சாமி வந்தவனைப் போல எழுதுவேன். உண்மையைச் சொல்ல வேண்டுமானால் என்னுடைய எழுத்தின் தாக்கம் என்பது சினிமாதான். நான் ஆரம்பத்தில் விரும்பிப் பார்த்தது சினிமா. புனைவு, புனைவின்மை இரண்டும் ஒன்றிலிருந்து ஒன்று தாக்கம் பெற்றவைதாம்.

ஆங்கில மூல நூல்களைப் படித்து அதிலிருந்து தனித்த பார்வையை முன்வைப்பவர் நீங்கள். நேரடி மொழிபெயர்ப்பு செய்ய வேண்டுமென்று உங்களுக்கு ஏன் தோன்றியது? அதன் காரணமென்ன?

நான் எனக்காகத்தான் படிக்கிறேன். என்னுடைய சந்தோஷத்திற்காக, என்னுடைய விடுதலைக்காகத்தான் படிக்கிறேன். அப்போது நான் படித்துத் தெரிந்துகொண்ட விஷயத்தை சக மனிதர்களுக்குப் பகிர வேண்டும் என்ற யோசனை வருகிறது. எனவே மொழியாக்க முயற்சியில் ஈடுபடுகிறேன். மேலும் என்னைவிட உயர்ந்தவர் யாருமில்லை, என்னைவிடக் குறைந்தவருமில்லை என்கிறபோது நான் அறிந்த விஷயத்தை அடுத்தவர்களுடன் பகிர்ந்துகொள்கிறேன். நான் மார்க்ஸியக் கோட்பாடுகளை வாசித்திருக்கிறேன். எனக்கு தலித் என்பதும் பெண் என்பதும் ஒன்றுதான். இரண்டிலும் பொதுப் பிரச்சினையாக இருப்பது உடல்தான். உடலை வைத்துத்தான் எல்லாவற்றையும் கட்டமைத்திருக்கிறார்கள். தீட்டு, தீட்டின்மை என்பதும்கூட உடலைக் கொண்டுதான் அளவிடப்படுகிறது. உடலையும் பண்பாட்டையும் தனித்தனியாக நீக்கிப் பார்த்துவிட முடியாது.

நான் மொழிபெயர்த்த நூலில் ('பாலற்ற பெண்பால் – பெண்பால் நபும்சகம்') ஆண்குறி இல்லாததால் அவள் காயடிக்கப்பட்ட பெண் என்று சொல்லப்படுகிறாள். சில பண்புகளோடு நாம் சில மதிப்பீடுகளை வைத்து அதைப் பண்பாடாக மாற்றிக்கொள்கிறோம். பெண்ணின் உடல் கலாச்சாரக் குறியீடாக மாறிவிடுகிறது. மனிதச் செயல்பாடு என்பது இயற்கையைக் கலாச்சார விழுமியங்களாக மாற்றுவது. கலாச்சார விழுமியங்களை யதார்த்த இயற்கையாக

மாற்றுவது. விலங்குகள் தங்களுடைய இரையைப் பாதுகாக்க மூத்திரம் பெய்து தங்களுடைய எல்லைகளை வகுத்துக்கொள்கின்றன. தங்களுடைய உயிர் வாழ்தலுக்கான ஏற்பாடாக இந்த எல்லை பிரித்தல் நிகழ்கிறது. இயற்கையான மனித உடலை ஒரு கலாச்சாரப் பொருளாக நாம் மாற்றுகிறோம். மனித உடல் என்பது இயற்கையானது. ஆனால், அதில் கலாச்சார விழுமியங்கள் சேரும்போது தீட்டு, தீண்டாமை, தீண்டத்தகாதவன் போன்ற சிக்கல்கள் உருவாகின்றன. எல்லா உயிரினங்களிலும் பெண்ணினம் இருக்கும்போது மனிதரில் மட்டும் தீட்டு எங்கிருந்து கற்பிக்கப்படுகிறது?

நான் மொழிபெயர்க்கும் பிரதிகள் எல்லாவற்றிலும் பெண் உடல் சார்ந்த விஷயங்கள்தான் இருக்கும். இயற்கையான இந்தச் சமூகம் ஆணாதிக்கச் சமூகமாக மாற்றப்படுகிறது. இந்நிலையில் நாம் பின்பற்றிவரும் வழிமுறைகளை உடைத்தெறிய வேண்டாமா? பெண் எழுத்துகளில் பெரும்பான்மை காயடிப்புச் சிக்கலால் உருப்பெற்றதுதான். இந்தக் காயடிப்புச் சிக்கல் என்பது இயற்கைக்கு மாறாக இயற்கை விதிகளுக்கு எதிராக நடக்கும் உச்சத்தில் நிகழ்வது. இம்மாதிரியான உரையாடல்களையும் விவாதங்களையும் நம் சூழலுக்கு ஏற்பக் கொண்டுவருவதற்கு மொழிபெயர்ப்புகள் அவசியம்.

நீங்கள் மொழிபெயர்க்கும் புத்தகங்கள் 30, 40 வருடங்கள் பழையதாக இருப்பது ஏன்?

தமிழுக்கு அந்த நூல் வர வேண்டும் என்று விருப்பப் படுவதால் மொழிபெயர்க்கிறேன். அவ்வளவுதான். மற்ற விஷயங்கள் எனக்குத் தெரியாது. மொழிபெயர்ப்பு என்பது மிக எளிமையான பணி கிடையாது. 'சிலுவைராஜ் சரித்திரம்' போன்ற பெரிய நூல்களை எல்லாம் ஒரு வாரத்தில் எழுதிவிட முடியும். ஆனால் மொழிபெயர்ப்பு செய்ய எனக்கு ஒரு வருடம்கூட ஆகிறது. இருந்தும் அதைச் செய்கிறேன்.

உங்கள் மொழிபெயர்ப்பின் செயல்முறை என்ன? ஒரு நூலை முழுவதுமாகப் படித்து உள்வாங்கிவிட்டு எழுதுவீர்களா?

முழுவதுமாக உள்வாங்கிய பிறகுதான் எழுதுவேன். சில வேளைகளில் ஒரு வாக்கியத்தைத் தமிழில் மொழிபெயர்க்கப் பல காலம்கூட எடுக்கும். 19ஆம் நூற்றாண்டு நடையில்

எழுதியிருந்தால் அதைப் படித்துப் புரிந்துகொள்ள மிகுந்த சிரமமாக இருக்கும். வாக்கியத்தை உடைத்து உடைத்துப் பிரித்துப் பொருள் கொண்டு பிறகுதான் எழுத முடிகிறது. தமிழுக்கு அந்தக் கருத்துகள் புதிதாக இருந்தாலும் அதன் சாரம் பிசகாமல் மொழிபெயர்க்க வேண்டும். கருத்து மாற்றம் செய்வது ஒரு மொழிபெயர்ப்பாளரின் வேலை கிடையாது. திருத்தி எழுதக் கூடாது. புரிந்துகொண்டு எழுத வேண்டும். அந்த வரம்பை மீறாதிருப்பதுதான் மூல ஆசிரியருக்குக் கொடுக்கும் மரியாதை. மொழிபெயர்க்கப்படும்போது அதன் அர்த்தத்தை மட்டுமல்ல. மொழிக்குள் இருக்கும் மௌனத்தையும் மொழிபெயர்க்க வேண்டும்.

இந்தியாவின் ஜாதிய விஷயத்தைப் புரிந்துகொள்வதற்கும் எதிர்கொள்வதற்கும்கூடப் பெண் தொடர்பான இந்த எழுத்துகள் உதவும் என்று புரிந்துகொள்ளலாமா?

நிச்சயமாக. கலாச்சாரத்தின் இயக்க முறை என்பது உடல் மீது நிகழ்த்தப்படும் வன்முறைக்கெதிரான போராட்டம்தான்.

எனக்கு முன்னால் பல்வேறு பண்பாட்டு அடையாளங்கள் இருக்கின்றன. அதில் ஒன்றை மட்டும் என்னுடைய பண்பாடாகச் சொல்கிறார்கள். ஆனால் அவற்றில் எது என்னுடைய கலாச்சாரம் என்கின்ற குழப்பம் வந்துவிடுகிறது. அப்போது நான் என்ன செய்ய வேண்டும்?

உங்களைச் சார்ந்த விஷயத்தில் எதிர்த் தரப்பினர் எதிர்மறையாகப் பார்க்கும்போது நீங்கள் அதை நேர்மறையாக உணருங்கள் அல்லது அதை அழித்துவிடுங்கள். ஆணுக்கும் பெண்ணுக்கும் பொதுவான கலாச்சாரம் கிடையாது. பண்பாட்டுத் தளத்தில் ஆணுக்கும் பெண்ணுக்கும் வெவ்வேறு மதிப்பீடுகள் உள்ளன. பெண், தலித் இருவருமே உடல் ரீதியாகத்தான் பாகுபாட்டுக்கு உள்ளாகிறார்கள். பெண் உடல்ரீதியாகத் தாழ்த்தப்படுகிறாள். எங்கு சென்றாலும் ஒடுக்குமுறை வரத்தானே செய்கிறது. அன்றாட அரசியலாக இருந்தாலும் சரி, எதுவாக இருந்தாலும் சரி ஒடுக்குமுறை வரத்தான் செய்கிறது. அதற்கு நாம் என்ன வினையாற்றப்போகிறோம்?

உலக சினிமா அனுபவம் உங்களுக்கு எப்படிக் கிடைத்தது? இலக்கியத் தொடர்பில் இருக்கும்போதே சினிமா தொடர்பும் வந்துவிட்டதா?

ஆமாம். அப்போதே அதற்கான தொடர்பு வந்துவிட்டது. பெங்களூரில் கார்லோஸ் (தமிழவன்) பேராசிரியராகப் பணிபுரிந்துகொண்டிருந்தார். அவர் அழைப்பின் பெயரிலேயே போவேன். ஒரு படத்தில் கேமரா பப் என்று சொல்வார்கள். புதிதாகக் கற்றுக்கொள்ளும் கேமராமேன்கள். அந்தக் கேமராவை வாங்கி ஒருவர் கறுப்பு வெள்ளைப் புகைப்படம் எடுத்துக்கொண்டிருப்பார். கம்யூனிஸ்ட் கட்சியைச் சேர்ந்த பெரிய தலைவர் அங்கு வருவார். அவரை எடுப்பதற்குப் பதிலாகக் காக்காவை எடுப்பார் அந்த கேமராமேன். வழக்கமாக எடுக்கக்கூடிய எதுவும் அந்த பிலிம் ரோலில் இருக்காது. இன்னொருபடம் பிரெஞ்ச் அனுபவத்தில் எடுத்த படம். மிக நல்ல படம். நான் எப்பொழுதும் கேமரா அலைவதையே கவனமாகப் பார்த்துக்கொண்டிருப்பேன். அந்தப் படத்தில் காத்தடித்து ராணியின் கவுன் மேலே தூக்கிக்கொள்ளும். அங்கு வரும் பலர் பெண்களைக் காட்டுகிறார்கள் என்பதற்காகவே வந்திருந்தார்கள். இங்கு காணக்கூடிய எல்லா ஒழுங்கும் ஒழுங்கீனம்தான்.

லத்தின் அமெரிக்கப் படத்தில் ஒரு போலீஸ்காரன் ஒரு பெண்ணைக் கூடுவது போன்ற நிகழ்வு. இரண்டு மிருகங்கள் புணர்ந்துகொண்டால் எப்படி இருக்குமோ அப்படி இருந்தது. அப்படி ஒரு அருவருப்பான காட்சியை நான் பார்த்ததே கிடையாது. ஒவ்வொரு மனிதனுக்குள்ளும் மிக மோசமான ஒருவன் இருந்துகொண்டேதான் இருக்கிறான். மிருகத்தைவிடக் கேவலமாக மனிதனால் மட்டுமே நடந்துகொள்ள இயலும். இன்னொரு படத்தில் ஒரு சிறுவனை இழுத்துச் சென்று சிறையில் அடைப்பார்கள். அவன் மாசற்ற சிறுவனாகப் போய் வெளியில் வரும்போது மிகப்பெரும் ரவுடியாக வெளியே வருவான். இவ்வளவு காலம் கழித்தும் இந்தக் காட்சிகளெல்லாம் ஏதோ ஒரு காரணத்திற்காக என் மனதில் இருக்கிறதென்றால் அது சினிமா ஏற்படுத்தும் தாக்கம் என்றுதான் சொல்ல வேண்டும்.

நீங்கள் மாதவய்யாவைப் பற்றி முனைவர் பட்ட ஆய்வு செய்ததற்குக் காரணமென்ன?

நான் முதுகலைத் தமிழ் இலக்கியம் படிக்கும்போது மாதவையாவை வாசித்திருந்தேன். மதுரைப் பல்கலைக்கழகத்தில் பேராசிரியர் சி.கனகசபாபதி இருந்தார்.

நவீன இலக்கியத்தை அவர்தான் நடத்தினார். அவர் ஒரு சிறப்புச் சொற்பொழிவுக்கு வந்திருந்தார். நான் செய்ததெல்லாம் அவருக்குப் பிடித்தது என்று இப்போது தோன்றுகிறது. பத்து வருடத்தில் நீங்கள் பெரிய ஆளாக வருவீர்கள் என்று என்னிடம் சொன்னார். பல்கலைக்கழகத் தமிழ்ப் பாடத்திட்டத்தை வடிவமைத்ததில் அவருக்கு முக்கியமான பங்கு உண்டு. மாதவையா நாவலைப் படித்த பின்பு அவர் நம்மாள் என்று தீர்மானித்தேன்.

நம் ஆள் என்று ஏன் தோன்றியது?

தலித் என்ற அர்த்தத்தில் அல்ல. அவர் சொல்லியிருந்த விஷயத்தைப்பொருத்துச்சொல்கிறேன். புதுமைப்பித்தனையும் அவ்வாறுதான் பார்த்தேன். நான் கல்லூரியில் பணி செய்துகொண்டிருந்தபோது ஜெயகாந்தன் குறித்து பெரிய மதிப்பீடு ஒன்றை எழுதியிருந்தேன். ‘நாளை மற்றொரு நாளே’ எழுதிய ஜி.நாகராஜன் எனக்கு ஆஸ்தான எழுத்தாளர். அவரைக் குறித்தும் எழுதியிருக்கிறேன். 1925இல் பிறந்து 1950களில் மறைந்த மாதவையா ஜாதி, மதம், இனம் எல்லாவற்றுக்கும் எதிராக இருந்திருக்கிறார். அவரைப் பற்றித்தான் முனைவர் பட்ட ஆய்வு வேண்டும் என்று முடிவு செய்துவிட்டேன். இதற்கு முன்பு இப்படியொரு மனிதரை நான் பார்த்ததே கிடையாது. அ.மாதவையா, புதுமைப்பித்தன் போன்றோர் மிகவும் அபூர்வமானவர்கள். சொந்தச் சாதிக்குத் துரோகம் செய்பவர்கள்தான் சமூகத்திற்கு நன்மை செய்கின்றனர். வெள்ளாளர்களுக்கெல்லாம் புதுமைப்பித்தன் துரோகம் இழைத்தார்.

நிறப்பிரிகைக்கு முன்னரே உங்களுடைய ‘எண்பதுகளில் தமிழ்க் கலாச்சாரம்’ என்கிற நூல் வந்துவிட்டதல்லவா?

அதற்குக் காரணம் பிரபஞ்சன் உள்ளிட்டோரின் படைப்புகள்தாம். டால்ஸ்டாய் கதைகளையும் வாசித்திருக்கிறேன். நான் யாரையும் தரவரிசைப்படுத்தி வாசித்தது கிடையாது. அப்படியிருந்தால் தி.ஜானகிராமன் எல்லாம் வாசித்திருக்க மாட்டேன். எல்லோரும் சொல்வார்கள் நீங்கள் பிராமணர்களையே பாராட்டுவீர்கள் என்று. அவர்கள் எழுதியிருக்கிறார்கள் அதைக் குறிப்பிடுகிறேன் அவ்வளவுதான், மற்றவையெல்லாம் அதற்குப் பிறகுதான். உண்மையைச் சொல்லக்கூட

விடமாட்டேன் என்கிறீர்களே என்பேன். என்னுடைய விமர்சனங்களை ஒவ்வொருவரும் ஒவ்வொரு விதமாகக் கருதிச் சங்கடப்படுகிறார்கள்.

'சுந்தர ராமசாமியின் கருத்தும் கலையும்' என்ற நூலை அண்மையில் எழுதியிருக்கிறேன். ஒரேடியாகப் பாராட்ட முடியாது. அவருக்கென்று ஓரிடம் இருக்கிறது. அந்த இடத்தை நான் கொடுத்துவந்திருக்கிறேன், அவரின் 'புளியமரத்தின் கதை' நாவலுக்கு விமர்சனம் எழுதும்போது புளியமரத்தை அடிக்கும்போதெல்லாம் அதை ஒரு தலித்தாகக் கருதியே எழுதியிருந்தேன். வியாபாரத்திற்கு இடைஞ்சலாக இருக்கிறது என்று கருதி கடைசியில் அதை வெட்டிவிடுவார்கள். தலித்தைக் கொல்வதுபோல் அல்லவா கொல்கிறீர்கள்? சுந்தர ராமசாமி 'புளியமரத்தின் கதை' நாவலில் மார்க்சியக் கோட்பாட்டை அழகியலாக மாற்றியிருப்பார். கட்சி மார்க்சியர்கள் மார்க்சியத்தைக் கோட்பாட்டு அளவில்தான் புரிந்துவைத்திருக்கிறார்கள். சுந்தர ராமசாமி அப்படியல்ல என்றெல்லாம் எழுதியிருக்கிறேன்.

இடதுசாரிகள், பிரச்சாரத்தன்மை கொண்ட முற்போக்கு இலக்கியத்தோடுதான் தொடர்பை அமைத்துக் கொள்வார்கள். ஆனால் நீங்களோ முற்போக்கு இலக்கியவாதிகளால் சாடப்பட்ட நவீன இலக்கியம் பற்றியே அதிகம் பேசி வந்திருக்கிறீர்கள். இதற்கான காரணமென்ன?

இரண்டும் ஒன்றுதானே.

முற்போக்கு இலக்கியத்தை விட்டுவிட்டு நவீன இலக்கியத்தை முக்கியமாகப் பார்க்கிறீர்களா?

முற்போக்கு இலக்கியங்கள் தமிழில் மிகவும் குறைவு. கணேசலிங்கத்தின் கதைகளைச் சொல்வார்கள். அப்படி யெல்லாம் கிடையாது. சுந்தர ராமசாமி சில கதைகளில் தோல்வி அடைந்திருக்கிறார். அவரின் தொடக்க காலக் கதைகளில் ஒன்று, அக்கதையில் குப்பத்துப் பையனை மேல் சாதிக்காரன் ஒருவன் அடித்துவிடுவான் அதற்கு மன்னிப்புக் கேட்க வேண்டும் என்று சேரி மக்கள் போராடுவார்கள். எங்கேயாவது சேரி மக்கள் தங்களைச் சேர்ந்த ஒரு பையனை யாரோ அடித்துவிட்டார்கள் என்று என்பதற்காக மன்னிப்புக் கேள் என்று சொல்வார்களா? திருப்பி அடிப்பார்கள். யாருடைய மனப்பான்மையிலிருந்து

பேசுகிறார் என்பதுதான் முக்கியம். ஒரு வார்த்தை போதும். நீங்கள் யாரென்று காட்டிவிட. சினிமாவில்கூட ஒரு ப்ரேம் போதும். நீங்கள் யார் என்று உங்களை அறிந்துகொள்ள.

நீங்கள் புதுமைப்பித்தன், சுந்தர ராமசாமி குறித்து எழுதும்போது பல இடங்களில் அவர்களை விமர்சனபூர்வமாக அணுகுகிறீர்கள். பாரதி குறித்து எழுதும்போது மட்டும் அவரைத் தலித் மனப்போக்குக் கொண்டவராக முன்னிறுத்திவிடுகிறீர்கள். அது ஏன்?

பாரதி குறித்து அப்படி ஒரு சுயமான பார்வை கொண்டிருந்தால், தனிப் புத்தகமே எழுதியிருப்பேன். பாரதியாரை ஒரு தெளிவுக்குள் வைத்துப் பேச முடியாது. அவன் உணர்ச்சிகரமான ஆள். ஒருமுறை இந்தப் பக்கமும் மறுமுறை அந்தப் பக்கமும் பேசக்கூடியவன். அவனை ஒரு குறிப்பிட்ட சட்டகத்திற்குள் அடைத்து வைத்துவிட முடியாது. ஒரே பாட்டிலேயே அவனிடம் முரண்பாடு இருக்கும். ஒருவரியில் சாதிகள் இல்லையடி பாப்பா என்பார், அடுத்த வரியில் குல தாழ்ச்சி உயர்ச்சி சொல்லல் பாவம் என்பார். சாதி இல்லை என்று முடிவெடுத்த பிறகு ஒருவனுக்குத் தாழ்வும் உயர்வும் எங்கிருந்து வரும்?

இப்படிப் பல இடங்களில் முரண்கள். அவரின் கருத்துகளைத் தொகுத்து ஒருவர் வெளியிட்டிருந்தார். படித்துப் பார்த்தபோது இது பிஜேபியா என்றுகூட நினைத்தேன். பாரதி குறித்துத் தெளிவாகச் சொல்ல வாய்ப்பில்லை. பாரதி ஒரு மாபெரும் அறிவுஜீவி என்பதில் மாற்றுக் கருத்து இல்லை. ஆனால், அவர் வெளியே கொண்டாடப்படும் அளவு அவருடைய எழுத்துகளில் கருத்துகளில்லை. அவனுடைய சுபாவத்தை வைத்து அவனைப் பற்றி எழுதினேன்.

பார்ப்பனியமயமாக்கலைப் பற்றித் தமிழகத்தில் தீவிரமாகப் பேசிவந்த சூழலில் நீங்கள் வெள்ளாளமயமாக்கலைக் குறித்தும் எழுதினீர்கள். அதன் காரணமென்ன?

தமிழிலக்கிய மரபு ஒவ்வொரு காலத்திலும் மறுவாசிப்பு செய்யப்பட்டிருக்கிறது. மதுரையில் நடந்த திராவிடச் சங்கத்தில் ஒரு மறுவாசிப்பு செய்யப்பட்டது. பல்லவர் காலத்தில் களப்பிரர்கள் வரலாற்றை மறுவாசிப்பு செய்தார்கள். பக்தி இலக்கிய காலகட்டம் மறுவாசிப்புதான்.

பதினைந்தாம் நூற்றாண்டுக்குப் பிறகு உரையாசிரியர்களின் காலம். உரையாசிரியர்கள் செய்ததெல்லாம் மறுவாசிப்புதான். பிறகும் மறுவாசிப்பு நடந்தபடியே இருந்தது. ஆனால், இந்த எல்லாமும் வெள்ளாளர் பார்வையில் நடந்த மறுவாசிப்புதான். இங்கு வைதிகமயமாக்கல் குறித்து மட்டுமே பேசிக்கொண்டிருக்கிறார்கள். ஆனால், வெள்ளாளமயமாக்கலைக் குறித்துப் பேசுவதே இல்லை. அதனால்தான் அது குறித்து அதிகம் எழுதியிருக்கிறேன்.

நவீனத்துவம், பின்நவீனத்துவம், அமைப்பியல் குறித்துத் தமிழில் எழுதியவர்கள் உங்களுக்கு ஏதேனும் தாக்கத்தை ஏற்படுத்தி இருக்கிறார்களா?

அ.மார்க்ஸ், ரவிக்குமார் போன்றோர் எழுதிவந்தனர். மார்க்சியர் அல்லாதவர்களும் எழுதியிருக்கிறார்கள். எல்லோருடனும் பழக்கமுண்டு. ஆனால் யார் எழுதுகிறார் என்பது எனக்குப் பிரச்சினை இல்லை. இங்கிருக்கும் பிரச்சினைகளைப் புரிந்துகொள்ளும் விஷயங்கள் வெளியில் வருகின்றனவா என்பதுதான் முக்கியம். நீங்கள் சொல்கிற எந்த இலக்கணத்திற்கும் வராத ஒரு ஆள். அப்படித்தான் இருக்க விரும்புகிறேன். எழுதியிருக்கும் ஆளைப் பற்றிப் பேசிவிட்டு எழுதப்பட்ட விஷயங்களை விட்டுவிட முடியாது. எனவே யார் எழுதியிருக்கிறார் என்பதெல்லாம் எனக்கு முக்கியமில்லை. இந்த ஆள், அந்த ஆள் என்று வகை பிரித்துப் பார்த்ததும் கிடையாது. மதுரையில் ஒரு பேராசிரியர் இருந்தார். அவர் எப்போதும் தனி மனிதரைப் பேசக் கூடாது என்று சொல்லிக்கொண்டே இருப்பார். பிறகுதான் புரிந்தது அவர் தன்னைப் புகழச் சொல்லிக் கேட்டுக்கொள்கிறார் என்று.

உங்களுக்கும் எஸ்.வி.ராஜதுரைக்குமான உறவு பற்றிச் சொல்லுங்கள்?

எனக்குப் பிடித்தமான நண்பர் அவர். எனக்கும் அவருக்கும் நல்லுறவே நீடித்தது. ரவிக்குமார் மேல் உள்ள கோபத்தில் அவர் புதுச்சேரி வல்லினம் இதழில் தலித்துகள் குறித்துத் தவறாக எழுதியிருந்தார். அந்த அளவிற்குப் பார்க்க வேண்டியதில்லை என்பது என் கருத்து. என்னதான் நண்பராக இருந்தாலும் அப்படி எழுதுவது தவறு என்று எனக்குச் சில மன வருத்தங்கள் இருந்தன. ஆனால் அவர் என் நண்பர்தான்.

உங்களின் எல்லா முன்னுரைகளையும் "பரிமளத்திற்கு அன்பு" என்று முடிப்பீர்கள், உங்கள் மனைவியைக் குறித்துச் சொல்லுங்கள்.

காரைக்கால் அண்ணா கல்லூரியில் வேலை பார்க்கும்போது எனக்குத் திருமணம் முடிந்துவிட்டது. காதல் திருமணம்தான். நான் படிக்கும்போது எனக்கு ஜூனியராக என் மனைவி படித்துக்கொண்டிருந்தார். அவர் 'தி.ஜா நாவல்களில் பாலியல்' என்கிற ஆய்வு நூலை எழுதியிருக்கிறார். அவரும் தமிழ்ப் பேராசிரியர்தான். என் நூல்களுக்குப் பிழைதிருத்தம் செய்து உதவுவதோடு என் முதல் வாசகரும் அவர்தான்.

நீங்கள் ஒரு நூலை எழுதத் தொடங்குவதற்கு முந்தைய திட்டமிடல் என்னவாக இருக்கும்?

வாசிக்கும்போதே ஒவ்வொரு கதையையும் குறிப்பெடுத்துக் கொண்டே வருவேன். குறிப்பெடுக்காமல் வாசிப்பதே கிடையாது. தனித்தனியாக நோட்டுப் போட்டுவிடுவேன். ஏற்கெனவே என் வாழ்க்கை அனுபவங்கள், பாதிப்புகள் என்னுள் பொதிந்து கிடக்கின்றன. பரீட்சைக்குப் படிக்கும்போதும் எழுதும்போதும் எதுவெல்லாம் உனக்குத் தேவை, தேவையில்லை என்பதற்கேற்ப உனக்குள் சேகரமாகும். மற்றவையெல்லாம் கழிந்து போகும். அதே போலப் பிரதியோடு ஊடாடும்போது உங்களுக்குள் ஒரு மாற்றம் நிகழும். அதுவரையில் உங்களுக்குள் அமைதியாகத்தான் அது இருக்கும். எழுத ஆரம்பிக்கும்போது அதையொட்டிப் புதிய புதிய விஷயங்கள் தோன்றும். கணத்தில் உருவாவதுதான். மேடையில் பேசும்போது எதிர்பார்க்காமல் சில விஷயங்கள் பொறிதட்டிப் பேசுவோம். சிலர் பேசும்போதே சிந்திப்பார்கள். என்னால் அது முடியாது. நான் ஒரு மறதிக்காரன். நான் எழுதும்போது சிந்திப்பவன்.

உங்கள் எழுத்துமுறை இறுக்கமான மேற்கோள்களால் ஆனதில்லை. மேற்கோள்களைப் பக்கத்தில் ஒரு அடைப்புக்குறியில் எழுதிவிடுவீர்கள். இந்தப் பாணி நீங்கள் திட்டமிட்டு வகுத்துக்கொண்டதா?

வழமையான நெறிமுறைகளை நான் பின்பற்றுவது கிடையாது. அதை எல்லாம் எடுத்துவிடுவேன். அது

எழுதும் வேகத்திற்குத் தடையாக இருக்கும். எழுதும்போது மேற்கோள் இடுவதோடு சரி. எழுதி முடித்துவிட்டுக் கடைசியாக ஒருமுறை சரி பார்த்துக்கொள்வேன். சில நேரங்களில் எழுத்துப்பிழைகூட இருக்கும், அதையெல்லாம் சரி செய்வேன். தவம் கிடந்து அறிவு வருவது கிடையாது. படிக்கும்போது அந்த எழுத்து உன்னை எப்படி உசுப்பியதோ அதேபோல் எழுத்துக்கு உண்மையாக இருந்தால் எழுதுவதும் உண்மையாக இருக்கும். தேர்வுக்குப் படிப்பதுபோல் படித்தால் எதுவும் விளங்காது. பேனா இட்டுச் செல்வதுபோல்தான் எழுதவருகிறது. சில நேரங்களில் வீட்டுக்கு வரும்போது மிகவும் படைப்பூக்கத்துடன் வருவேன். அப்போது எழுதும் மனநிலைக்கு வந்துவிட்டேன் என்று தோன்றும். கிடுகிடுவென்று எழுத ஆரம்பிப்பேன். கதை மாந்தர்கள் எல்லோரும் என் முன் வந்து நிற்பார்கள்.

நாட்டுப்புறவியல் தரவுகளை உங்கள் விவாதங்களில் எடுத்துக்கொள்வதில்லை. அது திட்டமிட்டதா, தற்செயலானதா?

எதுவும் திட்டமிட்டது கிடையாது. சங்க இலக்கியங்களில் இருந்து நிறைய தரவுகள் கொடுத்திருக்கிறேன். சங்க இலக்கியமே நாட்டார் இலக்கியம்தான். சில சடங்குகள் குறித்த என்னுடைய இடையீட்டை நிகழ்த்தியிருப்பேன். பெண்கள் சடங்குகள் பற்றி எழுதியிருப்பேன். அதில் மானுடவியல் குறித்த புரிதலும் அறிதலும் உண்டு.

பெண்ணியம் குறித்துத் தொடர்ந்து எழுதிவந்திருக்கிறீர்கள். கடந்த இருபது வருடங்களில் தமிழில் உடல் மொழியைப் பேசும் கவிதை மரபு உருவாகியிருக்கிறது. அந்த மாதிரியான விஷயங்களை எல்லாம் கவனித்து ஒரு பார்வையை நீங்கள் முன்வைக்கலாமே!

அதையெல்லாம் கவனித்திருக்கிறேன். ஆனால், எழுதவில்லை. நம் வீம்புக்கு எதையும் எழுத முடியாது. அவர்கள் சொல்வதை வழிமறித்து நாம் வேறு ஒன்றை எழுத முடியாது. நம்மைவிடச் சிறப்பாக யாராவது எழுதும்போது அதைக் கவனித்தால் மட்டும் போதுமானது. இப்பொழுது இருக்கும் இளைஞர்கள் கறாராகவும் தீவிரமாகவும் எழுதுகிறார்கள்.

நீங்கள் உங்களை மார்க்சிய எழுத்தாளர் என்று சொல்லிக் கொள்கிறீர்கள். பெண் எழுத்தும் சரி, தலித் எழுத்தும் சரி,

அடையாளம் சார்ந்தவை. இந்த அடையாளம் தாண்டியது மார்க்சியம். இது முரண்பாடாகத் தெரிகிறதா?

அப்படிப் பார்க்கத் தேவையில்லை. பாதிக்கப் பட்டவர்களின் கலக எழுத்துகளாகத்தான் இதையெல்லாம் பார்க்கிறேன். தலித்துகள், பெண்கள் இருவரும் ஒரே குடையின் கீழ்தான் வருவார்கள். இங்கு ஒடுக்குமுறைக்குப் பிறப்பு ஒன்று மட்டுமே போதுமானதாக இருக்கிறது. வர்க்க ஒடுக்குமுறை என்பது தொழில்முறையால் வருவது, தலித்துகளும் பெண்களும் ஒடுக்குமுறைக்கு ஆளாவது அவர்களுடைய பிறப்பினால்தான். மார்க்சியம் இதையெல்லாம் கணக்கில் எடுத்துக்கொள்ளும். அப்படி இல்லையென்றால் அவர்களுக்கு மார்க்ஸியம் தெரியாது என்று அர்த்தம். பல விஷயங்கள் வர்க்கப் போராட்டத்தைத் தாண்டி நிகழ்ந்துகொண்டிருக்கின்றன.

உங்கள் எழுத்துக்கு வந்த விமர்சனங்களைப் பொருட்படுத்தி அதற்கு ஏற்றவாறு உங்களை மாற்றிக்கொண்டிருக்கிறீர்களா?

பெரும்பான்மையான விமர்சனங்கள் பாராட்டுக்களாகவே இருந்தன. இன்ன இன்ன கருத்துகளுக்காக மாறுபடுகிறேன், என்னென்ன கருத்துகள் புரியவில்லை என்பவை போன்று காத்திரமான விமர்சனங்கள் வரவில்லை. நான் வருத்தப்படுவேனோ என்று கருதி எழுதுவதில்லையா என்று தெரியவில்லை. விமர்சனத்திற்கு ஒரு வரையறை உண்டு. நீ எல்லாம் ஒரு எழுத்தாளனா என்று எழுதிவிடக் கூடாது.

தமிழ் விமர்சன மரபில் உங்களை யாராகச் சொல்லிக் கொள்கிறீர்கள்?

நான் மார்க்சிய மரபைச் சேர்ந்தவன். எல்லாவற்றையும் அதற்குள் வைத்தே புரிந்துகொள்வேன். பல எழுத்தாளர்கள் மார்க்சியத்தை விட்டுப் போயிருந்தால்கூட அவர்களின் அறிவுப் பங்களிப்பு முக்கியமானது. மேற்குலகமும் இதை ஏற்றுக்கொண்டது.

இவர்களை அரசியல் தேவைக்காக எழுதுகிறீர்களா அல்லது நீங்கள் உருவாக்க விரும்பும் அரசியல் அவர்களிடம் உள்ளது என்பதால் எழுதுகிறீர்களா?

வள்ளலாரை எடுத்துக்கொள்வோம். அவரிடம் இயல்பாகவே நாம் கொண்டாட வேண்டிய விஷயங்கள்

இருக்கின்றன. வள்ளலார் மிகவும் வேடிக்கையான மனிதராக எனக்குத் தென்படுகிறார். தான் உண்மை என்று உணர்ந்ததையே வள்ளலார் பேசியிருக்கிறார். அதுதானே இங்கு எல்லோருக்கும் வேடிக்கையாக இருக்கிறது. மற்றபடி தண்ணீரில் விளக்கெரித்தார் என்றெல்லாம் சொல்வார்கள். அதெல்லாம் ஒன்றுமே கிடையாது. இவர்களாக அவர் மீது ஏற்றியது. அதனால்தான் அவரைப் பற்றிய என் நூலில் தோற்றம் மறைவு என்று குறிப்பிட்டு எழுதியிருந்தேன்.

நீங்கள் தீவிரமாக எழுதிக்கொண்டிருந்த காலகட்டத்தில் உங்களுக்கு இயக்கங்களோடு தொடர்பு இருந்ததா அல்லது நம்முடைய வேலை வேறு என்று எண்ணிவிட்டீர்களா?

எனக்கு எந்த இயக்கத்துடனும் பெரிதாக உறவு இருந்ததில்லை. என்னுடைய வேலை எழுத்து மட்டும்தான். எனக்கென்று குறிப்பிட்ட வரையறைகளை வைத்துக்கொண்டு எழுதினேன். சங்க இலக்கியம் குறித்து மாணவர்களுக்குப் பாடம் எடுப்பதைப் படித்தும் எழுதியும் வந்தேன். வெறும் படிப்போடு மட்டும் நிறுத்திக்கொள்ளாமல் அதைச் சமூகத்திற்கும் எடுத்துச்செல்ல வேண்டும் என்று ஆவல் ஏற்பட்டது. அந்நூல்களைப் படித்த பலர், சங்க இலக்கியம் பற்றி உங்களுடைய நூல்களைப் பார்த்துதான் அறிந்துகொண்டேன் என்று சொல்லியிருக்கிறார்கள். இப்போதுள்ள இளைஞர்கள் படிக்கிறார்கள் என்றுதான் நினைக்கிறேன். என் எல்லைக்குட்பட்டது அதுதான்.

நீங்கள் ஆரம்ப கட்டத்தில் தலித் பண்பாடு, தலித் பார்வை என்னும் பின்னணியில் சங்க இலக்கியம் பற்றிப் பேசியதற்கும் இப்போது விரிவாகச் சங்க இலக்கியம் குறித்து எழுதுவதற்கும் ஏதேனும் வேறுபாடு உள்ளதா?

அடிப்படை ஒன்றுதான். ஆ.வேலுப்பிள்ளை, ரொமிலா தாப்பர், க.கைலாசபதி போன்றோரை நான் மறுவாசிப்பு செய்ய ஆரம்பித்தேன். அப்போதுதான் சங்க இலக்கிய ஆய்வுகளில் இடைவெளி இருப்பதை உணர்ந்தேன். மார்க்ஸின் சமூகவியல் சட்டகத்தின் துணை கொண்டு சங்க ஆக்கங்களையெல்லாம் மறுவாசிப்பு செய்தேன். சங்க இலக்கியம் குறித்து ஏற்கெனவே எழுதப்பட்டவை எல்லாம் வெள்ளாள வாசிப்பு என்று கொள்ளலாம். சங்க இலக்கிய ஆய்வில் கா.சிவத்தம்பி மிக முக்கியமான ஆய்வாளராகத் தெரிந்தார்.

தொண்ணூறுகளில் தலித் இலக்கிய விமர்சனச் சொல்லாடல்களைக் கட்டமைத்ததில் நீங்கள் முதன்மையானவர். தலித் இலக்கியம் என்றொன்று வர வேண்டும் என்று விரும்பியுள்ளீர்கள். தற்போது அதன் இடம் குறித்து உங்கள் கருத்து என்ன?

அப்போது எனக்குத் தோன்றியதை எழுதினேன். இப்போது பலரும் படிக்கிறார்கள், விவாதிக்கிறார்கள். நாம் என்னதான் எழுதினாலும் எழுத்தைப் பற்றிய எதிர்வினை வரும்போதுதான் நாம் சரியான பாதையில் பயணித்துக்கொண்டிருக்கிறோமா என்பது தெரியவரும். அதைப் பரிசீலனையும் செய்ய முடியும். பார்க்கலாம்.

இன்றைய தலித் அரசியல், தலித் பண்பாட்டுச் செயற்பாடுகள் உங்களைப் போன்றோரின் எழுத்துகளையும் கணக்கில் எடுத்திருக்க வேண்டும். ஆனால் அவ்வாறு நடக்கவில்லை என்று சொல்லலாம் இல்லையா? நீங்கள் அதை எவ்வாறு பார்க்கிறீர்கள்?

நீங்கள் கேட்கிற கேள்வி மிகவும் பரந்துபட்டது. அதில் என்னுடைய பணி என்று எதுவும் தனித்துக் கிடையாது. என்னைப் பற்றி உங்களுக்குத் தெரியும். நான் அப்படியே தான்தோன்றித்தனமாகப் போகிற ஆள். ஆனால் உறுதியான நிச்சயமான மாற்றம் நிகழ வேண்டும். அதற்கான ஆற்றலும் உழைப்பும் என்னிடம் கிடையாது. என் சக்திக்கு உட்பட்டு செயல்பட்டுக்கொண்டிருக்கிறேன்.

சமகால தலித் இயக்கங்கள், தலித் அரசியல் குறித்து உங்கள் பார்வை என்ன?

இந்த அளவிற்காவது செய்கிறார்களே என்று திருப்திப்பட்டுப் போக வேண்டிய நிலைதான் இருக்கிறது. நெருக்கடியான சூழலிலும் தலித் இயக்கம் பிழைத்து முன்னேறுவது சவாலாகத்தான் இருக்கிறது.

● *பிப்ரவரி 2021*

சாதி, பால்நிலை முரண்பாடுகளை உள்வாங்கிய ஜனநாயகமே அம்பேத்கரின் நிலைப்பாடு

வ.கீதா

சந்திப்பு : ஸ்டாலின் ராஜாங்கம், ப.ஆதவன்

இந்தியாவில் உள்ள பெண்ணியச் சிந்தனையாளர்களில் வரலாற்றாளர், மொழிபெயர்ப்பாளர், கல்வியாளர், நாடகவியலாளர் எனப் பன்முகங்கொண்டவர் வ.கீதா. இவற்றையெல்லாம் பெண்ணிலைவாத நோக்கிலிருந்தும் அணுகியுள்ளார் என்பது இவரின் தனித்துவம்.

1980களிலிருந்து இன்றுவரை தீவிரம் குன்றாமல் இயங்கிவரும் வ.கீதா, தமிழ் மற்றும் ஆங்கில மொழிகளில் பல நூல்களையும் கட்டுரைகளையும் எழுதியுள்ளார். நவீனத் தமிழ்ச் சமூகத்தின் இரு நூற்றாண்டு அறிவியக்க வரலாற்றை எழுதுவதிலும் தேடுவதிலும் ஈடுபாடு கொண்டு பங்களித்துள்ளார். தமிழின் சமகாலச் சிந்தனையாளர்களில் ஒருவரான எஸ்.வி.ராஜதுரையோடு சேர்ந்து பல முக்கிய ஆக்கங்களைக் கொடுத்துள்ளார். பெரியாரையும் திராவிட இயக்கத்தையும் கட்சி எல்லைக்கு வெளியே சிந்தனையாளராக மீட்டு எழுதி, தமிழகத்தின் இன்றைய பெரியார் பற்றிய கவனத்திற்கு அடித்தளமிட்டவை இவர்களின் நூல்கள் என்றால் மிகையல்ல.

மேற்கின் மார்க்சிய, பின்னை மார்க்சிய, பெண்ணியச் சிந்தனை பள்ளிகளைத் தமிழுக்கு அறிமுகப்படுத்தும் நோக்கில் எழுதியும் மொழிபெயர்த்தும் வந்திருக்கிறார். தமிழுக்கு வெளியே கருத்தரங்குகளிலும் இதழ்களிலும் தமிழ்ச் சமூக அரசியல் வரலாறு பற்றி இன்றளவும் எழுதிவருகிறார். அவற்றுள் பெருமளவு தமிழில் மொழி பெயர்க்கப்படவோ நூலாகத் தொகுக்கப்படவோ இல்லை. தமிழிலிருந்து பல புனைவு, புனைவல்லாத எழுத்துகள் ஆங்கிலத்திற்குச் செல்ல காரணமாக இருந்திருக்கிறார். பெருமாள்முருகனின் ‘கூளமாதாரி’, ‘நிழல்முற்றம்’ ஆகிய நாவல்களை ஆங்கிலத்தில் மொழிபெயர்த்துள்ளார். இவை தவிர ‘காலக்கனவு’ உள்ளிட்ட ஆவண நாடகங்களின் ஆசிரியராக இருந்து நாடகவியலாளர் அ.மங்கையோடு சேர்ந்து அவற்றை மேடையேற்றியுள்ளார்.

அங்கீகாரங்களுக்கு வெளியே இயங்கிவந்த வ.கீதாவுக்கு அண்மையில் எழுத்தாளர் கு.சின்னப்பபாரதி அறக்கட்டளை சார்பில் தமுஎகச வழங்கும் ‘முற்போக்கு இலக்கிய இயக்கத்திற்கு வாழ்நாள் பங்களிப்புச் செய்த ஆளுமைக்கான விருது’ அறிவிக்கப்பட்டுள்ளது. அவர் பெறும் முதல் விருது இதுவாக இருக்கலாம்.

தமிழகத்திலும் தமிழகத்திற்கு வெளியிலும் இவர் நடத்திய அம்பேத்கர் வகுப்புகள் குறிப்பிடத்தக்க அளவில் தாக்கம் செலுத்திப் பலரையும் அம்பேத்கர் வாசிப்பின்பால் ஈர்த்தன. நண்பர்களோடு சேர்ந்து பாபாசாகேப் அம்பேத்கர் பிறந்த ஏப்ரல் மாதத்தைச் சமூகநீதி மாதமாக அறிவித்து இவர் நடத்திய அரங்குகள் கவனம் பெற்றவை. தொடக்கத்திலிருந்தே மார்க்சியம், பெரியாரியம் ஆகியவற்றோடு அம்பேத்கர், அயோத்திதாசர், பௌத்தம் பற்றியும் இணைத்து யோசித்து வந்திருக்கும் வ.கீதா, அண்மையில் அம்பேத்கர் பற்றிய ஆங்கில நூல் ஒன்றை எழுதி முடித்திருக்கிறார்.

தற்போது நீங்கள் செய்துகொண்டிருக்கும் வேலை பற்றிச் சொல்லுங்கள்.

அம்பேத்கர் குறித்து ஒரு நூல் எழுதிக்கொண்டிருக்கிறேன். மார்க்ஸ், எங்கெல்ஸ், மார்க்சியம் என்கிற வரிசையில் சர்வதேச அளவில் புத்தகத் தொகுப்பைக் கடந்த ஏழெட்டு ஆண்டுகளாகப் பால்கிரேவ் – மேக்மில்லன் பதிப்பகத்தார் வெளியிட்டுவருகிறார்கள். அதன் பதிப்பாசிரியர் தமிழ்நாட்டில் நம் எல்லோருக்கும் அறிமுகமான மார்க்சிய ஆய்வாளர், அறிஞர், இத்தாலியைச் சேர்ந்த மார்சல்லோ முஸ்ட்டோதான். எஸ்.வி.ராஜதுரை (எஸ்.வி.ஆர்) அவருடைய சில முக்கியமான நூல்களை மொழிபெயர்த்திருக்கிறார். எஸ்.வி.ஆர் மூலமாக மார்சல்லோவின் அறிமுகம் கிடைத்தது.

2016ஆம் ஆண்டு இந்தியாவுக்கு அவர் வந்திருந்தார். ஹைதராபாத் பல்கலைக்கழகம் முனைவர் பட்ட ஆய்வாளர் ரோகித் வெமுலாவின் மரணம், உனாவில் தலித்துகளின் எழுச்சிப் போராட்டம் ஆகியவை அவரின் கவனத்தை ஈர்த்தன. சாதி, தலித்துகளின் எழுச்சி, அம்பேத்கர் குறித்து நிறையக் கேள்விகளை எங்களிடம் கேட்டார். நாங்கள் இவை குறித்தும், தமிழ்நாட்டின் சாதி எதிர்ப்பு மரபு பற்றியும் அவரிடம் சொன்னோம்; பெரியார் பற்றிச் சொன்னோம்; மார்க்சியம், சோசலிசம் குறித்து அம்பேத்கர் முன்வைத்த விமர்சனங்களைக் குறித்தும் பேசினோம்.

அவருடன் தொடர்பில் இருந்தேன். சோசலிசம் குறித்து அம்பேத்கர் எழுதியவற்றைத் தொகுத்து, உரிய விளக்கங்களுடன் முஸ்ட்டோவுக்கு அனுப்பி வைத்தேன். அவற்றைப் படித்துவிட்டு, "நீங்கள் ஏன் அம்பேத்கர் குறித்த

நூல் ஒன்றை எங்களின் நூல்வரிசைக்காக எழுதக் கூடாது?" என்று கேட்டார். அவரின் வேண்டுகோளுக்கு இணங்கியே இந்த நூலை எழுதினேன். புத்தகத்தின் தலைப்பு *'Bhimrao Ambedkar and the Question of Socialism in India.'*

சோசலிசம் குறித்து அம்பேத்கர் என்ன சொன்னார், எதைச் சொல்லவில்லை, அவர் மார்க்சியரா, இல்லையா என்பதற்குள் நான் போகவில்லை. அம்பேத்கருடைய சிந்தனை உலகம் எப்படிப்பட்டது, அதை எவ்வாறு நாம் புரிந்துகொள்ளலாம், அந்தச் சிந்தனை உலகத்திலிருந்து சோசலிசத்தைப் பார்க்கும்போது அத்தத்துவம், அது சுட்டும் அரசியல் ஆகியன பற்றி நமக்கு எத்தகைய கேள்விகள் எழுகின்றன, சோசலிசத்தை மீள்கற்பனை செய்வதன் அவசியத்தை அம்பேத்கர் எவ்வாறு நமக்கு உணர்த்துகிறார் என்ற வகையில் இந்தப் புத்தகத்தின் வாதங்கள் அமைந்துள்ளன. ஏழு அலகுகளாக இந்நூலை எழுதியிருக்கிறேன். பவுத்தம் இதில் முக்கிய விஷயமாக இடம்பெறுகிறது. அவர் ஏன் பவுத்தத்தை முக்கியமான தத்துவமாக, அறமாகப் பார்க்கிறார், வரலாற்றுரீதியாக அதற்கென்று ஒரு வெகுமதி இருப்பதாக அவர் ஏன் கருதினார், சோசலிசத்திற்கும் பவுத்தத்துக்கும் உள்ள தொடர்பு குறித்துப் பேசுவதை அவர் ஏன் அவசியமானதாக நினைத்தார் என்ற விஷயங்களில் கவனம் செலுத்தியுள்ளேன்.

புத்தகத்தின் தலைப்பு ஆர்வமூட்டக்கூடியதாக இருக்கிறது. ஆங்கில இலக்கியம் படித்த நீங்கள் மார்க்சியம், பெரியாரியம், அம்பேத்கரியம் சார்ந்த வாசிப்புகளுக்குள் எவ்வாறு நுழைந்தீர்கள்?

நான் சராசரி நடுத்தரக் குடும்பத்தைச் சேர்ந்தவள். வைணவப் பார்ப்பனக் குடும்பம். என் தாத்தா, அம்மாவுடைய அப்பா, தமிழ்ப் பத்திரிகை உலகில் முக்கியமான பங்கு வகித்திருக்கிறார். ஏறக்குறைய 40 ஆண்டுகள், 1930 தொடங்கி 1975 வரை, *தினமணி* பத்திரிகையின் துணையாசிரியராக வேலை செய்திருக்கிறார். அவர் காங்கிரஸ் சோசலிஸ்ட் கட்சியில் இருந்தார். பெயர் ஏ.ஜி.வெங்கடாச்சாரி. காந்தியச் சிந்தனைக்கு ஆட்பட்டவர். சமூகக் கரிசனமும் ஏற்றத்தாழ்வுகளை அகற்ற வேண்டும் என்னும் அக்கறையும் அவருக்கு இருந்தன.

தாத்தா தம் மகன்களையும் மகள்களையும் படிக்க வைத்திருந்தார். அம்மா இளங்கலை சமஸ்கிருதம்

படித்திருந்தார். மாகாணத்திலேயே முதல் மாணவியாக சமஸ்கிருதத்தில் தேர்ச்சி பெற்றவர். என்னுடைய வாழ்வில் அம்மாவுடைய பங்களிப்பை மிக முக்கியமாகப் பார்க்கிறேன். ஆறு வயதில் என்னை வீட்டுக்குப் பக்கத்திலுள்ள நூலகத்தில் கொண்டு போய்ச் சேர்த்தார். நான் மிகவும் அடம் பிடிக்கிற குழந்தை. என்னை அமைதிப்படுத்தப் படிக்கும் பழக்கத்தை ஏற்படுத்தியிருப்பார்கள் என்று நினைக்கிறேன்.

அப்பாவின் குடும்பம் வேறுமாதிரியானது. கீழத்தஞ்சையைச் சேர்ந்த குடும்பம். ஒருகாலத்தில் மிராசுதாரர்களாக இருந்திருப்பர். காலப்போக்கில் அந்தப் பகுதியில் வாழ்ந்த பார்ப்பனக் குடும்பங்கள் பலவற்றில் ஏற்பட்டது போன்று பங்காளிச் சண்டை ஏற்பட்டு, நிலம் கொஞ்சம் கொஞ்சமாகக் கைவிட்டுப் போய்விட்டிருக்கும்.

அப்பாவைப் பெற்ற அம்மா பரம சாது. ஆனால், அனைவரையும் அரவணைத்துப் போகும் மனநிலை. எனது ஒன்றுவிட்ட சகோதரர்கள் சாதி கடந்த, மதம் கடந்த திருமணங்களைச் செய்துகொண்டபோது அவர் முன்நின்று நடத்தி வைத்தார். அம்மாவைப் பெற்ற அம்மா அறிவாளி. குடும்ப வாழ்க்கை அவரின் அறிவை முடக்கிப் போட்டது. அவர் இக்காலத்தில் வாழ்ந்திருந்தால் பொது வாழ்க்கைக்குக் கண்டிப்பாக வந்திருப்பார்.

என்னுடைய அப்பா சட்டம் படித்தவர். ஆனால், வக்கீல் தொழிலைப் பின்பற்றவில்லை. அப்பா எதையும் வெளிப்படையாகப் பேசுபவர். அவருக்கு இயல்பாகவே நட்புணர்வும் நேசவுணர்வும் உண்டு. பேருந்தில் சென்றால் நடத்துநரோடு பேச ஆரம்பித்துவிடுவார். வீட்டிற்கு யாரேனும் வேலைக்கு வந்தால் அவருடைய தோள் மீது கைபோட்டு காபி கொடுப்பார். ஆனால், பிராமணர்கள் பலருக்கும் இருந்தது போல், பெரியார் மீது அவருக்கு வெறுப்பார்ந்த விமர்சனம் இருந்தது. நான் பெரியார் குறித்துப் பேசியபோதும், ஆய்வுகளைப் பகிர்ந்துகொண்ட போதும்தான் பெரியாரைப் பற்றி தான் அதுவரை நினைத்திருந்தவை எவ்வளவு தவறானவை என்பதை வெளிப்படையாக அப்பா ஒப்புக்கொண்டார். நானும் எஸ்.வி.ஆரும் ஆங்கிலத்தில் எழுதிய 'Towards a Non-Brahmin Millennium: from Iyothee Thass to Periyar' நூல் வந்தபோது பத்துப் பக்கத்திற்கு விமர்சனம் எழுதிக் கொடுத்தார்.

அவரின் கடைசி நாட்களில் பாபாசாகேபின் நூல்களை வாசிக்கத் தொடங்கியிருந்தார்.

இங்கு ஒன்றைக் குறிப்பிட்டுச் சொல்ல விரும்புகிறேன். நானும் அப்பாவும் பெரிதாகச் சம்பாதிக்காவிட்டாலும், எங்களின் சாதி எங்களுக்கு மூலதனமாக அமைந்தது. பணம் இல்லை என்றாலும், இருக்க வீடு, படிக்கும் வாய்ப்பு, சமூகத்தில் ஏற்கெனவே இந்தச் சாதிக்குள்ள செல்வாக்கு என்று பல விஷயங்கள் நம்மை வெகு வசதியாக உயர்த்திவிடுகின்றன. சாதி என்பது ஒரு மனநிலை என்றாலும், அது மனநிலை மட்டுமல்ல என்று நமக்குத் தெரியும். அது பொருளாதாரத்தை, சமூக அந்தஸ்தைத் தீர்மானிக்கிறது. என் மனதிலிருந்து சாதி போய்விட்டது, பெரியார், அம்பேத்கர் குறித்துப் பேசுகிறேன் என்று நான் சொல்லிக் கொள்ளலாம். ஆனால், சாதி என்பது புறநிலைரீதியான கட்டுமானமுமாக உள்ளதால், நாம் விரும்பினாலும் விரும்பாவிட்டாலும், அதன் தாக்கம், செல்வாக்கு செயல்படுகிறது. சுயசாதியை விமர்சிப்பது அவசியம், அதிலிருந்து கூடிய வரைக்கும் விலகி வாழ்தல் அவசியம் என்று நினைத்தாலும், என் சாதியின் வரலாற்றை எளிதாகப் புறந்தள்ளிட முடியாதுதானே? நான் நினைத்தாலும், அதன் நிழலை முற்றிலுமாகக் கடந்துவிடவும் முடியாது. சலுகையாகக் கொண்டாலும் சுமையாக நினைத்தாலும் உயர்த்தப்பட்ட சமுதாயங்களைச் சேர்ந்தவர்களுக்குச் சாதி ஒரு வெகுமதிதான், மூலதனம்தான்.

தமிழகத்தில் இத்தகைய வாசிப்புகளைக் கல்விப் புலத்திற்கு வெளியே இயக்கரீதியாகப் பெற்றவர்களே அதிகம். இந்நிலையில் இந்த வாசிப்புகளைப் பெற உங்களுக்குக் கல்விப்புலம் எந்த அளவிற்கு உதவியாக அமைந்தது?

என்னுடைய வாழ்க்கையில் கல்விப் புலங்கள் மிகப் பெரிய செயலாக்கத்தை நிகழ்த்தியிருப்பதாக நினைக்கிறேன். எனக்கு வரலாறு குறித்து ஆர்வம் ஏற்பட்டது ஆறாம் வகுப்பு ஆசிரியரால்தான். அவரின் பெயர் பத்மா. சங்கர் என்று ஒரு தமிழாசிரியர். திமுக பாணியில் பேசுவார். பாப்புலர் கல்ச்சரைப் பண்டையத் தமிழிலக்கியத்தில் இணைத்து இணைத்துச் சொல்லிக் கொடுப்பார். கம்பராமாயணம் குறித்துப் பேசும்போது கண்ணதாசனையும் பேசுவார். அவரின் வகுப்பில் இருப்பதே சந்தோஷமாக இருக்கும்.

சென்னை ஸ்டெல்லா மேரிஸ் கல்லூரியில் இளங்கலை ஆங்கில இலக்கியப் படிப்பில் சேர்ந்தேன். அக்கல்லூரியில் உயர் சாதியினர், உயர் வர்க்கத்தினர்தான் அதிகம் படித்து வந்தனர், குறிப்பாக, இலக்கியம் போன்ற துறைகளில். அந்தச் சூழல் எனக்கு நிறையக் கற்றுக்கொடுத்தது. 'அப்பர் கிளாஸ்' கல்ச்சரின் போதாமைகளைப் புரிந்துகொள்ள இந்த அனுபவம் வழிவகுத்தது.

கல்லூரியில் எங்கள் துறையில் சிறப்பான பேராசிரியர்கள் பலர் இருந்தனர். இப்போதும் அவர்களில் சிலருடன் தொடர்பில் இருக்கிறேன். ஜீன் ஃபர்னான்டஸ் (Jean Fernandes) என்பவரை மறக்கவே மாட்டேன். அவர்தான் பெண்ணியம் குறித்த தாக்கத்தை என்னுள் ஏற்படுத்தினார். முதலாமாண்டில், 17ஆம் நூற்றாண்டு ஆங்கிலக் கவிஞர் ஜான் மில்டனின் 'பாரடைஸ் லாஸ்ட்' (Paradise Lost) என்கிற நெடுங்கவிதை நூலின் ஒரு பகுதி எங்களுக்குப் பாடம். கடவுளுடைய தோட்டத்திலிருந்து ஆதாமும் ஏவாளும் வெளியே தள்ளப்படும் நிகழ்வைச் சித்திரிக்கும் பகுதி அது. அதில் ஆதாம் பற்றிய விவரணையை விளக்குகையில், மில்டன் எவ்வாறு ஆணாதிக்க நிலைப்பாட்டிலிருந்து எழுதியுள்ளார் என்பதை ஜீன் ஃபர்னான்டஸ் சுட்டிக் காட்டினார். முக்கியமான கவிஞரை இப்படி விமர்சனம் செய்ய முடியும் என்று அவர் எங்களுக்குச் சொல்லிக் கொடுத்தார்.

ஒரு வகுப்பில், பெண் எழுத்தாளர் ஒருவரின் எழுத்தை விளக்குகையில் பிரெஞ்சுப் பெண்ணியச் சிந்தனையாளர் சிமோன் த பொவோரின் (Simone De Beauvoir) கருத்துகளை மேற்கோளிட்டு, "இவரைப் பற்றித் தெரியாமல் பல்கலைக்கழகப் படிப்பு படிக்க வந்துவிட்டீர்கள்!" என்று எங்களைக் கோபத்துடன் விமர்சித்தார்.

ஸ்டெல்லா மேரிஸ் கல்லூரிப் படிப்பு முடிந்த பிறகு டெல்லி ஜவகர்லால் நேரு பல்கலைக்கழகம் செல்வதற்கு ஆசைப்பட்டேன். அப்பா முடியாது என்று சொல்லிவிட்டார். சென்னை கிறிஸ்துவக் கல்லூரியில் போய்ச் சேர்ந்தேன். நான் படிக்கும்போது தயானந்தன் சார் தாவரவியல் பேராசிரியராக இருந்தார். அவரின் தீவிர அரசியல் சிந்தனை பற்றி அப்போது நான் அறிந்திருக்கவில்லை. பிற்காலத்தில்தான் அவரின் சாதி எதிர்ப்பு அரசியல் குறித்துத் தெரிந்துகொண்டேன்.

எங்களுக்குப் பாடம் எடுத்தவர்கள் இடதுசாரிகள், முற்போக்காளர்கள் என்றெல்லாம் சொல்லமாட்டேன். தங்களுக்குத் தெரிந்தவற்றை மாணவர்களுக்குச் சொல்லித் தர வேண்டும் என்ற அக்கறையும் வேகமும் அவர்களிடம் இருந்தன.

ராபர்ட் பர்ன்ஸ் (Robert Burns) என்றொரு ஆசிரியர், ஆங்கிலோ–இந்தியர். அவரின் அரசியல் கருத்துகளுடன் உடன்பட முடியாது. பெண்ணியத்தை விமர்சிப்பார். கத்தோலிக்கச் சமயத்தின் அருமைபெருமைகளைப் பேசுவார். ஆனால், மிகச் சிறந்த ஆசிரியர்.

நிர்மல் செல்வமணி – தமிழசை குறித்த ஆய்வுகளைச் செய்தவர் – மற்றொரு சிறந்த ஆசிரியர். அவர் ஒரு ஜாஸ் கிடாரிஸ்ட். நாங்கள் அவரை எங்களில் ஒருவராக, நண்பராகப் பார்த்தோம். அவர் வகுப்பு என்றாலே, “சார் வகுப்பு வேண்டாம், நாம் வெளியில் அமர்ந்து பேசுவோம்” என்று சொல்லிவிடுவோம். அவர் மிக வித்தியாசமான பேராசிரியர். எங்களுக்கு நாங்கள் அறியாத சிந்தனை மரபுகளை அறிமுகப்படுத்தியவர், குறிப்பாக, சமயம் சார்ந்த பண்பாட்டு, தத்துவ மரபுகள்.

எங்கள் அனைவருக்கும் புகலிடமாக இருந்தவர் எங்கள் ரஜானி சார் (Rajani). கவிதைகளைப் புரிந்துகொள்ள, ரசிக்க அவரின் வகுப்புகள் உதவின. நாடகங்கள் இயக்குவார். அவரின் நாடகங்களில் நான் தொடர்ந்து தயாரிப்புப் பணிகளில் பங்கேற்றுள்ளேன். செட் டிசைன், நடிகர்களை ஆற்றுப்படுத்துதல் என்று பல வேலைகளைக் கற்றுக்கொண்டேன்.

கிறிஸ்துவக் கல்லூரியின் வரலாற்றிலேயே இரண்டு பெண்கள் மட்டும்தான் மாணவர் சங்கத் தேர்தலில் போட்டியிட்டிருக்கிறார்கள். அதில் நானும் ஒருத்தி. தேர்தலில் நின்று தோற்றுப் போனேன். நான் படித்த நாட்களில் இடதுசாரி அமைப்பு இல்லை. அன்றைய மாணவர் சங்கத் தலைவர் காங்கிரஸ் கட்சியை ஆதரித்தவராக இருந்தார். கல்லூரியில் அன்றைக்குக் கிறிஸ்துவ மாணவர் இயக்கத்துக்குச் செல்வாக்கு இருந்தது. அவர்களின் பிரதிநிதிகள்தான் மாணவர் சங்கத் தேர்தலில் வெற்றி பெற்றனர்.

நான் பயின்ற இரண்டு கல்லூரிகளிலும் வாசித்தல் என்பதன் நுணுக்கங்களைக் கற்றுக்கொள்ளும் வாய்ப்புக் கிடைத்தது. இலக்கியக் கல்வி கிடைத்தது. பின்னாட்களில் அரசியல் பனுவல்களைப் படிக்கும்போதும், பல விஷயங்களை ஆராய வரும்போதும் அந்தக் கல்வி எனக்கு மிகவும் உதவியது.

இந்நிலையில் உங்களுக்கு அரசியல் சிந்தனைகள் எவ்வாறு வந்தன?

எங்கள் தலைமுறையை – 1980களில் தமிழ்நாட்டில் கல்லூரி மாணவர்களாக இருந்தவர்களை – இலங்கையில் நிகழ்ந்த கோர நிகழ்வுகள், குறிப்பாக வெளிக்கடைச் சிறைச்சாலையில் தமிழ் அரசியல் கைதிகள் கொல்லப்பட்ட நிகழ்வு தொடங்கி நிகழ்ந்த கறுப்பு ஜூலை நிகழ்வுகள் அரசியலில் ஈடுபடுத்தியது. அந்நிகழ்வைக் கண்டித்து மாணவர்கள் வீதிக்கு வந்தனர். பதினைந்து, இருபது நாட்கள் எல்லாக் கல்லூரிகளும் மூடப்பட்டன. நான் கலந்துகொண்ட முதல் அரசியல் போராட்டம் அதுதான்.

இளங்கலைப் படிப்புக்கும் முதுகலைப் படிப்புக்கும் இடையிலான காலகட்டத்தில் மார்க்சியம் பற்றிப் படிக்கத் தொடங்கியிருந்தேன். ஸ்டெல்லா மேரிஸில் கற்றுக் கொண்ட சில விஷயங்களும் எனது அரசியல் அறிவை வளர்த்திருந்தன. இந்தக் காலகட்டத்தில் பெண்ணியம், பெண் விடுதலை விஷயங்கள் குறித்து நிறையவே யோசிக்கத் தொடங்கியிருந்தேன்.

இந்த எல்லா விஷயங்களும் சேர்ந்து ஏதேதோ பரிசோதனைகளை மேற்கொள்ளத் தூண்டின. கிறிஸ்தவக் கல்லூரி மாணவர்கள் வீதி நாடகக் குழு ஒன்றை உருவாக்கினோம். மாணவர்கள் பிரதிநிதியாகக் கல்லூரியின் கரிகுலர் கமிட்டியிலும் செனட்டிலும் உறுப்பினராக இருந்தேன். நிறையச் சண்டைகள் போட்டோம். பாடத்திட்டம் குறித்து, மாணவர்கள் நடத்தப்படுவது குறித்து...

பெண்ணியம் என்பது குறித்து யோசிக்கத் தொடங்கிய காலகட்டத்தில் ஆழமான பெண் தோழமைகளும் எனக்கு அமைந்தன. ஸ்மிருதியை அச்சமயம்தான் சந்தித்தேன். அவள் தோழி, வழிகாட்டி, உறவு எல்லாம். அமெரிக்காவில்

மானுடவியல் பேராசிரியராக இருக்கிறாள். எனக்குப் பவுத்தத்தின் மீது நாட்டம் வளர்த்தவர்களில் அவளுக்கு மிகப்பெரிய பங்கு உண்டு. கடவுள், சமயம் குறித்து அவளுக்குத் தீவிரமான பார்வை இருந்தது. நானும் அவளும் நிறைய விஷயங்களைச் சேர்ந்து யோசித்தோம். 60களில் அமெரிக்காவில் நிகழ்ந்த மாபெரும் மாணவர் எழுச்சி, பெண்கள் தங்களுக்கென்று சுயாதீனமான வாழ்க்கையை அமைத்துக்கொண்ட விதம், ஆப்பிரிக்க – அமெரிக்க மக்களின் சிவில் உரிமைப் போராட்டங்கள் ஆகியன தூண்டிவிட்டிருந்த மாற்று வாழ்க்கை முறைகள், குறிப்பாக, 19ஆம் நூற்றாண்டிலிருந்தே அந்த நாட்டில் ஏற்பட்டிருந்த கூட்டு வாழ்க்கை – கம்யூன் (commune) – முறை ஆகியன எங்கள் மீது தாக்கம் செலுத்தின.

நமக்குத் திருமணம் வேண்டாம், நாம் பெண்களாகச் சேர்ந்து கம்யூனாக வாழ வேண்டும், ஆண்கள் அதில் இடம்பெறுவது குறித்துப் பிறகு யோசிக்கலாம், அப்படியே அவர்கள் வந்தாலும், பெண்கள் தலைமையில்தான் கம்யூன் இருக்க வேண்டும் என்றெல்லாம் விவாதித்தோம்.

எங்களுக்கு ஶ்ரீதர் என்கிற நண்பர் இருந்தார். அவர் எங்கெல்ஸ் படித்துவிட்டு எங்களிடம் நிறையப் பேசுவார். தாயும் அவளுடைய குழந்தையும்தான் அடிப்படையான சமூக அலகு என்று அடிக்கடிச் சொல்வார். இந்த மாதிரியானக் கருத்துகள் எங்களை உற்சாகப்படுத்தின.

ஒவ்வொரு காலகட்டத்திலும் நிறைய தோழிகள் எனக்கு உறுதுணையாக இருந்துள்ளனர். இத்தகைய தோழமைகளைப் பெண்ணியத்திற்கான அடித்தளமாக, பலமாகப் பார்க்கிறேன். பெண்களின் உலகம் என்பதை அரசியல்ரீதியான கட்டமைப்பாகப் பார்க்க வேண்டிய அவசியம் இருக்கிறது. பெண் என்று சொல்லும்போது பிறப்பால் பெண்ணாக அடையாளப்படுத்தப்படுபவர்களை மாத்திரம் சொல்லவில்லை. பாலின வேறுபாடுகளையும் அவற்றின் அடிப்படையிலான அதிகாரங்களையும் கலைத்துப் போட்டு, வேறு வேறு வகைகளில் பாலின அடையாளங்களைக் கட்டமைத்து வாழும் குவியர் (Queer) அரசியலுக்கான உலகமாகவும் அதைக் கொள்ளலாம்.

மேற்படிப்புக்காக அமெரிக்கா சென்றபோது அரசியல் ரீதியாக நீங்களடைந்த தாக்கங்கள் எத்தகையவை?

நான் அங்கு மாணவியாக இருந்த காலகட்டம் குடியரசுக் கட்சியின் ஆட்சிக்காலம். அக்கட்சியின் அரசியல் ஆப்பிரிக்க – அமெரிக்க (கறுப்பின) மக்களின் உரிமைகளைப் பொருட்படுத்தாத, அவர்களின் போராட்டங்களை முக்கியமானவையாகக் கருதாத ஒன்று. கறுப்பின மக்களின் அடிமைத்தனம் வரலாற்றில் எவ்வாறு நிகழ்ந்தது, அதன் பாதிப்பு, அம்மக்களின் இன்றைய கதி என்பன போன்ற விஷயங்களை அறியாதவராக அந்நாட்டில் வளர்ந்திட முடியும். குறிப்பாக, இந்தக் காலகட்டத்தில் அது சாத்தியமானதாக இருந்தது. வலதுசாரிகளின் ஆட்சி அத்தகைய மறதியை ஏற்படுத்தவல்லதுதானே!

அந்தச் சூழலில் படித்துக்கொண்டே டீச்சிங் அசிஸ்டென்ட் ஆக இருந்தது நிறைய விஷயங்களைக் கவனிக்க, கற்றுக் கொள்ள உதவியது. குறிப்பாக, ஊடகங்களின் தாக்கத்தில் வளர்ந்த, வரலாறு மறந்த தலைமுறைக்குப் பாடம் நடத்தும்போது எத்தனை பொறுமையாக, நாசூக்குத்தனமாக இருக்க வேண்டும் என்பதைக் கற்றுக்கொண்டேன். எனது மாணவர்களில் ஏறக்குறைய அனைவரும் வெள்ளை இனத்தவர் வேறு. கற்றுக்கொள்ளத் தயாராக இருந்தாலும், கறுப்பின மக்களின் வாழ்வியல் குறித்தோ, உலகின் பிற நாடுகளில் மக்கள் வாழும் விதம் குறித்தோ அவர்கள் ஏதும் அறிந்திருக்க வாய்ப்பில்லை.

ஆனால், அதே சமயம் வேற்றாளாக, வேறு நாட்டினராக இருந்தபோதும், நாம் சொல்வதை உடனடியாக அவர்கள் புறந்தள்ளவும் இல்லை. குறைந்தபட்ச, அன்றாட ஜனநாயகம் ஏதோ ஒருவகையில் அந்நாட்டில் உள்ளது. இப்போது நினைத்துப் பார்க்கிறேன், அம்பேத்கருக்கு அது எவ்வளவு வேறுபட்ட உலகமாக இருந்திருக்கும் என்று.

நான் அங்குப் படித்த காலகட்டத்தில் மார்க்சியம் குறித்த மீளாய்வு அமெரிக்க அறிவு வட்டாரங்களில் நடந்துகொண்டிருந்தது. சோவியத் மார்க்சியத்தைக் கடந்து ஐரோப்பிய, தென் அமெரிக்க மார்க்சியங்கள் குறித்த விவாதங்கள் விறுவிறுப்பாக நடந்த காலகட்டம் அது. எனது ஆசிரியர்களில் ஒருவர் – தாமஸ் லூயிஸ் – இடதுசாரி அறிவாளர். தென் அமெரிக்காவில் உள்ள பல இடதுசாரி மக்கள் இயக்கங்களோடு அவருக்குத் தொடர்பு இருந்தது. மேற்கத்திய மார்க்சியமும் இலக்கிய

விமர்சனமும் என்கிற பாடத்தை அவரிடம் பயின்றேன். பல்கலைக்கழகத்தில் செயல்பட்டுவந்த பெண்ணிய அமைப்பில் என்னை இணைத்துக்கொண்டேன். பல நாடுகளிலிருந்து மாணவர்கள் வந்து படிக்கும் பல்கலைக் கழகமாக இருந்ததால், வேறு நாட்டவர்களுடன், குறிப்பாக வெள்ளை இனத்தவர்கள் அல்லாதவர்களுடன் தோழமையுடன் பழகும் வாய்ப்பும் இருந்தது. பாலஸ்தீனிய மாணவர்கள் இயக்கம், தென்னாப்பிரிக்க மாணவர்கள் இயக்கம் முக்கியமான இயக்கங்களாக இருந்தன.

நான் குடியிருந்த வீட்டின் ஒரு பகுதியில் ஆண்களும், பெண்களுமாக சீன மாணவர்கள் தங்கியிருந்தார்கள். அவர்கள் எல்லோருமே சீனப் பண்பாட்டுப் புரட்சியின் குழந்தைகள். சிறு வயதிலேயே குடும்பங்களில் வளராது, கம்யூன்களில் வளர்ந்தவர்கள். கூட்டு வாழ்க்கை என்பது அவர்களுக்கு இயல்பானதாக இருந்தது. சீன மாணவி ஒருவர் எனக்கு நல்ல தோழியானாள். அவள் மொழிபெயர்ப்பாளராக இருந்தவள். மேற்படிப்புக்காக அமெரிக்கா வந்திருந்தாள். மாவோவுடைய புரட்சி, அது சாதித்தது, சாதிக்க இயலாமல் போனது, தனது குடும்பத்தினருக்கு ஏற்பட்ட கதி என்று ஒரு மிகப் பெரிய உலகத்தை எனக்குக் காண்பித்தாள்.

ஈரான், ஈராக் நாடுகளிலிருந்து இரண்டு நல்ல நண்பர்கள் எனக்கு இருந்தார்கள். நாயிரெ தொகிதி (Nayereh Tohidi) என்னும் ஈரானியப் பேராசிரியர், பெண்ணியவாதி. எனது வாழ்வில் மிகப்பெரிய தாக்கத்தை ஏற்படுத்தினார். ஈரானியப் புரட்சியின் அவலங்களை அனுபவரீதியாக அறிந்தவர். இடதுசாரி சிந்தனையுடைய அவர், மதம்சார் அரசியலின் தன்மை குறித்துப் பேசுவார், குறிப்பாக, அத்தகையவர் ஆட்சிக்கு வந்தால், அது சர்வாதிகாரத்திற்கும் ஊழலுக்கும் எவ்வாறு வழிவகுக்கும் என்பதைச் சுட்டிக்காட்டுவார். மதச் சர்வாதிகாரத்துக்கு எதிராகப் பெண்ணியம் பேசுவதைக் கொள்கையாகக்கொண்டிருந்தார். நானும் இவர்களும் மற்றுமொரு மாணவரும் சேர்ந்து ஏசியன் ரவுண்ட் டேபிள் என்ற அமைப்பை உருவாக்கி, மாதமிருமுறை கூட்டங்கள் நடத்துவோம். நாயிரெ பேசிய பெண்ணியம் இஸ்லாத்திற்கு மாறிய கறுப்பின மக்களின், ஆண்களின் விமர்சனத்தை எதிர்கொள்ள வேண்டியிருந்தது.

பல்கலைக்கழகம் என்பதால் பல பேச்சாளர்கள் வந்து செல்வார்கள். கறுப்பினத் தலைவர் ஜெசி ஜாக்சன் *(Jesse Jackson)*, சிவில் உரிமைப் போராளி, அறிவாளர் நோம் சோம்ஸ்கி *(Noam Chomsky)*, பாலஸ்தீனச் சிந்தனையாளர் எட்வர்ட் சையத் *(EdwardSaid)* போன்றோருடன் உரையாடும் வாய்ப்பு என்னைப் போன்றவர்களுக்கு வாய்த்தது. அவை மறக்க முடியாத அனுபவங்கள்.

இந்தியாவிற்குத் திரும்பிய நீங்கள் இங்கு எத்தகைய வேலைகளில் ஈடுபட்டீர்கள்? உங்களுடைய தோழமைகள் யாராக இருந்தனர்?

தமிழ்நாட்டைச் சேர்ந்த செலின் என்பவர் பெங்களூருவில் ஸ்த்ரீலேகா *(Streelekha)* என்கிற புத்தகக் கடை வைத்திருந்தார். இந்தியாவின் முதல் பெண்ணியப் புத்தகக் கடை அது. நான் இந்தியா திரும்பியதும் அவரைச் சந்தித்தபோது, “மதுரையைச் சேர்ந்த ரீட்டம்மா டேவிட் என்பவரை நீ கட்டாயம் சந்திக்க வேண்டும்” என்றாள். ரீட்டம்மா அப்போது சென்னையில் இருந்தார். ரீட்டம்மா, ஷரீபா ஆகியோரை 1988இல் முதன்முதலில் சந்தித்தேன். ரீட்டம்மாவும் ஆங்கில இலக்கியம் படித்திருந்தார். அதில் முதுகலைப் பட்டம். மதுரை பெண்ணுரிமை இயக்கத்துடன் அவருக்குத் தொடர்பு இருந்தது. “தமிழ்நாட்டில் பெண்ணியம் பற்றி எதைச் செய்ய வேண்டுமானாலும் இவர்களை எல்லாம் நீ சந்தித்தாக வேண்டும். நீ உடனடியாகப் போய்ச் சந்திக்க வேண்டியவர்கள் இவர்கள்தாம்” என்று கூறி, இருவரின் பெயர்கள், முகவரிகளை ரீட்டம்மா கொடுத்தார்.

அந்த இருவர் லல்லி, ஓவியா. லல்லி அச்சமயம் திருநெல்வேலியில் லேபர் இன்ஸ்பெக்டராக இருந்தார். ஓவியா கன்னியாகுமரி மாவட்டத்தில்.

ஓவியா, படிப்பு வட்டம், பத்திரிகை (புதிய குரல்) என்று முக்கிய வேலைகளைச் செய்துகொண்டிருந்தார். பெரியாரியப் பெண்ணியக் கருத்துகளில் தீவிரமான பற்று. அவற்றைக் காலத்துக்கு உகந்த வகையில் விளக்கி, பேசி, எழுதி... அவரைப் பார்த்ததும் பிடித்துப் போய்விட்டது. முதல்முறையாகச் சந்தித்தவர் மாதிரி இல்லாமல், பல நாட்கள் பழகிய மாதிரி அப்படிப் பேசினோம். அன்று முதல் இன்று வரை அந்தத் தோழமையும் பாசமும் உள்ளபடியே உள்ளது.

தமிழ்நாட்டில் இருவர்தான் அப்போது பெண் லேபர் இன்ஸ்பெக்டர்களாக இருந்தனர். ஒருவர் கண்ணகி பாக்கியநாதன், இன்னொருவர் லல்லி. பெண் பீடித் தொழிலாளர்கள் வேலை செய்த பகுதிகளில்தான் அவருக்கு ஆய்வாளர் வேலை. இரவு நேரத்தில் பெண்களுக்கு நேரம் இருக்கும்போது ஊர் ஊராகச் சென்று அவர்களைச் சந்திப்பார். அவர்களின் உரிமைகள், சட்டம் கூறும் விஷயங்கள், சொந்தப் பிரச்சனைகள் என்று பல விஷயங்களைப் பேசி வருவார். தனக்கான பணிகளின் எல்லையை, கடமையைக் கடந்து வேலை பார்த்தார். அந்தப் பகுதியில் பெண்களுக்குப் பேறுகால விடுப்பு போன்ற உரிமைகள் எல்லாம் கிடைத்தது என்றால், அதற்கு முக்கியக் காரணம் லல்லியின் உழைப்பு.

செலின் எனக்கு அறிமுகப்படுத்திய மற்றொருவர், மா என்ற பெயரில் இன்று எழுதிவரும் பத்மாவதி. அவர் மூலமாக வேறு சிலரைச் சந்திக்கும் வாய்ப்புக் கிடைத்தது. குறிப்பாக, சென்னையில் இயங்கிய மண்டே சாரிட்டி கிளப் *(Monday charity club)* என்ற அமைப்பு ஏற்பாடு செய்த கூட்டங்களில் கலந்துகொண்ட ஜனநாயக மாதர் சங்கம் உட்பட பல பெண்ணிய அமைப்புகளைப் பற்றித் தெரிந்துகொள்ளும் வாய்ப்புக் கிடைத்தது. அப்படிப்பட்ட ஒரு கூட்டத்தில்தான் மைதிலி சிவராமனைச் சந்தித்தேன். நான் அதிகமாக நேசிக்கும், மதிக்கும் பெண்ணிய, மார்க்சியச் சிந்தனையாளர்களில் அவரும் ஒருவர். தன்னை முன்நிறுத்திக் கொள்ளாத, ஆனால், அழுத்தமாக, ஆழமாகச் சிந்தித்து வேலை பார்த்தவர். அவருடைய தலையீடு இல்லாதிருந்தால், வாச்சாத்தி வழக்கு நடந்த சுவடுகூட இல்லாமல் மறக்கடிக்கப்பட்டிருக்கும். 1960களில் கம்யூனிச வட்டாரங்களில் சாதி, பெண்ணடிமைத்தனம் குறித்துப் பேசியவர். சாதி, வர்க்கம், பெண் ஒடுக்குமுறை ஆகிய மூன்றும் சந்திக்கும் புள்ளிகளை ஆரவாரமின்றி இனங்கண்டு செயல்பட்டவர்.

1988இல் சென்னைப் புத்தகக் கண்காட்சியில் பெண்ணியப் புத்தகங்களைக் காட்சிப்படுத்தினால் என்ன என்று தோன்றியது. எனது கிறிஸ்தவக் கல்லூரி ஆசிரியர்கள் மூலம் டி.ஆர்.பப்ளிகேஷன் என்ற நிறுவனத்தை அறிந்திருந்தேன். சென்னைப் புத்தகக் கண்காட்சியின் அமைப்புக் குழுவில் முக்கியப் பங்கு வகித்தனர். அவர்களைச் சந்தித்துப் பெண்ணிய

நூல்களை வைக்க ஸ்டால் ஒன்றை இலவசமாக ஏற்பாடு செய்து தர வேண்டும் என்று கேட்டேன். அவர்கள் அதை எதிர்பார்க்கவில்லை. ஆனால், ஒத்துக்கொண்டார்கள்.

ஸ்டால் கேன்டீனுக்குப் பக்கத்தில். நிறையப் புத்தகங்கள் விற்கவில்லை என்றாலும், நிறையப் பெண்களைச் சந்திக்கும் வாய்ப்புக் கிடைத்தது. வந்து போனவர்கள் விருப்பப்பட்டால், அவர்கள் பெயர், முகவரிகளை எழுதிவிட்டுப் போகச் சொன்னோம். பெண்ணிய அமைப்பு உருவாக்கும் முயற்சியில் இருப்பதாகவும் விளக்கினோம்.

இவ்வாறு சுமார் 80 பேர், ஆண்களும் பெண்களுமாகப் பெயர்களை எழுதிக் கொடுத்தார்கள். முதல் கூட்டம் தி.நகரில் நடந்தது. ஏறக்குறைய 45 பேர் வந்தார்கள். ஆண்களும் இருந்தனர். கூட்டத்தின் முடிவில், ஆண்கள் வந்தாலுமே பெண்கள் மட்டும் உள்ள அமைப்பை உருவாக்கும் முயற்சியை மேற்கொள்ளப் போவதாக அறிவித்தோம்.

கூட்டத்துக்கு வந்தவர்களில் ஜெயந்தி, மீனா ஆகிய இரண்டு மாணவிகளும் இருந்தனர். அவர்கள் இன்றுவரை அன்புத் தோழிகளாக உள்ளது போக, பெண்ணிய அரசியல் சிந்தனையுடன் அவரவர் பணியிடங்களில் வேலை செய்துவருகின்றனர். பத்மாவதி, இவர்கள், நான், சென்னை ஐ.ஐ.டியில் அன்று பணிபுரிந்துவந்த எழுத்தாளர் வத்சலா, ஹேமா, நிஷா (இவர் மராத்திய மாநிலத்தைச் சேர்ந்தவர்), கேரளாவைச் சேர்ந்த சில மாணவிகள் என்று சிறு குழு உருவானது. பத்மாவதி ஏற்பாடு செய்த ஓர் இடத்தில் வாராவாரம் சந்திக்கத் தொடங்கினோம். ஓரிரு கூட்டங்களுக்குப் பேராசிரியர் சரஸ்வதி வந்தார். அவர் பல தளங்களில் அன்று பிஸியாக வேலை பார்த்துவந்தார். ஈழப் பிரச்சனை, மாணவிகள் மத்தியில் பெண்ணியக் கருத்துகளைக் கொண்டு செல்லல்... நாம் தமிழகப் பெண்கள் அமைப்பாக உருவெடுக்க வேண்டும் என்றார். ஆனால், வேற்று மாநிலத்துப் பெண்களும் இருந்தார்களே! இருந்தாலும், அப்படியான ஓர் அமைப்பாக இருந்து பார்த்தோம். ஆனால், அது பொருத்தமாக இருக்கவில்லை. நிறையப் பேருக்கு "நாம் தமிழகப் பெண்கள் என்ற பெயரை ஏன் சுமக்க வேண்டும்?" என்ற கேள்வி இருந்தது. சரஸ்வதியும் வேறு வேலைகள் இருந்ததால், வாராந்தரக் கூட்டங்களுக்கு வருவதை நிறுத்திக் கொண்டார்.

1989இன் இறுதியில் 'சிநேகிதி' என்ற பெயரை எங்கள் குழுவுக்கான பெயராகத் தேர்ந்தெடுத்தோம். எங்களுடன் அனு, கலைச்செல்வி ஆகியோர் இணைந்தனர். பிறகு கீதா நாராயணன், சகீனா, கீதா உல்ஃப், சாந்தினி, முருகவள்ளி, ரஞ்சனி என்று பலரும் சிநேகிதியுடன் இணைந்தனர். தலித் பெண்கள் உட்பட பல சாதிகள், வர்க்கங்கள் சேர்ந்த குழுவாக இது இருந்தது. ஆணாதிக்கச் சமுதாயத்தின் மீது எங்களுக்கிருந்த கேள்விகள், கோபம், ஆற்றாமை ஆகியன எங்களின் தோழமையை வளப்படுத்தின. சிநேகிதி அமைப்பு குடும்ப வன்முறை தொடர்பாகத் தமிழ்நாடு இலவசச் சட்ட உதவி மையத்துடன் இணைந்து ஏழு ஆண்டுகள் வேலை செய்தது. இச்சமயம்தான் அகில இந்தியப் பெண்கள் மாநாடு தயாரிப்புக் கூட்டம் கோழிக்கோட்டில் நடந்தது. அதற்குச் சென்றுவந்த அனுபவம் சுவையானது. இந்தியப் பெண்கள் அமைப்புகள், இயக்கங்கள் பற்றி ஓரளவுக்குத் தெரிந்து கொள்ள அது உதவியது.

தமிழ்நாட்டில் அன்று செயல்பட்டுவந்த பெண்ணிய ஆளுமைகளில் ஒருசிலரை இங்கு குறிப்பிட்டாக வேண்டும். 1981இலிருந்து அரக்கோணம் பகுதியில் தலித் மக்கள் மத்தியிலும், குறிப்பாக, தலித் பெண்கள் மத்தியிலும் வேலை செய்துவந்தவர் பர்னாட் ஃபாத்திமா. அவரின் அமைப்பு *மகளிர் குரல்* என்ற இதழை வெளியிட்டுவந்தது. 1986இல் *பாரதி சுட்டும் விழிச்சுடர்* என்ற பெண்ணிய இதழைத் தொடங்கியிருந்த சுபத்ரா, அவளுடன் அன்று வேலை பார்த்து வந்த சாலை செல்வம்; திண்டுக்கல்லில் பல தீவிரப் பெண்ணிய முயற்சிகளை முன்னெடுத்த லூசி சேவியர்; சென்னையில் உழைக்கும் பெண்கள் மத்தியில், குறிப்பாக, குடிசைவாழ் பெண்கள் மத்தியில் அவர்களின் வாழ்வுரிமைக்காகவும் குடியிருப்பு உரிமைக்காகவும் அவர்களுடன் இணைந்து செயல்பட்ட பெண்ணுரிமை இயக்கம், அதில் முக்கியச் செயற்பாட்டாளராக இருந்த லீலாவதி, ஆர்.கீதா; 1990களில் புதுக்கோட்டையில் பெண்கள் தொடர்பான பல பிரச்சினைகளை எடுத்து, அவற்றுக்காகக் கோர்ட், கேசு என்று அலைந்த ஷரிஃபா; மதுரையில் தமிழ்நாடு இறையியல் கல்லூரியில் பணிபுரிந்துகொண்டே தலித் பெண்கள், சாதி, மதம் தொடர்பான விவாதங்களை முன்வைத்துச் செயல்பட்ட கேப்ரியல் டீட்ரிச்; நாகப்பட்டினத்தில் மீனவப் பெண்கள் மத்தியில் பெண்கள் அமைப்பு அமைத்திருந்த

ஜேசுரத்தினம்; திருவண்ணாமலையில் அமைதியாக, ஆனால், அழுத்தமாகத் தலித் பெண்கள் மத்தியில் வேலை பார்த்த ராஜம்மாள்; இராமநாதபுரத்தில் மார்க்சிய – லெனினிய அமைப்பு ஒன்றுடன் இணைந்து செயல்பட்ட சந்தனமேரி; கிறிஸ்தவ அமைப்புகளில் இருந்த தோழிகள் – அனைவரும், அருட்சகோதரிகள் – கிளேர், சாந்தி, கோன்ரட், கிளாரிபெல், அல்போன்ஸ், ஜோசபின், சந்தானம்; பெண்சிசுக் கொலைப் பிரச்சினையை ஒட்டி அன்று வேலை பார்த்து வந்த காந்திமதி, பவளம்; சென்னைக் குடிசைப் பகுதிகளில் தொடங்கி தமிழகமெங்கும் பல அமைப்புகளை நிறுவி, தலித் பெண்களுடன் தொடர்ந்து வேலை பார்த்து வரும் **ஷீலு**; வேறு மாநிலத்திலிருந்து வந்து மதுரையில் மாணவிகள் மத்தியில் வேலை செய்யத் தொடங்கியிருந்த பிம்லர்; இன்றைக்கு 30 ஆண்டுகளுக்கு முன் இளம் தலித் அட்வகேட்டாகத் தனது பணிகளைத் தொடங்கியிருந்த எப்சிபாய்......

கோழிக்கோடு பெண்கள் மாநாட்டுக்கான தயாரிப்புப் பணிகளைத் தமிழ்நாட்டில் செய்தபோது இவர்களையும் இன்னும் பலரையும் சந்திக்கும் வாய்ப்புக் கிடைத்தது. நாம் இன்று நினைப்பது போல் இல்லாமல், அன்று உயர்த்தப்பட்ட சமுதாயங்களைச் சேர்ந்த பெண்கள் மட்டும் பெண்ணியம் பேசவில்லை. பல நிலைகளிலிருந்து பெண்கள் பேசினோம்.

1990களில் தலித் பெண்கள் தனி அமைப்பாகத் திரள வேண்டியிருப்பதன் அவசியத்தை ரூத் மனோரமா போன்றவர்கள் முன்வைத்தபோது, சிலர் அதன் நியாயத்தை ஏற்றுக்கொண்டோம், சிலர் ஏற்றுக்கொள்ளவில்லை. ஆனால், எங்களுக்கு இடையிலான பெண்ணியத் தோழமையை அது குறைக்கவில்லை. சேர்ந்து வேலை பார்க்கும் பொழுதுகளை எல்லோரும் எதிர்பார்த்திருந்தோம். எந்த முரண்பாடும் கருத்தளவில் தீர்க்கப்படுவது கிடையாது. காலமும், நாம் செய்யும் வேலையும்தான் இவற்றைத் தளர்த்துகின்றன.

தமிழக அளவில் நாங்கள் இணைந்து உருவாக்கிய தமிழகப் பெண்கள் ஒருங்கிணைப்பு இயக்கத்தில் இருவர் மட்டுமே பார்ப்பனப் பெண்கள். ஏனையோர் தலித், பார்ப்பனரல்லாத, குறிப்பாக பி.சி., எம்.பி.சி., சமுதாயங்களைச் சேர்ந்தவர்கள். அவர்களின் அனுபவங்கள், வாழ்வியல் தொடர்பான

விஷயங்கள் ஆகியன எனக்கு நிறையவே சாதி குறித்தும், பார்ப்பனியம் குறித்தும் எனது அனுபவ, அறிவு வரம்புகளைப் பற்றியும் சொல்லிக் கொடுத்தன. வாயை மூடிக் கொண்டு அடக்கத்துடன் இருக்க, கற்றுக்கொள்ள ஒருங்கிணைப்பு உதவியது. எனது சாதி எதிர்ப்பு அரசியலை வலுப்படுத்த, ஆழப்படுத்த இந்தத் தோழமைகள் காரணமாக இருந்தன.

கருத்தளவில் சாதியை எதிர்ப்பது எவ்வளவு அவசியமோ அவ்வளவு அவசியம் சொந்தச் சாதியைக் கடந்த உறவுகளை ஏற்படுத்திக் கொள்வது என்று நான் நினைக்கிறேன். அவ்வுறவுகளை வீட்டுக்குள் கொண்டு செல்வது, சாதி – குடும்ப எல்லைகளைத் தொடர்ந்து கலைத்துப் போடுவது... எனக்கு வாய்த்துள்ள தலித் தோழமைகள், நண்பர்கள் இல்லாமல், உண்மையில் சாதி எதிர்ப்பு அரசியலையோ, அம்பேத்கரியச் சிந்தனையையோ என்னால் வளர்த்துக்கொள்ள முடிந்திருக்குமா என்று தெரியவில்லை. பாபாசாகேப் சொன்னது போல, "சகோதரத்துவம், ஒப்புரவின்றி மாற்று அரசியல் சாத்தியமில்லை."

இந்தப் பயணத்தில் எப்போது எழுத ஆரம்பித்தீர்கள்?

தமிழில் என்னை எழுதச் சொல்லி வற்புறுத்தியது எஸ்.வி.ஆர்தான். 1988இல் அவரைச் சந்தித்தபோது, அவர் ரோசா லக்சம்பர்க் படிப்பு வட்டம் (Rosa Luxemberg Study Circle) என்ற ஒன்றைச் சென்னையில் நடத்திவந்தார். எம்.எஸ்.எஸ். பாண்டியன்தான் அவரைச் சந்திக்க என்னை அழைத்துச் சென்றார்.

எஸ்.வி.ஆர்., படிப்பு வட்டத்தில் கலந்துகொள்ளுமாறு கேட்டுக்கொண்டார். தமிழ்ச் சூழல் விவாதித்துக் கொண்டிருந்த பின்காலனித்துவம், பின்நவீனத்துவம், பின்அமைப்பியல் போன்ற கோட்பாடுகள் குறித்து அவருக்கு அச்சமயம் நிறைய விமர்சனங்கள் இருந்தன. இவற்றின் சாரத்தை, இவை முன்மொழியும் அரசியலின் தன்மையை முழுமையாக உள்வாங்கிக்கொண்டுதான் தமிழகத்தில் விவாதங்கள் நடக்கின்றனவா என்ற கேள்வி அவரிடம் இருந்தது. அமெரிக்காவில் மிஷெல் ஃபூக்கோ குறித்து நான் படித்திருந்ததை அறிந்த அவர், ஃபூக்கோ சிந்தனைகள் குறித்த கட்டுரை ஒன்றைப் படிப்பு வட்டத்தில் தமிழில் வாசிக்கச் சொன்னர். நான் எழுதி வாசித்தேன். பிறகு,

ஆல்பர்ட் காம்யூ குறித்தும் ஒரு கூட்டத்தில் பேசினேன். அது அரசியல் பார்வைக்கும் படைப்பிலக்கியத்துக்கும் இடையிலான உறவைக் குறித்துப் பேசிய கட்டுரை.

இதில் எஸ்.வி.ராஜதுரையுடன் இணைந்து எழுத ஆரம்பித்தது எப்போது?

அவரை 1988இல் சந்தித்தபோது, தமிழில் மொழியாக்கம் செய்யப்பட்டிருந்த ப்ளேஸ் பாஸ்கால் (Blaise Pascal) என்ற பிரெஞ்சு தத்துவவாதியின் கவித்துவமான தத்துவக் குறிப்புகளை (Pensees) அவர் திருத்திக்கொண்டிருந்தார். அவற்றைப் படித்துப் பார்த்துச் சரி செய்யும் பணியில் என்னையும் ஈடுபடுத்தினார். மொழியாக்கத்தின் நுணுக்கங்களை, அதற்குத் தேவையான உழைப்பை, அதை எவ்வாறு செய்ய வேண்டும் – எல்லாம் அவரிடமிருந்துதான் கற்றுக்கொண்டேன்.

எஸ்.வி.ஆரின் அறிவுச் செயல்பாடுகளைப் புரிந்துகொள்ளத் தமிழ்நாட்டின் நவீனக் கால அரசியல் வரலாறுகளுடன் அவற்றை இணைத்துப் பார்த்துப் புரிந்துகொள்ள வேண்டும். பார்ப்பனரல்லாத விவசாயக் குடும்பத்தில் 1940இல் பிறந்தவர். அவரின் தந்தை பள்ளி ஆசிரியர். காந்தியச் சிந்தனையின் தாக்கம், திராவிட இயக்கத்தின் வளர்முகப் பருவத்தில் இருந்த விறுவிறுப்பான அரசியல், சிந்தனைச் சூழல், மேற்குத் தமிழகத்தில் இருந்த இடதுசாரிகளின் தொழிற்சங்கச் செயல்பாடுகள் என்று பலவகையான மரபுகளுடன் வாழ்வியல்ரீதியாகவும் அரசியல்ரீதியாகவும் அவருக்குத் தொடர்பும் பரிச்சயமும் இருந்தன. அவர் இடதுசாரி அரசியலைத் தனக்கான அரசியலாகத் தேர்தெடுத்துக்கொண்டபோதும், பெரியாரின் சிந்தனை, ஆளுமை அவரின் தலைமுறையின் மீது ஆழமான தாக்கத்தை ஏற்படுத்தியிருந்தன. பார்ப்பனிய எதிர்ப்பு, சாதி மறுப்பு ஆகியன ஆரம்ப நாட்களிலிருந்தே அவருடைய அரசியலின் முக்கியக் கூறுகளாக இருந்து வந்துள்ளன.

சாதி, மதம் ஆகியவற்றைக் கருத்தில் கொள்ளாது வர்க்க அரசியலை முன்னெடுத்துச் செல்ல முடியும் என்று அவர் என்றுமே நினைத்திருக்க வாய்ப்பில்லை. அதே சமயம், தனிமனிதச் சுதந்திரம், தேடல், இலக்கியம், கலை, இசை ஆகியவற்றுக்குரிய தனிப் பண்புக் கூறுகள் ஆகியவற்றையும்

அவர் முக்கியமானவையாகக் கருதுவார். நான் அவரைச் சந்தித்த தருணம் சோவியத் யூனியனில் முக்கிய மாற்றங்கள் ஏற்பட்டுவந்த காலகட்டம். அவருக்குச் சோசலிசத்தின் மீது நம்பிக்கையும் அக்கறையும் இருந்தாலும், சோவியத் யூனியன் குறித்து எவ்விதமான ரொமான்டிக் பார்வையும் இருக்கவில்லை. பிற இந்திய இடதுசாரி அறிவாளர்களைப் போல் ஸ்டாலினின் தலைமை, வரலாற்றுப் பங்கு குறித்து எந்த மாயையும் அவரிடம் இருந்ததில்லை. அவரின் மார்க்சியம், செஞ்சீனம், கியூபாவில் நடந்த புரட்சி, ஐரோப்பிய, அமெரிக்கச் சோசலிச சிந்தனை மரபுகள் ஆகியவற்றின் வரலாற்றுத் தாக்கங்களாலும் கட்டமைக்கப்பட்டது.

அதே சமயம், தான் சார்ந்திருந்த இந்தியக் கம்யூனிஸ்டு கட்சியின் தலைவர்களை, அறிவாளர்களை நன்றியுடன் நினைவுகொள்வார். அவருடைய மார்க்சியம் சிந்தனைத் தளத்தில் மட்டுமல்லாது, களச் செயல்பாடுகளாலும் செழுமைப்பட்டது. தொழிற்சங்கப் பணிகள், எம்.எல்., அமைப்பில் இருக்கும்போது இயக்கம் கட்டும் வேலை... சிவில் லிபர்ட்டி மூவ்மென்ட்டில் அவர் ஆற்றிய ஆகப்பெரும் பங்கு...

1989ஆம் ஆண்டு அவர் 'ரஷ்யப் புரட்சி: இலக்கிய சாட்சியம்' என்ற நூலை எழுதி முடித்தார். அந்நூலுக்கு முன்னுரை எழுதச் சொல்லி என்னைக் கேட்டார். இதற்கு முன் ஸ்டாலினின் கொடுங்கோன்மைக்குச் சாட்சியாக வாழ்ந்த பெண் கவிஞர் அன்னா அக்மத்தோவாவின் *(Anna Akhmatova)* முக்கியக் கவிதைகளில் சிலவற்றை நாங்கள் மொழியாக்கம் செய்தோம். அது நூலாகவும் வெளிவந்தது. அதற்கான முன்னுரையின் ஒரு பகுதியை, குறிப்பாகப் பெண் எழுத்து பற்றிய பகுதியை எழுதினேன். அடுத்து நாங்கள் செய்த கவிதை மொழிபெயர்ப்புகள் 'மண்ணும் சொல்லும்: மூன்றாம் உலகக் கவிதைகள்' என்ற தலைப்பில் வெளிவந்தது. இலக்கிய மொழியாக்கங்களை நாங்கள் தொடர்ந்து செய்ய எஸ்.வி.ஆர்தான் காரணம்.

எஸ்.வி.ஆருக்கு இலங்கைத் தமிழர்களின் பல்வேறு அமைப்புகளுடன் தொடர்பு இருந்தது. அவர் மூலம் எனக்கும் சிலருடன் தொடர்புகள் ஏற்பட்டன. இச்சமயம் இங்கிலாந்தில் செயல்பட்டுவந்த தமிழ் அறிவாளர்கள் சிலர் மேற்கத்திய மார்க்சியம் குறித்து அறிமுக நூல்களை

எழுதச் சொல்லிக் கேட்டனர். குறிப்பாக, பிரெஞ்சு மார்க்சியர் லூயி அல்த்தூசர் (Louis Althusser) பற்றி எழுதச் சொல்லிக் கேட்டனர். அதைச் செய்தோம். ஆனால், அது நிறைவளிக்கவில்லை. இதற்குப் பிறகுதான் பிராங்க்பர்ட் மார்க்சியம், அந்தோனியோ கிராம்சி ஆகியோர் குறித்தெல்லாம் நாங்களாகவே எழுதினோம். 1989 – 1991 ஆம் ஆண்டுகளில் இதைச் செய்து முடித்தோம்.

எனக்கு வருத்தம் என்னவென்றால், எஸ்.வி.ஆர் ஆங்கிலத்தில் எழுதியிருந்தால், அவருக்கு வேறு வேறு வாசகர்கள் வாய்த்திருப்பார்கள். அவருக்கு ஆங்கிலம் நன்றாக எழுத வரும். ஆனால், தமிழில்தான் எழுதுவேன் என்று பிடிவாதமாக இருந்துவருகிறார். தமிழில் எழுதுவது என்பது மிகவும் ஜனநாயகமான விஷயம். ஏன் தமிழில் எழுத வேண்டும், யாருக்காக எழுத வேண்டும், எல்லோருக்கும் புரிகிற மாதிரி எப்படி எழுத வேண்டும் என்பதையெல்லாம் எஸ்.வி.ஆரிடம் இருந்துதான் கற்றுக்கொண்டேன்.

பெரியார் புத்தகத்தை எழுதியது பற்றி...

1992இல் இங்கிலாந்திலுள்ள பல்கலைக்கழகம் ஒன்றில் பணிபுரிந்துவந்த பேராசிரியர் சத்தியமூர்த்தி என்பவர் சுதந்திரத்துக்குப் பிந்திய இந்தியாவில் நடந்த அரசியல் மாற்றங்கள் குறித்து நடத்தவிருந்த கருத்தரங்கில் திராவிட முன்னேற்றக் கழகத்தின் அரசியல் பற்றிக் கட்டுரை ஒன்றை வழங்கச் சொல்லி எஸ்.வி.ஆரிடம் கேட்டார். நாங்கள் ஆங்கில ஆய்வேடான எக்கனாமிக் அண்ட் பொலிடிக்கல் வீக்லியில் தமிழ்நாடு பற்றிச் சில விஷயங்களை ஏற்கெனவே எழுதியிருந்ததால், அவர் எங்களை அணுகினார்.

எஸ்.வி.ஆருக்குத் திமுகவின் வளர்ச்சி, அரசியல் செயற்பாடுகள் பற்றிய விமர்சனங்கள் உண்டு. அதே சமயம், அதன் வரலாற்றுப் பங்களிப்பை முக்கியமானதாகக் கருதினார். இந்தக் கட்டுரை திமுகவின் அரசியல் செல்வாக்குக்கு அடித்தளமிட்ட அவர்களின் பண்பாட்டுச் சொல்லாடல்களைப் பற்றிய விமர்சனமாக அமைந்தது. குறிப்பாக, புறநானூறு, சிலப்பதிகாரம் முதலியவற்றை அவர்கள் எவ்வாறு கையாண்டனர், அவை கூறும் விஷயங்களின் அடிப்படையில் எவ்வாறு தமது அரசியலுக்கான பண்பாட்டு நியாயங்களை வகுத்துக்கொண்டனர் என்பது குறித்து

எழுதினோம். அதை எழுதும்போதுதான் பெரியாருக்கும் அவரின் சீடர்களுக்கும் இடையே உள்ள வேறுபாடுகளைப் பற்றி மேற்கொண்டு எழுத வேண்டும் என்று தோன்ற... அதுவே பார்ப்பனரல்லாதார் இயக்கத்தைப் பற்றி எழுத வைத்தது.

எங்களுக்குப் பெரியார் ஏன் அச்சமயம் முக்கியமாகப் பட்டார் என்றால், நாடெங்கிலும் மண்டல் கமிஷன் பற்றி விவாதங்களும் அதன் பரிந்துரைகளை எதிர்த்துப் போராட்டங்களும் நடந்துவந்தன. மண்டல் பிரச்சினை தமிழ்நாட்டில் பெரும் சிக்கலாக வரவில்லை. ஆனாலும், சாதி எதிர்ப்பு பற்றிய விவாதங்கள் நடந்துவந்தன. அப்போதுதான் பெரியாரின் சாதி எதிர்ப்புக் கருத்துநிலையை முன்வைத்து நிறப்பிரிகை சிறப்பு இதழை வெளியிட்டது. முக்கியமான பதிப்பு முயற்சியாக அதைப் பார்க்கிறேன். பெரியாரின் கருத்துகளுக்கு உரிய கனத்தை, தீவிரத்தைத் திராவிடர் கழகத்தின் எல்லைகளுக்கு அப்பால் கொண்டு செல்ல அதுவே காரணமாக இருந்தது.

நிறப்பிரிகையின் தலையீடு பெரியார் குறித்த அறிவியல்பூர்மான ஆய்வின் தேவையை மேலும் உணர்த்தியது. இச்சமயம் எனது நண்பர் பிரதீப் தாமஸ் இவ்வேலைக்கான நிதி நல்கை செய்ய முன்வந்தார். அவரின் இந்த உதவி புத்தகங்கள் வாங்க, பிரதி எடுக்க, தட்டச்சு செய்ய என்பன போன்ற செலவுகளுக்கு உதவியது. அகில இந்திய அளவிலும் அன்று சாதி பற்றிய விவாதங்கள் நடந்தன. தில்லியில் செயல்பட்ட 'லோக்காயன்' (Lokayan) என்ற அமைப்பைச் சேர்ந்த ரஜினி கோத்தாரி, திருபாய் சேத் போன்றோர் சாதியச் சங்கங்கள், சாதி எதிர்ப்பு இயக்கங்கள் பற்றிப் புதிய வகைகளில் எழுதிவந்தனர். அவர்களை எஸ்.வி.ஆருக்கு நன்றாகத் தெரியும். அவர்களும் இந்த வேலையைச் செய்ய எங்களை ஊக்கப்படுத்தினர். சாதி அமைப்புப் பற்றி இந்தியச் சோசலிஸ்டு இயக்கங்கள், குறிப்பாக ராம் மனோகர் லோகியா போன்றவர்கள் எழுதியவற்றை எஸ்.வி.ஆர் முக்கியமானதாகக் கருதினார். இவற்றையெல்லாம் கருத்தில் கொண்டுதான் இந்த நூலை எழுதுவதற்கான அவசியத்தை எங்களுக்கு நாங்களே விளக்கிக் கொண்டோம்.

வரலாற்றுரீதியாக பெரியாரைப் பற்றி எப்படி யோசிப்பது, அவரைப் படித்துப் புரிந்துகொள்ள, அவர் வாழ்ந்த காலத்தை மதிப்பிட எம்மாதிரியான வரலாற்று முறையியலைப்

பயன்படுத்துவது, எங்களுக்கு முக்கியமானதாக இருந்த மார்க்சிய அளவுகோல்களை எப்படி அறிவான வகையில் கையாள்வது, பெரியார் குறித்த புகழாரங்கள், அவதூறுகள் ஆகியவற்றைக் கடந்து எழுதுவதற்குத் தேவையான வாசிப்பை எப்படி முறையாகச் செய்வது... இவை குறித்தும் யோசிக்க வேண்டியிருந்தது.

பெரியாரைப் புரிந்துகொள்ள வேண்டுமானால், பார்ப்பனரல்லாதார் என்ற சொல்லை அரசியல் உலகத்துக்கு அறிமுகப்படுத்திய நீதிக் கட்சி பற்றியும் அறிய வேண்டும். அக்காலகட்டத்தில் நிகழ்ந்த சமுதாயம், பண்பாடு குறித்த விவாதங்களை அறிய வேண்டும் என்பதால், எங்களின் ஆய்வின் பரப்பை விரிவாக்கிக்கொண்டோம். அச்சமயம், திருநாவுக்கரசு அவர்களின் 'திராவிட இயக்க வேர்கள்' வெளிவந்தது. அதில் அவர் அயோத்திதாசர் பற்றிக் குறிப்பிட்டிருந்தார். பெ.சு.மணியும் அவரைப் பற்றி எழுதியிருந்தார். தமிழ்நாட்டில் அன்று தலித் விரோதச் செயல்பாடுகள் நடந்தவண்ணம் இருந்த சூழலில், தலித்துகளுக்கும் பார்ப்பனரல்லாதார் இயக்கங்களுக்கும் இடையிலான உறவை வரலாற்றுரீதியாகப் புரிந்துகொள்வதன் அவசியத்தை உணர்ந்தோம். இதுதான் அயோத்திதாசரை நோக்கி எங்களைப் பயணிக்க வைத்தது.

நான்கு நூலகங்களை நாங்கள் பயன்படுத்தினோம். சென்னை அடையாறிலுள்ள பிரம்மஞான சபை நூலகம். அன்னி பெசன்ட் நடத்திய *நியூ இந்தியா* இதழ், இருபதாம் நூற்றாண்டின் தொடக்க ஆண்டுகளில் தேசிய இயக்கம் தொடர்பாக வெளிவந்த பிரசுரங்கள் – இவற்றைப் படித்துப் பிரதி எடுத்துக்கொண்டோம். எனது 'சிநேகிதி' தோழி ஜெயந்தி பிரதி எடுக்க, தட்டச்சு செய்ய உதவினாள். அடுத்து பெரியார் திடலில் உள்ள நூலகம். *குடிஅரசு, புரட்சி, பகுத்தறிவு, சமதர்மம்* ஆகிய இதழ்களை மாதக்கணக்கில் உட்கார்ந்து படித்தோம். தோழர் விடுதலை இராஜேந்திரன் மிகவும் உதவியாக இருந்தார். *தமிழன்* இதழின் சில பகுதிகளும் இங்கு இருந்தன. அவற்றையும் படித்தோம். படித்தவற்றைப் பிரதி எடுக்க 'சிநேகிதி' தோழி கலைச்செல்வி உதவினார். அடுத்து தி.நகரில் உள்ள கார்ல் மார்க்ஸ் நூலகத்திலிருந்த *ஸ்வதர்மா* என்ற ஆரம்பகாலத் தேசிய, தொழிலாளர் நல இதழைப் பார்வையிட்டோம்.

அயோத்திதாசரின் எழுத்துகளைப் பெறச் சென்னை மெயில் பத்திரிகை அலுவலகத்தில் பணிபுரிந்த மெயில் முனுசாமியைச் சந்திக்க வேண்டும் என்று யாரோ சொல்ல, அவரைத் தேடிச் சென்னைச் சேத்துப்பட்டிலுள்ள அவரின் வீட்டுக்குச் சென்றோம். அவர் காலமாகிவிட்ட செய்தியை அறிந்தோம். வருத்தமாக இருந்தது. அவரின் மகள், மகன் அசோக் ஆகியோர் அவர் பற்றிப் பேசினர்.

அசோக் வீட்டில் எங்களுக்குப் பண்டிதர் அயோத்திதாசர் தொடர்புடைய பல அரிய தகவல்கள் கிடைத்தன. தமிழன் இதழ்கள் சில இருந்தன. அயோத்திதாசரின் சித்தார்த்தா பதிப்பகம் வெளியிட்ட பிரசுரங்கள் இருந்தன. அவரின் 'திரிக்குறள்', 'யதார்த்த பிராமணர், வேஷ பிராமணர் விவரம்', 'இந்திரர் தேச சரித்திரம்', 'அம்பிகை அம்மன் வரலாறு', 'அரிச்சந்திர புராணம்', கபாலிசுரர் பற்றிய ஆய்வு, ம.மாசிலாமணியின் 'சாதிபேத விளக்கம்' (சென்னை லௌகீக சங்கத்தார் நடத்திய தத்துவ விவேசினியில் முதலில் கட்டுரையாக வெளிவந்த இதைப் பின்னாளில் சித்தார்த்தா பதிப்பகத்தார் நூலாக வெளியிட்டனர்); அ.ரத்தினசபாபதியின் 'ஏழை அழுத கண்ணீர்' (இவர் அப்பாதுரையாரின் மகள் அன்னபூரணியைத் திருமணம் செய்துகொண்டார்) மதுரை பிள்ளையின் 'அக–புற சமயங்கள்', கோபால் செட்டியின் 'ஆதி–திராவிடர் வரலாறு' எல்லாம் அவரிடம் இருந்தன. எல்லாவற்றையும் நகல் எடுத்துக்கொண்டோம். நகலெடுத்ததையெல்லாம் பிறகு ரோஜா முத்தையா நூலகத்தில் கொடுத்துவிட்டோம்.

திராவிட இயக்கம் மீது குற்றச்சாட்டுகளை முன்வைத்த கமலநாதனைச் சந்தித்துப் பேட்டி எடுத்தோம். அதுபோல விமர்சனங்களைச் செய்த அய்யா அன்பு பொன்னோவியத்தின் நூல்களைத் தேடிப் படித்தோம். தமிழ்நாட்டின் முக்கிய நவீனக்கால வரலாற்றாசிரியர்களில் ஒருவராக மதிக்கப்பட வேண்டிய, ஆனால், அத்தகைய மதிப்பை இன்றுவரைக்குமே பெறாதிருக்கும் டாக்டர் சுந்தர்ராஜ் மாணிக்கம் அருமையான பேட்டி ஒன்றை வழங்கினார். தலித்துகளின் வாழ்க்கையில் ஆங்கில ஆட்சிக் காலத்தில் ஏற்பட்ட மாற்றங்கள் பற்றிப் பேசினார்.

பெரியார் பற்றிய நூலை இருவரும் சேர்ந்து எழுதியபோது, உங்கள் பணிகளை எவ்வாறு பிரித்து அமைத்துக்கொண்டீர்கள்?

ஆங்கில நூலை நான் எழுதுவதென்றும் தமிழ் நூலை எஸ்.வி.ஆர். எழுதுவது என்றும் பிரித்துக்கொண்டோம். இரண்டு நூல்களும் ஒன்றல்ல. வேறு வேறு வாசகர்களை நோக்கி எழுதப்பட்டவை. தமிழ்ச் சூழலில் நடந்த விவாதங்களைக் கருத்தில்கொண்டு தமிழ் நூல் உருவெடுத்தது. ஆங்கில ஆய்வுலக விஷயங்கள், எதிர்பார்ப்புகள் ஆகியவற்றைக் கருத்தில்கொண்டு ஆங்கில நூல் திட்டமிடப்பட்டது.

தரவுகளைச் சேகரித்துக்கொண்டிருக்கையிலேயே எஸ்.வி.ஆர் எழுத்து வேலையைத் தொடங்கினார், 1993 வாக்கில். 1994 நெடுக அவருக்கு உடல்நலம் சரியாக இருக்கவில்லை. போதாக்குறைக்கு நாட்டு நிலைமைகளும் எல்லோரையும் துன்பப்படுத்துவதாக இருந்தன. இந்துத்துவ சக்திகளின் வளர்ச்சி, ஜெயலலிதாவின் ஆட்சி, சிவில் உரிமை மீறல்கள் தொடர்பான பிரச்சினைகள் என்று பலவற்றுக்கு முகங்கொடுக்க வேண்டிய சூழல். இந்தக் காலகட்டத்தில்தான் அவரின் 'இந்து – இந்தி – இந்தியா' நூலும் வெளிவந்தது. அவரின் இதய அறுவைச் சிகிச்சையும் இந்தக் காலகட்டத்தில்தான் நடந்தது. உடல்நலம் ஓரளவுக்குச் சீராக உள்ளபோது எழுதி முடித்துவிட வேண்டும் என்று எழுதினார்.

நான் ஆங்கில நூலுக்கான வேலைகளைப் பார்த்துவந்தேன். ஈ.பி.டபிள்யு. (EPW) இதழுக்கு அயோத்திதாசர் கட்டுரை எழுதி அனுப்பினோம் (*Dalits and non-Brahmin Consciousnes in Tamil Nadu, 1993*). அதைப் படித்துவிட்டுதான் ஞான. அலாய்சியஸ் எங்களைப் பார்க்க வந்தார். அதற்குப் பிறகே அவரின் ஆய்வுப் பயணம் தொடங்கியது. அடுத்து ஜர்னல் ஆஃப் ஆர்ட்ஸ் அண்ட் ஐடியாஸ் (*Journal of Arts and ideas, 1994*) இதழுக்கு அயோத்திதாசர் பற்றி இன்னுமொரு கட்டுரையை எழுதினேன் – அவரின் வரலாற்று அணுகுமுறை பற்றியது அது.

'சுயமரியாதை சமதர்மம்' நூலை 1995 வாக்கில் எழுதி முடித்தோம். அது நீதிக்கட்சி வரலாற்றிலிருந்து துவங்கியது. வேண்டுமென்றே நாங்கள் அயோத்திதாசரைப் பற்றி எழுதவில்லை என்ற குற்றச்சாட்டு எங்கள் மீது பின்னாட்களில் வைக்கப்பட்டது. நான்தான் அந்தப் பகுதியை எழுதுவதாக இருந்தது. என்னால் உரிய நேரத்தில் எழுத இயலவில்லை. எஸ்.வி.ஆரின் உடல்நலம் மோசமாகிக்கொண்டே

போனதால், எனது அந்தக் கட்டுரை இல்லாமலேயே நூலை வெளியிடுவது என்று முடிவு செய்துவிட்டோம்.

ஆங்கில நூலுக்கு நல்ல வரவேற்பு இருந்தாலும், அது கல்விப் புலத்தில் பெரிதாகப் பேசப்படவில்லை. ஆனால், சாதி எதிர்ப்பு அரசியலில் அக்கறை இருந்தவர்களுக்கு அது முக்கியமான நூலானது.

இந்தக் காலகட்டத்தில் நான் மிகவும் ரசித்துப் படித்த எழுத்தாளர் ராஜ் கௌதமன். அவரின் 'தலித் பார்வையில் தமிழ் இலக்கியம்', 'தலித் பண்பாடு', அ.மாதவய்யா பற்றிய நூல் அனைத்தையும் அவை வெளிவந்தவுடன் வாசித்து முடித்தேன். பின்னாட்களில் அவரின் 'அறம் அதிகாரம்' நூல் குறித்து அகில இந்திய அளவில் 1999ஆம் ஆண்டு நடந்த ஓர் ஆய்வரங்கில் கட்டுரை வாசித்தேன். தமிழ்நாட்டில் தொடர்ச்சியாகப் பேசப்படுகிற சங்க இலக்கியத்தில் வெளிப்படும் பெண்களின் வாழ்வியல், பெண் அறம், அவற்றைப் பெண்ணியப் பார்வையினூடாகப் புரிந்துகொள்ள வேண்டிய அவசியம் – கௌதமன் இதை அற்புதமாகச் செய்துள்ளார். சங்க நூல்கள் எவ்வாறு தமிழ்ச் சூழலில் அறம் வளர்த்தன, அத்தகைய அறமானது எதை முன்னிட்டு, எவற்றைத் தவிர்த்து, மடைமாற்றம் செய்து உருவாக்கப்பட்டது என்பன போன்ற விஷயங்களை அவரின் சங்க இலக்கியங்கள் பற்றிய நூல்கள் நுணுக்கமாகப் பேசுகின்றன.

1995இல் அவர் எனக்கு அறிமுகமானார். அந்த ஆண்டு தி எக்கனாமிக் டைம்ஸ் நாளேட்டிற்காக அவரையும் இளையராஜாவையும் ஒப்பிட்டு ஒரு கட்டுரை எழுதியதற்குப் பதில் கடிதம் எழுதியிருந்தார். அதில், "உங்களுடைய கட்டுரையை வாசிக்கும்போது உயர்தர விஸ்கியைக் குடிப்பது போல உள்ளது" என்று எழுதியிருந்தார்.

அந்தக் கட்டுரையின் மையம் என்னவென்று சொல்ல முடியுமா?

இளையராஜாவும் ராஜ்கௌதமனும் அவர்களுக்கு மறுக்கப்பட்ட வரலாற்றுடன், மரபுகளுடன் உரையாடல் நிகழ்த்திக்கொண்டிருந்ததை அக்கட்டுரையில் சுட்டிக் காட்டினேன். தனக்கு இடமளிக்காத கர்னாடக இசை வரலாற்றை, தன்னை ஒதுக்கிவைத்த வரலாறாக அல்லாமல்,

தான் வெற்றிகொண்ட வரலாறாக ராஜா அணுகுகிறார் என்றும், கர்னாடக இசை மரபை அலட்சியமாக, ஆசையாக, நிபுணத்துவத்துடன் கையாண்டுள்ளார் என்றும் எழுதினேன். 'தளபதி' படத்தில் உள்ள 'ராக்கம்மா கையைத் தட்டு...' பாடலைக் கொண்டு எனது வாதத்தை விளக்கினேன்.

கௌதமனுடைய பார்வை வேறுவிதமானதாக உள்ளதைச் சுட்டிக் காட்டினேன். தன்னை உருக்குலைக்கும் வரலாற்றை அவர் மறுக்கிறார், விமர்சிக்கிறார். தனக்கு இடமளிக்காத மரபுகளை நையாண்டி செய்கிறார். பின்னாளில் இந்த மரபுகளைத் தனக்கானவையாக அவர் மாற்றிக்கொள்வார். ஆனால், அந்தக் கட்டுரையில் நான் கவனப்படுத்தியது 'தலித் பண்பாடு', 'தலித் பார்வையில் தமிழ்ப் பண்பாடு' நூல்கள் பேசியவற்றைத்தான். பெரிய புராணம் குறித்து அவர் எழுதிய கட்டுரையை மேற்கோளாகக் காட்டி எனது வாதங்களை முன்வைத்தேன்.

90களில் உருவான தலித் அரசியல், தலித் அறிவு வரலாறு, தலித் இயக்கங்களில் திராவிட இயக்கம் பற்றிய உங்களுடைய எழுத்துகளின் தாக்கம் என்னவென்று நினைக்கிறீர்கள்? திராவிட இயக்கத்தை விமர்சனபூர்வமாக அணுக வேண்டும் என்று சொல்லியிருக்கிறீர்கள். 90களில் உருவான தலித் எழுச்சியிலும் இந்த விமர்சனப் போக்கு இருக்கும். இரண்டுக்கும் ஏதேனும் சம்பந்தம் இருக்கிறதா?

1990களில் எஸ்.வி.ஆரின் தலைமையில் செயல்பட்ட மக்கள் சிவில் உரிமைக் கழகத்தின் சார்பாக உருவாக்கப்பட்ட உண்மை அறியும் குழுக்களின் அனுபவங்கள், அறிக்கைகள் மூலமாகவே தமிழக அரசியல் சூழலில் தலித் மக்களின் உரிமைகள், வாழ்வியலுக்கு ஏற்பட்டிருந்த சவால்களை என் போன்றவர்கள் அறிந்துகொண்டோம். எழுத்து அல்லது சிந்தனை என்பதைக் காட்டிலும், இக்குழுக்களில் இடம்பெற்றுக் களத்தில் காணும் பிரச்சினைகளில் தலையிட்ட போதுதான் தமிழ்நாட்டில் திராவிட அரசியலின் நிலை என்னவாக இருக்கிறது என்பதைப் புரிந்தகொள்ள முடிந்தது.

பொன்னூர், வாச்சாத்தி, கொடியங்குளம், தாமிரபரணி படுகொலை... இவை போகச் சிறியதும் பெரியதுமாகப் பல்வேறு விதமான வன்கொடுமைகள்... கொடியங்குளம்

பிரச்சினையை யாரால்தான் மறக்க முடியும்? எஸ்.வி.ஆர்., இன்குலாப் தலைமையில் ஒரு குழு கொடியங்குளத்துக்குச் சென்று தீவிர விசாரணையை மேற்கொண்டது... இந்தக் காலகட்டம் விடுதலைச் சிறுத்தைகள் வளர்ந்துவந்த காலகட்டமாகவும் இருந்ததால், தலித் இளைஞர்களை அரசு குறிவைத்தது. அந்த இயக்கத்தைச் சேர்ந்த நூற்றுக்கணக்கானவர்கள் அரசியல்படுத்தப்பட்டதுடன், குண்டர் சட்டம் உட்பட ஏனையச் சட்டங்களின் கீழ் சிறையில் அடைக்கப்பட்டனர்.

இந்த அனுபவங்கள் ஒருபுறம், எங்களின் வரலாற்று ஆய்வுகள் மறுபுறம். பெரியார் கால வரலாற்றுக்கும் தற்காலத்துக்கும் இடையிலான இடைவெளியை எப்படிப் புரிந்துகொள்வது? பெரியாரின் வரலாற்றுப் பங்கைச் சுட்டிக்காட்டி, அவரின் விசாலமான சாதி எதிர்ப்புக் கருத்துநிலை, சுயமரியாதை இயக்கத்தின் நவீனச் சிந்தனை உலகம் ஆகியவற்றின் தன்மையை விளக்கி, தற்கால அரசியல், சமுதாய நிலைமைகளை விமர்சனம் செய்ய நாங்கள் முன்வந்தோம் என்று சொல்லலாம்.

திராவிட இயக்கம் குறித்து எழுதினீர்கள். அதே நேரத்தில் விமர்சனபூர்வமாகவும் கட்டுரைகளையும் எழுதினீர்கள். கட்சியினர் உங்களை எப்படிப் பார்த்தார்கள்?

எங்களின் விமர்சனக் கட்டுரைகளில் பெரும்பாலானவை ஆங்கில இதழ்களில்தான் வெளிவந்தன. பொதுக்கூட்டங்களில் இந்த விமர்சனங்களை நாங்கள் முன்வைத்தபோதிலும், தமிழில் இவற்றைக் கட்டுரைகளாக எழுதவில்லை. ஆங்கிலக் கட்டுரைகளைப் பொருத்தமட்டில் திராவிட இயக்கத்தின் வரலாற்று நியாயத்தைப் பேசினோம். அந்த நியாயத்தைக் கடந்த அதன் அரசியல் செயற்பாடுகளை விமர்சித்தோம், திராவிட மறுமலர்ச்சி சாத்தியப்படும் என்று நினைத்தோம். ஏன், ராமதாஸ் போன்றவர்களின் அரசியலில்கூட முற்போக்குக் கூறுகளை அடையாளம் காண முயற்சித்தோம். பெரியார் நூல்களுக்கான மேற்கொண்ட ஆய்வுகளின்போது நாங்கள் அம்பேத்கரையும் வாசிக்கத் தொடங்கியிருந்ததால், திராவிட இயக்கம் பற்றிய எங்களின் விமர்சனங்களில் அம்பேத்கரியப் பார்வையும் வெளிப்படத் தொடங்கியிருந்தது.

அப்போது பெரியார் குறித்து எழுதியவர்களில் உங்கள் இருவரைத் தவிர்த்து *நிறப்பிரிகை* குழுவும் பேசிவந்தது. கல்விப்புலம் சார்ந்த எம்.எஸ்.எஸ்.பாண்டியன், ஆ.இரா.வேங்கடாசலபதி ஆகியோரும் எழுதத் தொடங்கியிருந்தார்கள். எல்லாவற்றையும் சேர்த்து எப்படிப் பார்க்கிறீர்கள்?

நான் ஏற்கெனவே கூறியதுபோல நிறப்பிரிகையின் பணி மிகவும் முக்கியமானது. பெரியாரியம் குறித்துக் கோட்பாட்டு ரீதியாக யோசிக்கவைத்தது *நிறப்பிரிகைதான்*. குறிப்பாக, அ.மார்க்ஸின் பங்களிப்பை நாம் மறக்க முடியாது. மார்க்ஸ் நிறைய விஷயங்களைச் செய்திருக்கிறார். தமிழ்த் தேசியத்தைத் தொடர்ந்து விமர்சனத்துக்குள்ளாக்கியவர் அவர்தான். இங்கு இருக்கிற மதச் சிறுபான்மையினர் தொடர்பான பிரச்சினைகளில் தொடர்ந்து எழுதியும் பேசியும் வந்துள்ளார்.

பெரியார் குறித்த பார்வையில் அ.மார்க்ஸ் வேறுபட்டிருந்தார், பெரியாரையும் தமிழ்த் தேசியத்தையும் இணைப்பதை அவர் மறுத்திருந்தார். பிராமணர்களை அணுகுவது குறித்து எஸ்.வி.ஆருக்கும் மார்க்ஸுக்கும் இடையே தலித் முரசில் ஒரு விவாதம் கூட நடந்ததாக நினைவு.

ஆமாம். அவர்களின் காலகட்டமும் அவர்களைச் செதுக்கிய அரசியல் அனுபவங்கள், சேர்க்கைகள் அவர்களுக்கு இடையிலான வேறுபாடுகளைப் புரிந்துகொள்ள உதவும் என்று நினைக்கிறேன்.

நீங்கள் கேட்ட கேள்விக்கு மீண்டும் வருவோம். கல்விப் புலத்தில் தொடர்ந்து தமிழ்நாடு குறித்து எம்.எஸ். எஸ்.பாண்டியன், எஸ்.ஆனந்தி ஆகிய இருவரும் ஆங்கிலத்தில் எழுதியுள்ளனர். பாண்டியனைப் பொறுத்தவரை, அவர் திராவிட ஆளுமையை முக்கியமானதாகப் பார்த்திருக்கிறார் என்பது எனது கருத்து. அதற்கான தர்க்க நியாயங்களை நேர்த்தியாகத் தொடர்ந்து கட்டமைத்தார். ஆனால், அது ஒருதலைப்பட்சமான நிலைப்பாடல்ல. திராவிட இயக்கம் குறித்த விமர்சனமும் அவரிடத்தில் உண்டு. பெண்ணியம், பெண்களின் வாழ்வியல் என்று வரும்போது வழக்கம் போல அவருமே இவற்றைப் பொருட்டாகக் கொள்வதில்லை.

பெண்ணியம், சாதி தொடர்பாக ஆங்கிலத்தில் ஆனந்தி எழுதியுள்ளவை முக்கியமானவை. குறிப்பாக, அரக்கோணம்

பகுதியில் பாத்திமா தலைமையில் நடைபெற்றுவரும் பெண்கள் இயக்கம் பற்றிய அவரின் கட்டுரையும் அப்பகுதியில் வாழ்ந்து செயல்பட்டுவந்த 'மாதம்மா' இறந்தபோது அவர் எழுதிய கட்டுரையும் முக்கியமானவை.

ஆ.இரா.வேங்கடாசலபதி இருமொழிப் புலமையாளர். அவர் பெரியார் பற்றிய ஆங்கில நூல் ஒன்றை எழுதிவருகிறார். அவரின் ஆங்கில எழுத்துகளில் சுயமரியாதை இயக்கத்துக்கும் சைவர்களுக்கும் நடந்த தர்க்கம் தொடர்பான சில எழுத்துகளை மட்டும் நான் அறிவேன். திராவிட இயக்கம் குறித்து அவர் வேறு ஏதும் எழுதியதாகத் தெரியவில்லை.

பிரச்சினை என்னவெனில், ஆங்கிலத்தில் எழுதுகையில் அறிவுலகம் தோற்றுவிக்கும் கேள்விகளுக்குப் பதில் சொல்ல வேண்டிய நிர்பந்தம் ஏற்படுகிறது. அக்கேள்விகள் தமிழ்ச் சூழலுக்குரிய, தமிழ்ச் சூழல் முக்கியமாகக் கருதும் கேள்விகளாக இருக்க வேண்டியதில்லை. தமிழ்நாடு குறித்த ஆங்கில எழுத்துகளை மட்டும் வாசிப்போர், அவை கூறும் விஷயங்களின் நியாயத்தையும் அவ்வெழுத்துகள் எழுப்பும் கேள்விகளைக்கொண்டு மட்டுமே தமிழ்நாட்டு விவரங்களை அறியவருகின்றனர். இது சில விஷயங்களைப் புரிந்துகொள்ள உதவுகிறது. குறிப்பாக, பிற மாநிலங்களுடன் ஒப்பிடுகையில் தமிழ்நாடு எவ்வாறு உள்ளதென்பது தொடர்பான விஷயங்களையும், அகில இந்திய நிலவரங்களிலிருந்து தமிழ்நாடு எங்கு வேறுபடுகிறது என்பதையும் புரிந்துகொள்ள உதவுகிறது.

ஆனால், தற்காலத் தமிழ்நாட்டில் காரசாரமாகப் பேசப்பட்டுவரும் பிரச்சினைகளை ஆங்கிலத்தில் எழுதத் திராவிட இயக்கம் பற்றி எழுதுவோருக்கு ஏதோ மனத்தடை இருப்பதாகத் தோன்றுகிறது. தலித்துகளும், பெண்ணியச் சிந்தனையுடையவர்களும் திராவிட இயக்கம் பற்றி முன்வைக்கும் விமர்சனங்களுக்கு முகங்கொடுக்கக் கூட அவர்கள் தயாராக இல்லை.

பெரியார், அம்பேத்கர் இருவரைப் பற்றிய உங்கள் ஆர்வம், படிப்பு, ஆய்வு, நீங்கள் ஏற்றுக்கொள்ளக்கூடிய விஷயங்களிலிருந்து காந்தி எதிர்மறையாக இருக்கிறார். பெரியாரிடத்திலும் அம்பேத்கரிடத்திலும் சில கருத்துகளை நீங்கள் ஏற்றுக்கொள்ளும்போது, அது ஒரு நிலைப்பாடு.

அந்த நிலைப்பாடும் ஆய்வும் காந்தி விஷயத்தில் மோதல் போக்கை உருவாக்குமா? காந்தியை நீங்கள் எப்படிப் படிக்க ஆரம்பித்தீர்கள்?

பெரியார் காந்தியைத் தொடர்ந்து விமர்சிக்கிறார் என்பதால் காந்தியைப் படிக்க வேண்டிய தேவை இருந்தது. பெரியார் புத்தகத்துக்கான ஆய்வுகள் முடிந்தபோது காந்தியை நிறையப் படித்தேன். காரணம், பெண்கள் குறித்த அவருடைய கருத்துகள், வித்தியாசமான, வினோதமான நிலைப்பாடு. அவருக்கு நிறையப் பெண் தோழமைகள் உண்டு. பெண்களின் கருத்துகளை அறிய விரும்புவராக, தான் கையாள நினைக்கும் அரசியல் வழிமுறைகள் குறித்து அவர்களுடன் விவாதிப்பவராக இருந்திருக்கிறார். இது வியப்பூட்டுவதாக உள்ளது. அதேசமயம், அவர்களின் அகவாழ்க்கை, பாலியல் சம்பந்தப்பட்ட விஷயங்கள் குறித்தும் அவர்களுடன் பேசுகிறார். அவரின் 'பரிசோதனை' குறித்து நாம் அனைவரும் அறிவோம்.

சாதி விஷயம் என்று வரும்போது அம்பேத்கரையும் பெரியாரையும் படித்த பிறகு காந்தியின் நிலைப்பாடு குறித்து நாம் சொல்வதற்கு ஏதுமில்லை. இருந்தாலும், சில விஷயங்களைக் குறிப்பிட விரும்பிகிறேன். காந்தி எப்போதெல்லாம் மெட்ராஸ் மாகாணத்துக்கும் தக்காணத்துக்கும் வந்து செல்கிறாரோ, அப்போதெல்லாம் சாதி பற்றிய அவருடைய நிலைப்பாட்டில் மாற்றமிருக்கும். அதுவரை சாதியைப் பற்றிப் பேசியதிலிருந்து அவர் நிலைப்பாடு கொஞ்சம் வித்தியாசமாக இருக்கும். அவர் ஒரு நிலைப்பாடு எடுத்திருந்தாலும், தென்னாட்டிலும் தக்காணத்திலும் வேறுவிதமான நிலைப்பாடு இருக்கிறதை அவர் அங்கீகரித்துள்ளார் என்பதை அவரின் கடிதங்கள் வழி அறிய முடிகிறது.

அம்பேத்கர் மதம் மாறுவதாக அறிவித்தபோது, காந்திதான் முதன்முதலில் பதிலளிக்கிறார். வல்லபபாய் படேலுக்குத் தனிப்பட்ட முறையில் எழுதிய கடிதத்தில், "நாம் இதுவரைக்கும் கொஞ்சம்கூட மாறாமல் இருக்கிறோம். சமபந்தி உணவு போன்ற விஷயங்களில்கூட அலட்சியமாக நடந்துகொள்கிறோம். பின் அம்பேத்கர் ஏன் மதம் மாறமாட்டார்? அவர் மீது கோபங்கொள்ள நமக்கு என்ன உரிமை இருக்கிறது?" என்ற ரீதியில் எழுதியிருப்பார்.

அடுத்து நாட்டுப் பிரிவினையின்போது இஸ்லாமியர்கள் நாடுவிட்டு நாடு சென்றது பற்றியும் கொல்லப்பட்டது குறித்தும் பலர் அக்கறை காட்டாத சூழலில், அவர்களின் உரிமைகளை முன்நிறுத்தி, தனக்கு நெருக்கமான அரசியல் தலைவர்கள் அனைவருடனும் வாதம் புரிந்துள்ளார் – வல்லபபாய் படேல் உட்பட.

நான் கிருஷ்ணமூர்த்தி பள்ளி ஒன்றில் பத்தாம் வகுப்பு மாணவர்களுக்கு வரலாற்று ஆசிரியராக மூன்றாண்டுகள் பணியாற்றியபோது, 1857 முதல் 1947 வரையிலான காலகட்ட வரலாறு பத்தாம் வகுப்புப் பாடம். அப்போது நான் மாணவர்களிடத்தில், "பாடப் புத்தகத்தை நீங்கள் படித்துக்கொள்ளுங்கள், நான் உங்களுக்கு அக்காலகட்டத்தில் நடந்தவற்றை, உங்கள் பாடப்புத்தகம் சொல்லாதவற்றைக் கதையாகச் சொல்கிறேன்" என்று சொன்னேன். பூலே, பெரியார், அம்பேத்கர் பற்றி, பூனா ஒப்பந்தம் பற்றி நாங்கள் நிறையப் பேசினோம், விவாதித்தோம். எனக்கு இன்றைக்கும் ஞாபகம் இருக்கிறது. அந்த மாணவி பெயர் கீர்த்தனா. நாட்டுப் பிரிவினை நடந்தபோது ஏற்பட்ட வன்முறைகளைக் காந்தி எதிர்கொண்ட விதம் பற்றிப் பாடம் எடுத்து முடித்திருந்தேன். அந்த மாணவி, "நான் ஒன்னு சொல்லட்டுமா, நீங்கள் கோபித்துக்கொள்ளக் கூடாது" என்றாள். என்னவென்று கேட்டேன். "காந்தி மட்டும் அகதிகள் முகாமில் அவர் செய்த வேலைகளைச் செய்திருக்கவில்லை என்றால், பூனா ஒப்பந்தத்தில் காந்தி அம்பேத்கருக்குச் செய்த துரோகத்தை நான் மன்னித்திருக்கவே மாட்டேன்" என்றாள்.

14 வயதுச் சிறுமி இப்படிச் சொன்னது எனக்கு அம்பேத்கரின் நியாயத்தையும் காந்தியின் மனப் போராட்டத்தையும் அங்கீகரிப்பதாக இருந்தது. வேறு இரு மாணவர்கள் காந்திக்கும் அம்பேத்கருக்கும் இடையே நடந்த வாக்குவாதத்தைப் பற்றிக் கட்டுரைகளை எழுதினர். இந்தக் குழந்தைகளிடமிருந்து காந்தியிடம் எது நம்மை ஈர்க்கிறது, எது ஈர்க்கவில்லை என்பதைத் தெளிவாகப் புரிந்துகொள்ள முடிந்தது.

நான் வேலை செய்துவரும் தாரா பதிப்பகத்தில் அமைதி, நல்லிணக்கம் குறித்துச் சில நூல்களை வெளியிட முடிவு செய்தோம். 'காந்தியின் எழுத்துகளைத் தொகுத்து வெளியிட்டால் என்ன' என்று தோழி கீதா உல்ஃப் கேட்டார்.

அமைதி, வன்முறையற்ற சமுதாயம் ஆகியவற்றைப் பற்றிக் காந்தி கூறிய விஷயங்களை அவரின் பிற எழுத்துகளுடன் தொடர்புபடுத்தி, அவருடைய எழுத்துகளினூடான ஒரு பயணம் மாதிரிக் கட்டுரைகளை, கடிதங்களைத் தொகுத்தேன். எனது முன்னுரை, விளக்கக் குறிப்புகள் ஆகியவற்றைக் காந்தியின் கருத்துகளை விமர்சனபூர்வமாகப் புரிந்துகொள்ள உதவுமாறு அமைத்தேன்.

இன்றைய சூழலில் காந்தியை நான் மதிப்பதற்கு மிக முக்கியக் காரணம், இந்து சமுதாயத்தின் வன்மத்தைத் தணிக்கும் முயற்சியில் அவர் இறங்கியதுதான். இந்துக்களை வன்முறையாளராக இருக்கக் கூடாது என்று சொல்வது இன்றைக்கு எவ்வளவு அவசியம். இப்படிச் சொல்வதற்குக்குகூட அவர்களிடம் ஆள் இல்லை. தலித்துகளை நோக்கி, “நான் உங்களை இரட்சிக்கிறேன்” என்று காந்தி சொன்னதை ஏற்றுக்கொள்ள முடியாது. ஆனால், இந்துக்களை நோக்கி அவர் கூறியவற்றை, அவர்களின் வன்மத்தை அவர் விமர்சனப்படுத்தியதை நாம் பேசியாக வேண்டும் என்று நினைக்கிறேன்.

திராவிட இயக்கம் குறித்த கவனம் தமிழகத்தில் உருவாகியிருக்கிறது. அதில் உங்களிருவரின் எழுத்திற்கும் பங்கு இருக்கிறது. இந்நிலையில் இன்றைய இந்தக் கவனத்தை எப்படிப் பார்க்கிறீர்கள்? இந்தத் தலைமுறையினர் திராவிட இயக்கம் சார்ந்து முன்வைக்க வேண்டிய சொல்லாடல்கள் எவ்வாறு இருக்க வேண்டும் என்று நினைக்கிறீர்கள்?

89, 90களில் மண்டல் கமிஷனும் பி.ஜே.பியின் வளர்ச்சியும் நமது கடந்தகால வரலாற்றை நோக்கி நம்மை நகர்த்தின. அச்சமயம் நாம் நினைத்தோம், தமிழ்நாட்டில் வகுப்புரிமைக்கு எதிராக யாரும் பேசாததற்கும் இந்துத்துவ அரசியலுக்கு இங்கு பெரிதாக வரவேற்பு இல்லாததற்கும் திராவிட இயக்கங்கள்தான் காரணம் என்ற இந்தச் சூழ்நிலையில்தான் ‘சுயமரியாதை சமதர்மம்’ வெளிவந்தது. திராவிட இயக்கத்தைப் பற்றி அறிவார்த்தமான, வரலாற்றுரீதியான ஆய்வுரையாகவும் அது இருந்ததால், அதை நிறையப் பேர் வரவேற்றனர். குறிப்பாக, இடதுசாரிகளைச் சிந்திக்கத் தூண்டிய நூலாக அது இருந்தது. தொடர்ந்து திராவிட இயக்கத்தை ஆங்கில அடிவருடியாக மட்டும் விமர்சித்துவந்த இடதுசாரிகள், வர்க்கம் மட்டும் பிரச்சினை இல்லை,

வர்ணமும் மிக முக்கியமான பிரச்சினை என்பதை ஏற்க வேண்டிய வாதங்களை எங்கள் நூல் கொண்டிருந்தது.

அந்நூல் வெளிவந்து இருபத்தைந்து ஆண்டுகளுக்கு மேல் ஆகிவிட்டன. என்றாலும், அன்றிருந்த பெருமித உணர்வைக் கடந்து நாம் இன்னமுமே யோசிக்காமல் இருக்கிறோம். 2000களின் தொடக்கத்தில் திராவிட இயக்கச் செயற்பாட்டை ஸ்டாலின் ராஜாங்கம் விமர்சனப் பார்வையோடு அணுகினார். பிறகு அதை விடுத்து வேறு ஆய்வுகளை அவர் மேற்கொள்ளலானார். அவரின் ஆய்வு சரியா, தவறா என்பதைக் கடந்து, அவர் முன்வைத்த விமர்சனங்களைக் கருத்தில் கொண்டு அடுத்த கட்ட ஆய்வுகள் மேற்கொள்ளப்பட்டிருந்தால் ஆரோக்கியமான விவாதச் சூழல் உருவாகியிருக்கும்.

இன்று திராவிட இயக்கத்தை உயர்த்திப் பிடிக்கின்ற தலைமுறையை நான் எப்படிப் பார்க்கிறேன் என்றால், இந்தத் தலைமுறைக்கு 'நான் தமிழன்' என்று சொல்வதும், 'நான் பெரியாரின் பேரன்' என்று குரலெழுப்புவதும் முக்கியமாகப்படுகிறது, அவசியமாகவும் இருக்கிறது. இன்றைக்குப் பதினைந்து ஆண்டுகளுக்கு முன், 2007இல் சென்னை அரசியல் பள்ளி என்ற ஒன்றை நாங்கள் நடத்திவந்தோம். சாதி, வர்க்க நிலைப்பாட்டிலிருந்து தமிழக வரலாற்றை எவ்வாறு அணுகுவது, மார்க்சிய நிலைப்பாட்டிலிருந்து நமது சூழலை எவ்வாறு புரிந்து கொள்வது, தமிழ்த் தேசியத்தின் வரம்புகள், சாத்தியப்பாடுகள் யாவை, நமது அரசியல் சாசனம், ஜனநாயகத்தை எவ்வாறு மதிப்பிடுவது, இந்திய அரசு பற்றிய விமர்சனம், தலித் இயக்கங்களின் வளர்ச்சி, வரலாறு என்று பல நிலைகளில் வகுப்புகளையும் விவாதங்களையும் சுமார் மூன்று ஆண்டுகள் தொடர்ந்து மேற்கொண்டோம்.

கிராமங்கள், சிறு நகரங்கள் ஆகியவற்றிலிருந்து மேற்படிப்புப் படிக்கச் சென்ற ஒரு தலைமுறையினர், மென்பொருள் துறையில் வேலை பார்க்கச் சென்னைக்கு வந்தவர்கள், இடதுசாரி இயக்கங்களில் இணைந்து அவற்றுடன் உள்ளபடியே இயங்க இயலாதவர்கள், பெண்ணிய அக்கறைகளை உடையவர்கள் என்று பலதரப்பட்டவர்கள் பள்ளியில் இணைந்தனர். வரலாற்றில், சமுதாயத்தில் தங்களின் இடம், தங்களுக்கான அடையாளம், அரசியல்

பற்றிப் புதிதாக யோசிக்க விரும்பிய தலைமுறையினராக அவர்கள் இருந்தனர். ஆனால், அரசியல் பள்ளி ஆழக் காலூன்றுவற்கு முயற்சி செய்துவந்த வேளையில், இலங்கையில் நடந்து முடிந்திருந்த கோரமான உள்நாட்டுப் போர் இவர்களின் கவனத்தை ஈர்த்தது. தமிழ், தமிழக வரலாறு, அரசியல் குறித்து மிகவும் வித்தியாசமாகச் சிந்திக்கத் துணிந்தவர்கள் வழமையான தமிழ்த் தேசியச் சொல்லாடல்களுக்கு ஆட்பட்டு, பழகிய பாதையைப் புதுப்பிக்கும் முயற்சியில் இறங்கிவிட்டனர். வேறு சிலர் புதிய இடதுசாரி அமைப்புகளை உருவாக்கினர். பெண்ணிய அமைப்புகளை அமைத்தனர். தமிழ்த் தேசியத்தையும் நவீனக் குடியரசு தொடர்பான நிலைப்பாட்டையும் இணைத்துச் செயல்படத் தொடங்கினர்.

அரசியல் பள்ளி பிரதிநிதித்துவப்படுத்திய தலைமுறைக்கு ஒரு தேடல் இருந்தது. அரசியலின் போதாமை குறித்த கவலை இருந்தது. இவர்களுக்குப் பின்னால் வந்த தலைமுறையினர் அரசியலைக் குறியீட்டுத்தன்மையுடன் மட்டும் அணுகுவதாகத் தோன்றுகிறது. கடந்த பதினைந்து ஆண்டுகளில் அறிவுத் தளத்தில் தலித் இளைஞர்கள், அம்பேத்கரியச் சிந்தனையுடையவர்கள் ஆகியோர் விடுத்த சவால்கள், திராவிட இயக்கம், தமிழ்த் தேசியம், வர்க்க அரசியல் பேசும் பலரைத் தங்களின் நிலைப்பாட்டைக் குறித்து யோசிக்க வைத்துள்ளது. ஆனால், அந்த யோசித்தல் என்பது ஆக்கப்பூர்வமான விவாதமாக வெளிப்படுவதற்குப் பதில், குதர்க்கமாகவும் எள்ளலாகவுமே தன்னை வெளிக்காட்டிக் கொள்கிறது; அல்லது திராவிட ஆட்சியின் சாதகங்களை மட்டும் பேசுவதாகப் போய்விடுகிறது. இந்தச் சூழலில் இன்றைய தலைமுறையினர் அவர்கள் தேர்வு செய்யும் நிலைப்பாட்டை விளக்கி, விவாதிப்பதற்குப் பதில், அதன் நியாயத்தை அறுதியிட்டுக் கூறுவதுடன் நிறுத்திக்கொள்கிறார்கள். தமக்குப் பிடிக்காத விஷயங்கள் குறித்து மௌனம் காக்கின்றனர் அல்லது விதண்டாவாதத்தில் இறங்கிவிடுகின்றனர்.

இந்தத் தலைமுறை என்னவாக மாறியிருக்க வேண்டும் என்று நினைக்கிறீர்கள்?

திராவிட இயக்கம் பரந்துபட்ட ஜனநாயகத்தன்மையோடு உருவாயிற்று. சாதி மறுப்பு, பார்ப்பனிய எதிர்ப்புப் பற்றி

வெவ்வேறு நிலைகளில் பேசிக்கொண்டே இருந்தது. திராவிட இயக்கம் ஜனநாயகத்தன்மையுடன் இயங்கிய காலகட்டத்தில் தலித்துகளின் வாழ்க்கையிலும் ஜனநாயக வாழ்க்கை வாழ்வதற்கான சாத்தியப்பாடுகள் கூடின. பார்ப்பனரல்லாத சமுதாயங்களின் ஒப்பீட்டளவிலான ஜனநாயகத்தன்மை குறையக் குறைய தலித்துகளுக்கு எதிரான குற்றங்கள் அதிகரிப்பதைக் காணலாம். அம்பேத்கர் மிக அழகாகச் சொல்வார், "நாம் சிறுபான்மையினர். நம்மை நாம் மேம்படுத்திக்கொள்ளலாம், நமக்கான அரசியல் உரிமையைப் பெறலாம். ஆனால், பெரும்பான்மை மக்களின் சிந்தனை, செயல் ஆகியவற்றில் தாக்கம் ஏற்படுத்தும் அளவுக்குப் பிற சிறுபான்மையினருடன் நமக்கு அரசியல் இணக்கம் இருந்தால் ஒழிய, அத்தகைய சிறுபான்மை அரசியலுக்கு அரசியல் சட்டத்தில் பாதுகாப்பு வழங்கப்பட்டால் ஒழிய நம்மால் மாற்றங்களைக் கொண்டுவர இயலாது" என்று. திராவிட இயக்கம் ஒரு காலகட்டத்தில் சிறுபான்மையினரின் நலன்களுக்கு ஓரளவேனும் இடம் வழங்கியது. ஆனால், இன்று அது அரசியல் பேரம் என்ற நிலையில் உள்ளது.

தலித் இயக்கங்கள் வலுவாக வளர்ந்த காலகட்டத்தில், அவற்றைத் தனிமைப்படுத்திவிட்டு, அவற்றுக்கு எதிராக அரசு இயந்திரங்களைப் பயன்படுத்திவிட்டு, அவை தேர்தல் ஜனநாயக அரசியலுக்கு வருகையில் பேரம் பேசும் அரசியலுக்குள் அவற்றை இணங்க வைக்கும் வேலையைத்தான் திராவிடக் கட்சிகள் செய்துவருகின்றன.

பெரியார், அம்பேத்கர், மார்க்சியம் என்று வந்த நீங்கள், பவுத்தம், குறிப்பாக அம்பேத்கர் பவுத்தம் நோக்கி நகர்ந்தது பற்றி என்ன நினைக்கிறீர்கள்? அதற்கான அவசியம் இருக்கிறது என்று நம்புகிறீர்களா? ஏற்கெனவே மக்களோடு பண்பாடாக இருப்பதால், அதற்கு முக்கியத்துவம் கொடுப்பதாக, குறியீடாகப் பவுத்தத்தை நாம் கணக்கில் எடுத்துக்கொள்ள வேண்டும் என்று நினைக்கிறீர்களா?

2000 – 2001 வாக்கில், சர்வதேசியப் பவுத்தம் குறித்துப் படிக்க ஆரம்பித்தேன். அதே காலகட்டத்தில் அம்பேத்கரையும் தீவிரமாகப் படித்துக்கொண்டிருந்தேன். அயோத்திதாசரை ஏற்கெனவே படித்திருந்தேன்.

உள்ளூர் பவுத்தம் என்பது குறித்து ஸ்டாலின் செய்துவரும் வேலைகள் முக்கியமானவை. பௌத்தத்தின் எச்சங்களை

ஆங்காங்கே அடையாளப்படுத்துதல் சுவாரசியமான வேலை, மறுப்பதற்கில்லை. ஆனால், வரலாற்றில் பவுத்தம் இங்கு என்னவாக இருந்தது, அன்றைக்கும் இன்றைக்கும் இடையிலுள்ள கால இடைவெளியை எப்படிப் புரிந்து கொள்ளப் போகிறோம் – இவற்றையும் சேர்த்து யோசிக்க வேண்டியுள்ளது.

அம்பேத்கருடைய பவுத்தம் பற்றி நிறைய யோசித்து வருகிறேன். பாலி, வடமொழியில் பவுத்தம் குறித்த பல மூலநூல்களைப் படித்துவிட்டுதான் அவர் 'புத்தரும் அவருடைய தம்மமும்' எழுதியுள்ளார். அவர் பவுத்த நூல்களைப் படித்து உள்வாங்கிக்கொண்ட அதேவேளை, சோசலிசம், சமூக உளவியல், முதலாளித்துவம் குறித்த விமர்சனங்கள் முதலியவற்றையும் இந்த நூலுக்குள் கொண்டு வந்துள்ளார். சமூக அநீதியை மட்டும் அவர் இதில் பேசவில்லை. பொருள் சேர்க்கும் அவாவைக் குறித்தும் விமர்சிக்கிறார். அந்த அவா உள்ளூந்துதலாக இருந்து நம்மை எவ்வாறு முதலாளித்துவம் நோக்கி நகர்த்துகிறது என்பதைச் சுட்டிக் காட்டியுள்ளார். பாலி மொழியிலுள்ள நூல்களில் மிக முக்கியமான நூலான 'மஹாநிதனசுத'த்தை *(Mahanidansutta)* பல இடங்களில் மேற்கோளிடுகிறார். உலகில் நடக்கிற விஷயங்களுக்கான காரண காரியங்களைத் தத்துவார்த்தரீதியாக விளக்கும் நூல் அது. துக்க உற்பவத்துக்கான காரண காரியங்களைப் பேசும் நூலாக அதைக் கொள்கிறார்.

அவரின் விளக்கம் சுவாரசியமானது. "நமக்கே எல்லாமும் வேண்டுமென்று நினைக்கிறோம், பேராசைக்கு உட்படுகிறோம். இந்தப் பேராசையினால் பொருள் சேர்க்கிறோம். பிறகு அதைப் பாதுகாப்பதற்காகச் சட்ட, நீதி அமைப்பை உருவாக்குகிறோம். அமைப்பை உருவாக்குவதால் அதிகாரம் நிலைநிறுத்தப்படுகிறது. அதிகாரத்தின் மூலம் சண்டை சச்சரவு அதிகம் ஏற்படுகிறது. இதுவே வர்க்கப் போராட்டம் பற்றிய சரியான கணிப்பென்று நாம் ஏன் சொல்லக்கூடாது?"

அவர் சோசலிசத்தைப் பவுத்த அறவியலோடு இணைக்கிறார். பொருளாசையைச் சாடுகிறார். குறிப்பாக, தனிச்சொத்தைச் சாடுகிறார். நால்வழி உண்மைகள் குறித்துப் பேசுகையில், துக்கம் என்பது மனிதர்கள் மனிதர்களுக்கு

இழைக்கும் துன்பத்தால்தான் உருவாகிறது என்று மாற்று விளக்கம் வழங்குகிறார். ஒவ்வொரு மனிதரும் தனக்குள்ளயே ஒரு போராட்டத்தை நிகழ்த்தித் தன்னை மாற்றிக்கொண்டு நல்ல விதமாக வாழ வேண்டும் என்று எட்டுவழிப் பாதையைச் சாதி அறத்துக்கு மாற்றாக முன்வைக்கிறார். துக்க நிவாரணம் என்பது மனசாந்தி அடைவதோ, நிப்பாணத்தைத் தேடிப் போவதோ மட்டுமல்ல. சமுதாய உறவுகளை மாற்றுவதிலும் நாம் வித்தியாசமாக வாழ்வதாலும் மட்டுமே உலகை மாற்றியமைக்க முடியும் என்கிறார்.

தான் முக்கியமாகக் கருதிய ஜனநாயக, சமுதாய மதிப்பீடுகளைப் பவுத்தம் மூலம் அம்பேத்கர் எடுத்துரைக்கிறார் என்று பலர் கூறுவர். ஆனால், அது அவ்வளவு சரியான வாசிப்பாக இல்லை. நியாயமான, நீதியான சமுதாயத்துக்கான ஆதாரங்களைப் பவுத்தம், சோசலிசம் ஆகிய இரு மரபுகளிலிருந்து அவர் பெறுகிறார். இந்த இரண்டையும் இணக்கமாகக் காணும் முயற்சிதான் புத்தரும் அவரது தம்மமும்.

புத்தரை மேற்கோள் காட்டி, மாற்றுலகை அமைக்க விரும்புவோரின் மைத்ரி (ஒப்புரவு) எல்லையில்லாததாக இருக்கவேண்டும் என்று வாதிடுகிறார். அதன் பொருள், ஒருவர் மீது கருணை காட்டுவது, அன்பு செலுத்துவது மட்டுமல்ல, இந்த உலகத்தில் உள்ள அத்தனை உயிரினங்களுடன் நல்லுறவு கொள்வது என்பதுமாகும். நீதியை நிலை நாட்டும்போதுகூட வன்மத்தோடும் வெறுப்போடும் செய்யக் கூடாது என்று கூறுகிறார். ஒரு விஷயத்தை நாம் எதிர்த்துப் போராடும்போது ஒருவரை வீழ்த்துகிறோம். இந்த வினையாக்கத்தில் வன்மத்தோடோ, வக்கிரத்தோடோ ஒருவரை நடத்தக் கூடாது. சோவியத் யூனியனில் அந்த மாதிரிச் செய்ததால்தான், மக்கள் சோசலிசத்தை விரும்பி ஏற்காமல் திணிக்கப்பட வேண்டிய விஷயமாகிவிடுகிறது என்கிறார். இவையெல்லாம் பவுத்தம், சோசலிசம் ஆகியவற்றுக்கு இடையிலான உரையாடலுக்கான புள்ளிகளாக அவரின் எழுத்துகளில் உள்ளன.

பவுத்தம் வெறும் அரசியல் உத்தியோ அல்லது இந்து மதத்தை எதிர்ப்பதற்கான விஷயமோ மட்டுமல்ல. பவுத்தம் தனிமனிதர்களின் மனவிடுதலையைக் குறித்து மட்டும் பேசவில்லை. அது வெறும் உளவியல் மாற்றம்

சம்பந்தப்பட்டது மட்டுமல்ல. மற்றவர்களோடு நாம் எத்தகைய உறவுகளை வைத்திருக்க விரும்புகிறோம் என்ற பிரச்சினையை அது பேசுவதாக அயோத்திதாசரும் அம்பேத்கரும் கருதினர். அவரவருக்கு உரிய வகையில் இதைச் சுட்டிக்காட்டியுள்ளனர்.

அம்பேத்கர் பற்றி உங்களுக்குக் கிடைத்த புதிய புரிதல்கள் இருக்கின்றனவா?

நிறைய. அம்பேத்கருக்கு முன், அம்பேத்கருக்குப் பின் என்று தலித்துகளின் வரலாற்றைப் புரிந்துகொள்ள வேண்டியிருக்கிறது. இன்றைக்குத் தமிழ்நாட்டில் தலித் அறிவு உலகமும் அரசியல் உலகமும் தன்னம்பிக்கையுடன் இருப்பதற்குக் காரணம் அம்பேத்கரின் கருத்துகள் தலித்துகளின் வாழ்வியலாக மாறியிருப்பதுதான் என்று எனக்குத் தோன்றுகிறது. கல்விக்கு அவர் கொடுத்த முக்கியத்துவத்தைத் தலித் மக்கள் கைக்கொண்டுள்ள விதம் – பட்டத்துக்கும் பதவிக்கும் என்று மட்டுமல்லாமல், மாற்று மனிதத்துக்கானதாகக் கல்வி அறியப்படுகிறது.

அம்பேத்கர் ஏன் ஜான் டூயியின் 'Democracy and Education' நூலை அவ்வளவு கவனப்படுத்தினார் என்பது புரிகிறது. கல்வியின் பண்படுத்தும் தன்மை என்பதைக் கடந்து, கல்வி இல்லாதவன் மனிதனே இல்லை எனத் திருக்குறள் சொல்வதைக் கடந்து, அதை வாழ்வியலுக்கானதாக அம்பேத்கர் விளக்குகிறார். தலித்துகளுடைய வரலாற்று உருவாக்கத்தில் கல்வி மிக முக்கியப் பங்கு வகித்துள்ளதைப் புரிந்துகொள்ள முடிகிறது.

அடுத்து, நவீன இந்திய வரலாற்றைத் திரும்பிப் பார்க்கையில் அம்பேத்கர் மட்டுமே வாழும் சிந்தனையாளராக, அரசியல் ஆளுமையாக உள்ளார். இன்றைய போராட்டங்களில் நாம் தெளிவுபெற உதவுபவராக, நம் அனைவருக்குமான சமுதாய விடுதலை வரலாற்றின் குறியீடாக அவர் உருவெடுத்துள்ளார். இதை நான் வகுப்பு எடுக்கச் சென்ற இடங்களில் பார்க்க முடிந்தது. தலித்துகள் மட்டுமல்ல, ஆதிக்குடிகள், நாடோடிகள், தலித் அல்லாத சமுதாயங்களைச் சேர்ந்தவர்கள், பல மதங்களைச் சார்ந்தவர்கள் என்று அம்பேத்கரைப் பற்றி அறிவதில் பலருக்கு நாட்டமுள்ளது.

அம்பேத்கர் சமுதாய மாற்றத்தை நமது இருத்தல் நிலையில் ஏற்பட வேண்டிய மாற்றத்துடன் இணைக்கிறார். தலித்துகளின் இருத்தல் நிலையைச் சாதி காயப்படுத்தியதாக அவர் விளக்குவார். அதே சமயம், சாதி அமைப்பானது எவ்வாறு நம் அனைவரையும் அரைகுறை மனிதர்களாக வைத்துள்ளது என்பதையும் குறிப்பிடுவார். சாதியத் தீண்டாமைக்கு, சாதியப் படிநிலைக்குக் காரணம் இந்துக்கள்தான் என்ற அவரின் குற்றச்சாட்டு, ஒரு வரலாற்றை, நாகரிகத்தை, பண்பாட்டைப் பற்றிய மிக முக்கியமான விமர்சனம். இதற்கு முகம் கொடுக்கக்கூட நாம் கூச்சப்பட வேண்டும். ஆனால், அத்தகைய கூச்சநாச்சம் எதுவுமில்லாமல் இருக்கிறோம்.

தலித்துகள் இல்லை என்றால், அம்பேத்கர் இன்றைக்கு நமது நினைவில் இடம்பெற்றிருக்க மாட்டார். தலித்துகள் அவரைப் பத்திரப்படுத்தி வைத்திருக்காவிட்டால், சந்தோஷமாக இந்துமகா சமுத்திரத்தில் இந்துக்கள் கரைத்திருப்பார்கள். அல்லது வரலாற்றில் எங்காவது ஓர் இடத்தில் நிறுத்தி வைத்து, அவரைக் குறுகிய சட்டகத்துக்குள் அடைத்து வைத்திருப்பார்கள். அவரை ஆண்டவனுக்கு அடியாராக ஆக்கியிருப்பார்கள். தலித்துகள், “நீ சொல்லும் ஆள் இவரில்லை” எனச் சொல்லாமல் இருந்திருந்தால், அம்பேத்கர் இல்லாமல் போயிருப்பார்.

எனக்கு இந்தப் புத்தகம் எழுதியதில் கிடைத்த இன்னொரு பார்வை என்னவென்றால், அவரின் தனிமை. அவர் வாழ்ந்த காலகட்டத்தில் அவருக்கு ஈடு கொடுக்கக்கூடிய அறிவு ஆளுமைகளோ, அரசியல் ஆளுமைகளோ இல்லை. நண்பர்கள் உலகம் அவருக்கு இருந்திருக்கிறது. ஆனால், அவர் பேச, உரையாட, அவரின் பிரமிக்கத்தக்கக் கற்பனையை, அறிவை அறியவல்ல ஆளுமைகள் யாரேனும் இருந்தார்களா என்றால், இல்லை என்றே சொல்ல வேண்டும்.

வரலாற்று ஆய்வாளர்கள் பலர், “இன்று தலித்துகள் வீதியில் நடப்பதற்கு காந்திதான் காரணம்” என்கிறார்கள். வரலாற்றை மாற்றி எழுதுவதற்கு, காந்தியை உயர்த்திப் பேசுவதற்குச் சாதி இந்துவுக்கு என்று ஒரு கடமை இருக்கிறது. இதையெல்லாம் எப்படிப் புரிந்துகொள்வது?

அம்பேத்கரைப் படித்தால் இப்படிப் பேச மாட்டார்கள். காந்தி – அம்பேத்கர் இடையிலான முரண்பாட்டினைச் சரிக்கட்டவும் முடியாது, இங்கு சமரசத்துக்கும் இடமில்லை. முக்கியமாக, வரலாறு சரிக்கட்டாத எந்த முரணையும் எழுத்தில் சரிக்கட்ட முடியாது. முரண்பாடுகளை நியாயமாக வரலாற்றின் பகுதிகளாக அறிந்து, புரிந்துகொள்ளதான் நமக்கு விட்டு வைக்கப்பட்டுள்ளது. நமது அரசியல் நிலை, அடையாளம் பொறுத்து நாம் இந்த முரண்பாடுகள் குறித்துக் கவலைப்படக் கூடும். சாதி குறித்த காந்தியின் பார்வையை விளக்குபவர்களுக்கு இந்தக் கவலை உள்ளதாக நினைக்கிறேன். ஆனால், வரலாறு இவ்விஷயத்தில் அம்பேத்கர் பக்கம் இருந்துள்ளதை நாம் அங்கீகரிக்க வேண்டும். அம்பேத்கரைப் பின்பற்றித் தலித்துகள் போராடிய அளவுக்கு காந்தியைப் பின்பற்றியவர்களோ, பின்பற்றுவதாகக் கூறுபவர்களோ சாதி இந்துக்களின் மனதை மாற்றும் வேலைகளைச் செய்துவருகிறார்களா என்று நாம் கேட்க வேண்டியுள்ளது.

மொழிபெயர்ப்புக்கு எப்படித் தேர்வு செய்கிறீர்கள்?

மொழி வெறும் ஒரு ஊடகம் மட்டுமல்ல. மொழிதான் அறிவு. மொழிதான் மனிதன், மனுஷி. அதனால் மொழியின் துல்லியத்தை வாழ வைக்கும் களமாக மொழிபெயர்ப்பைப் பார்க்கிறேன். உங்களுடைய கட்டுரை ஒன்றை மொழிபெயர்க்க நான் பொறுப்பு ஏற்கிறேன் என்று வைத்துக்கொள்ளுங்கள். இவர் எதை மனதில் வைத்துக்கொண்டு இந்தச் சொல்லை இந்த இடத்தில் பயன்படுத்த வந்தார் என்பதை ஊகித்துக் கொண்டுதான் மொழிபெயர்க்க முடியும். ஒருவரின் சொல் உலகத்துக்குள் ஊடுருவ வேண்டும், அந்த நபரின் தொனியை நமதாக்கிக்கொள்ள வேண்டும்.

அதனால் நமக்குப் பிடிக்காத விஷயங்களை மொழிபெயர்க்க முடியாது. உடன்பாடு இல்லாத விஷயங்களை மொழிபெயர்ப்பது மிகவும் கடினம்.

மொழிபெயர்ப்புக்கு எப்படி வந்தீர்கள்? அதில் உங்களின் திட்டம் என்னவாக இருந்தது?

நானும் எஸ்.வி.ஆரும் செய்த மொழிபெயர்ப்புகளில் ஒன்றான ‘மண்ணும் சொல்லும்’ நூலை எடுத்துக்கொள்வோம். ஈழ தேசிய விடுதலைப் போராட்டக் காலத்தில் வெளிவந்த

நூல் அது. அதனுடைய உள்ளடக்கம் காலத்தால் தீர்மானிக்கப் பட்டது என்று சொல்லலாம். சில வேளைகளில் குறிப்பிட்ட சூழலோ காலமோ முக்கியமாக இருப்பதில்லை. படித்த நல்ல கவிதைகளை, கதைகளை மொழி பெயர்க்க வேண்டும் என்று தோன்றும்.

தமிழிலிருந்து ஆங்கிலத்துக்கு நான் செய்த மொழி பெயர்ப்புகள், குறிப்பாக பெருமாள்முருகனின் 'நிழல் முற்றம்', 'கூளமாதாரி' ஆகியன. தாரா பதிப்பகம் நடத்திய பட்டறை ஒன்றின்போது அவரைச் சந்தித்துப் பேசியதாலும் அவரின் எழுத்துகளை அச்சமயம் ரசித்து வந்ததாலும் சாத்தியப்பட்டன. நான் மகிழ்ச்சியாகச் செய்த வேலைகளில் இம்மொழிபெயர்ப்புகள் அடங்கும்.

நான் மிகவும் உழைத்துச் செய்த வேலை ஜோடி குரூஸின் 'ஆழி சூழ் உலகு' நாவலை மொழிபெயர்த்ததுதான். ஒருவருடம் எடுத்துக்கொண்டேன். மொழிபெயர்ப்பு முடிந்து புத்தகம் அச்சுக்குச் செல்லும் வேளையில், அவர் நரேந்திர மோடியின் அரசியலைப் பாராட்டிப் பேசியதும், அக்கட்சிக்கு ஆதரவு தெரிவித்ததும் என்னை மிகவும் சஞ்சலப்படுத்தியது. பிறகு பல நேரங்களில் நினைத்ததுண்டு, மொழிபெயர்ப்பை வெளியிட்டிருக்க வேண்டும் என்று. ஆனால், அந்த அரசியல், அதன் நாயகன்... இதையெல்லாம் நினைக்கும்போது அவற்றைக் கடந்து எதையும் யோசிக்க முடியாமல் போய்விடுகிறது. இந்துத்துவத்தை எந்த நிலையில் நினைத்தாலும் எனக்கு நிதானமாக இருக்க முடிவதில்லை. பிரேமா ரேவதியின் மைத்திரி வெளியீட்டில் 'கயர்லாஞ்சியின் காலத்தில் காதல்' வெளிவந்தது. அதில் இடம்பெற்றுள்ள கவிதைகளை மொழிபெயர்ப்பது என்பது சுவாரசியமானதாக இருந்தது.

இந்நிலையில் நாடகம் நோக்கி உங்களின் கவனம் சென்றது ஏன்?

நாடகம் எனக்குப் பிடிக்கும். மங்கை அச்சமயம் இன்குலாபின் வாசிப்பில் வெளிவந்த சங்க இலக்கிய விஷயங்களை நாடகங்களாக இயக்கிக்கொண்டிருந்தார். "நீங்கள் சங்க இலக்கியத்தைவிட்டு நவீனக் காலத்திற்கு வர மாட்டீர்களா?" என்று கேட்டேன். "நீ எழுதிக் கொடு" என்றார். அப்படித்தான் ஆரம்பித்தது எனது நாடகப் பயணம். காலக்கனவு ஓர் ஆவண நாடகம். 18ஆம் நூற்றாண்டு

தொடங்கிப் பல்வேறு வரலாற்றுத் தாக்கங்களுக்கு உட்பட்டு பெண்கள் தங்களுக்கான வாழ்க்கையைப் பேசவந்த வரலாற்றை அவர்களின் சொற்களினூடாகப் பேசிய நாடகம்.

காலக்கனவு பேசிய பெண்ணியம் நடந்து முடிந்த ஒன்று. இப்படிப் பேசிய பெண்களுக்குப் பிறகு என்னவாயிற்று என்று பொன்னி என்னை நச்சரித்துக்கொண்டே இருந்ததால், பெண்ணியத்தை விழுங்கிய 'ஆண்மை'யைப் பற்றிய நாடகமாக, 'ஆண்மையோ ஆண்மை' நாடகத்தை எழுதினேன். சாதி எதிர்ப்பு அரசியலானது எவ்வாறு ஆண் மையப்பட்ட, ஆண்களின் பண்புக்கூறுகளை அடிப்படையாகக் கொண்ட, பெண்களை விலக்கி வைத்த, அவர்களை அந்நியப்படுத்திய தமிழ்த் தேசிய அரசியலாக மாறியது, அந்த அரசியல் சொல்லாடல்கள் எவ்வாறு தமிழ் அரசியல் உலகில் செல்வாக்கு பெற்றன என்பதைத் தமிழ் எழுத்தாளர்கள், அரசியல் தலைமைகள் ஆகியோரின் பேச்சைக் கொண்டு மேடையில் தமிழ் ஆண்மை குறித்து ஒரு விசாரணையைச் செய்து காட்டினோம். நகையுணர்வுடனும் எள்ளலுடனும் விமர்சனம் செய்தோம். பலருக்கு இது பிடிக்கவில்லை. பெரியார் பற்றி எழுதிய நீங்களா இதைச் செய்தீர்கள் என்று கேட்க ஆரம்பித்தனர்.

இது திராவிட இயக்கத்தின் மீதான பெண்ணியப் பார்வையில் ஒரு விமர்சனம் என்று சொல்லலாமா?

பெரிய விமர்சனம்தான். என்றாலும், அடிப்படையில் அது ஒரு படைப்பு. பல்வேறு குரல்களை உள்ளடக்கி நாங்கள் பொது விசாரணை ஒன்றை மேடையில் நடத்திக் காட்டினோம். நாங்கள் அரங்கேற்றிய விஷயங்கள் மட்டுமே திராவிட இயக்கத்தின் உள்ளீடு என்று எங்குமே நாங்கள் சொல்லவில்லை. நாடகம் பிரேமா ரேவதியின் பாட்டுடன் முடியும். அதில் எங்களின் அரசியல் தெளிவாக வெளிப்படும். அப்பாட்டை எங்களை விமர்சித்தவர்கள் முக்கியமானதாகக் கருதவில்லை.

நான் சந்தேகமாகவே ஒரு கேள்வி கேட்கிறேன். பெரியார் வரை நீங்கள் திராவிட இயக்கத்தை விமர்சிக்கவில்லை. அதற்குப் பிறகு நீங்கள் விமர்சிக்கிறீர்கள். பெரியாருடைய தொடர்ச்சி பின்னால் இல்லை என்று நினைக்கிறீர்களா?

பெரியாருக்கு முன், பெரியாருக்குப் பின் எனத் திராவிட இயக்கத்தைப் பார்க்க முடியுமா என எனக்குத் தெரியவில்லை. பெரியாரின் சிந்தனையிலும் மாற்றங்கள் இருந்தன. 1944முதல், முதல் தேர்தல் வரை (1952) இடதுசாரிச் சிந்தனை, சாதி எதிர்ப்பு, பெண் விடுதலை என அனைத்தையும் ஒன்றிணைத்த செழுமையான அரசியல் சொல்லாடல்களைத் திராவிடர் கழகம் கையாண்டது. பிறகு இந்தியக் குடியரசுக்கு உட்பட்ட தேர்தல் அரசியல், ஜனநாயகம் என்று வரும்போது, பெரியார் அவற்றை ஒருபுறம் எதிர்த்தாலும், மறுபுறம் அரசதிகாரத்தைக் கைக்கொண்டு எதையாவது செய்ய முடியுமா என்ற தேடலில் காமராஜரை ஆதரிக்கிறார். இருந்தாலும், பண்பாட்டுத் தளத்தில் பார்ப்பன எதிர்ப்பு, இந்து மத எதிர்ப்பு ஆகியவற்றைக் கைவிடுவதில்லை. 1960களில் தேவகோட்டையில் தலித்துகளுக்கு எதிரான வன்முறைகள் நிகழ்த்தப்பட்டபோது, சாதி இந்துக்களைத் திராவிடர் கழகம் இடித்துரைக்கிறது. அவர்களில் முற்போக்காக உள்ளவர்களை அடையாளப்படுத்துகிறது...

ஆனால், அவரின் அரசியல், இந்தியா என்ற அமைப்பை எதிர்ப்பதாகவும் திராவிடம் என்ற கொள்கைபாற்பட்ட சமுதாயத்தை நிறுவுவதாகவும் ஆனது. அவர் திராவிடம் என்ற சொல்லுக்குச் சாதி மறுப்பு என்ற உள்ளடக்கத்தை வழங்கினாலும், அச்சொல் தன்வழிப் பயணம் செய்யத் தொடங்குகிறது. திமுகவினர் அதைக் குறிப்பிட்ட வகைகளில் கையாள்கின்றனர். எனவே, திராவிடம் என்று பேசும்போது பெரியார் அதை என்னதான் வித்தியாசமாக விளக்கினாலும், அது என்னவாக வெகு மக்களிடம் சென்று சேர்ந்திருக்கிறது, அது உள்ளூரில் எவ்வாறு புரிந்துகொள்ளப்பட்டது, தமிழ் ஆர்வலர்கள், ஆதிக்கச் சாதிகள் அதை எப்படிப் புரிந்துகொண்டார்கள், திராவிடம் என்ற பொதுத் திணையை முன்னிட்டு எந்த அளவுக்குச் சாதி இந்துக்கள், தலித்துகள் தோழமையில் இணைந்தனர் என்பதையெல்லாம் பார்க்க வேண்டியிருக்கிறது.

திராவிடச் சொல்லாடல் நம்மை ஜனநாயகப்படுத்திய அதேவேளையில், சில முரண்பாடுகளை நாம் பேச முடியாத படிக்கும் செய்துவிடுகிறது. குறிப்பாக, சாதி, பால்நிலை முரண்பாடுகள். எல்லா ஜனநாயக அரசியலுக்கும் அப்படிப்பட்ட தன்மை இருப்பதாகச் சொல்லலாம். அதற்காக

ஜனநாயக அரசியல் கூடாது என்று சொல்லிவிட முடியாது. இதையெல்லாம் உள்வாங்கிக்கொண்டு ஒரு ஜனநாயகத்தைக் கட்டுவதுதான் அம்பேத்கருடைய நிலைப்பாடாக இருந்தது.

எந்த அரசியல் பிரச்சினை வந்தாலும் அதை எதிர்ப்பதைத் தாண்டி, அதன் இன்னொரு வழியை யோசிப்பது, வேறு நெறிமுறைகளைக் கைக்கொள்வது. உங்கள் பார்வையிலிருந்து சொல்லுங்கள், எதனுடைய தாக்கத்தால் நீங்கள் செயல்படுகிறீர்கள்?

பெண்ணியம்தான் இதற்கான காரணம் என்று சொல்ல முடியும். மறைந்த சிவில் உரிமைப் போராளி பாலகோபால் இடமிருந்து நான் கற்றுக்கொண்ட விஷயங்களையும் முக்கியமானவையாகக் கருதுகிறேன்.

பாலகோபால் மார்க்சியத்தில் அக்கறையாக இருந்த போதிலும், அவருக்கு மனிதர்களின் நடத்தை, மனநிலை குறித்து வர்க்க அரசியலைக் கடந்த பார்வை இருந்தது. போராடும் நேரத்தில் ஒன்றாக இணைந்து போராடிவிட்டு, வாழ்க்கை என்று வரும்போது ஏன் நமக்கு ஒன்றாக இருந்து வாழத் தெரியவில்லை என்கிற கேள்வியை அவர் எழுப்பியுள்ளார். நமக்குச் சாதிப் போராட்டம் தெரியும், சாதி எதிர்ப்புப் போராட்டம், வர்க்க அரசியல் தெரியும், வாழ்வது பற்றித்தான் தெரியவில்லை என்பார். அது என்னை மிகவும் யோசிக்க வைத்தது. நமக்கு ஒவ்வாத, நாம் ஏற்றுக்கொள்ள முடியாத விஷயங்களோடு வாழ்வது குறித்தும் பேசியிருக்கிறார்.

2002இல் குஜராத்தில் முஸ்லிம்களுக்கு எதிராக நடந்த உயிர் வதைகளைப் பார்வையிட்டு வந்த பிறகு முக்கியமான கட்டுரை ஒன்றை எழுதினார். குஜராத்தில் நடந்தேறிய வன்முறையை நாம் எவ்வாறு புரிந்துகொள்வது? நேருக்கு நேர் சண்டை போடுவது என்பது நமக்குத் தெரியும். சமூகரீதியான காரணங்களுக்காகச் சண்டைபோட்டுக்கொள்வது குறித்தும் அறிவோம். ஆனால், இஸ்லாமியர்களின் மூதாதையர்கள் உறங்கும் கல்லறைகளைச் சிதைக்கும் வன்மத்தை என்னவென்று சொல்வது?

இஸ்லாமியர்களின் தொப்பி நமக்குப் பிடிக்காமல் இருக்கலாம், உடை பிடிக்காமல் இருக்கலாம், அவர்களின் மதத்தை நாம் எதிர்க்கலாம், ஆனால், இவற்றைக்

காரணங்களாகக் காட்டி, அவர்கள் வாழக் கூடாது, வாழ அருகதையற்றவர்கள் என்று நினைப்பது எந்தவிதத்தில் நியாயம்? பிடிக்காத ஒரு விஷயத்தை அழிப்பது என்பது அறவியல் சம்பந்தப்பட்ட ஒரு பிரச்சினை என்கிறார். அத்தனை எளிதாக வெறுப்பை வளர்க்க முடிகிற அளவுக்கு ஏன் அன்பை நிலைநிறுத்த முடியாமல் போய்விடுகிறது என்று ஆதங்கப்படுகிறார்.

இந்தக் கேள்வியின் இன்றைய பொருத்தப்பாட்டை நினைத்துப் பாருங்கள். இந்துத்துவத்தின் மீது காட்டுகின்ற எதிர்ப்பைக் கடந்து நாம் தொடர்ந்து எப்படி வித்தியாசமாக, மாண்புடன், மரியாதையுடன், சமத்துவமாக, நீதியாக வாழப்போகிறோம்? நம்மிடம் வாழ்வதற்கான இலக்கணமே இல்லாமல் போய்விட்டது. எதிர்ப்பு இலக்கணம் மட்டுமே எஞ்சியுள்ளது.

இங்குதான் பெண்ணியம் நமக்குக் கைகொடுக்கும் என்று தோன்றுகிறது. வீட்டைப் பராமரிக்கிறேன், வேலைக்குச் செல்கிறேன், குழந்தையைப் பார்த்துக்கொள்கிறேன், பெரியவர்களுக்குப் பணிவிடைகளும் செய்கிறேன். தொடர்ந்து இந்தச் சமுதாயம் உயிர் வாழப் பெண்கள் உழைக்கிறார்கள். வாழும் உயிர்களுக்குப் பொறுப்பாக இருத்தல் என்பது வரலாற்றுரீதியாகப் பெண்களின் வாழ்க்கைக் கடமையாக்கப்பட்டுள்ளது. பெண்களின் வாழ்க்கை எப்படி அமைந்தாலும், பிறரை வாழ வைப்பதை அவர்கள் மறுக்க முடியாதபடிக்குச் செய்துவருகின்றனர். வாழ வைத்தல் என்ற செயல்பாட்டுடன் பெண்களுக்குள்ள வரலாற்றுத் தொடர்பைப் பெண்ணியம் முக்கியமானதாக அங்கீகரிக்கிறது. பெண்களின் இந்த வரலாற்றுப் பணிக்கு உரிய மதிப்பு வழங்கப்படுவதில்லை என்பதைச் சுட்டிக் காட்டுகிறது. வாழ்தல் என்பதைச் சமத்துவமான வாழ்க்கை, மாண்பான வாழ்க்கை, பெண்களைச் சாதி, குடும்ப எல்லைகளுக்கு உட்படுத்தாத வாழ்க்கையாக ஆக்க முடியுமா என்ற கேள்வியைப் பெண்ணியம் முன்வைக்கிறது.

வாழ்தலில் அக்கறை உள்ளதால், ஒரு விஷயத்தை எப்பொழுதும் விமர்சனம் செய்துகொண்டே இருப்பதில் எனக்கு ஆர்வமே இல்லை. நான் அம்பேத்கரிடமிருந்து முக்கியமாகக் கற்றுக்கொண்டது இதுதான். அவர் எதிர்வினை அரசியல் மட்டும் செய்யவில்லை. அரசியலை வேறுவிதமாக

யோசியுங்கள், மதத்தை வேறுவிதமாக யோசியுங்கள் என்கிறார். எதிர்த்தல் மட்டுமே அரசியல் அல்ல. காரணம், வாழ்க்கை என்பது நகர்தல், உறவு கொள்ளுதல், சேர்ந்து செய்தல். தனியாக இருக்க வேண்டிய நேரத்தில் அவ்வாறு இருப்பதற்கான வெளியை, காலத்தை வென்றெடுத்தல்.

உங்களுடைய இளமைக் காலத்தில் கம்யூன் வாழ்க்கையை ஏற்படுத்த வேண்டும் என்று நினைத்தீர்கள். ஆனால், இப்போது சமூகச் செயல்பாடு சார்ந்த இந்த வாழ்க்கையை நீங்கள் எப்படிப் பார்க்கிறீர்கள்?

என்னுடைய வாழ்க்கையில், என்னுடைய குடும்பம், நான் என்று இருந்தது கிடையாது. நம்மில் பலர் இப்படித்தான் வாழ்கிறோம். குடும்பத்தைக் கடந்த உறவுகள், நட்புகள், பயணங்கள், வாழ்க்கை முறைகள்... குடும்பம், குலம், சாதி – இது மூன்றும் இல்லாத வாழ்க்கை இருந்தால் நன்றாக இருக்கும்.

● ஏப்ரல் 2021

என்னுடைய இடம் எதுவென்று எனக்குத் தெரியும்

பிரபா கல்யாணி

சந்திப்பு : வாசுகி பாஸ்கர் | எழுத்தாக்கம்: சந்துரு மாயவன்

பேராசிரியர் பிரபா கல்யாணி

திருநெல்வேலி மாவட்டம், செந்திரபாண்டியபுரம் கிராமத்தில் 13.01.1947இல் பிறந்தார். ஏழை விவசாயக் குடும்பம். மதுரை அமெரிக்கன் கல்லூரியில் பட்டப் படிப்பையும் அண்ணாமலை பல்கலைக்கழகத்தில் முதுகலை பட்டப்படிப்பையும் முடித்தவர். விளக்குநராக, பேராசிரியராகப் பணியைத் தொடங்கியவர், அரசியல் ஈடுபாடு காரணமாகப் பல்வேறு இயக்கங்களில் செயலாற்றியிருக்கிறார். பழங்குடி இருளர் பாதுகாப்புச் சங்கம், தாய்த் தமிழ் நடுநிலைப் பள்ளி எனத் தொடர்ந்து அரசியல், கல்விப் பணிகளை மேற்கொண்டு வருகிறார்.

இவரின் வாழ்நாள் பணி அடர்த்தியான ஒரு நூலாகத் தொகுக்கக்கூடியது. சிறுபத்திரிகை, வெகுஜன இதழ் என்று ஏராளமான நேர்காணல்கள் வந்திருந்தாலும், சமூகநீதி தளத்தில் எளிய மக்களின் விடுதலைக்காகச் சமரசமின்றிப் போராடியவரின் அனுபவத்தைப் பதிவுசெய்யும் நோக்கில் இந்த நீண்ட நேர்காணல் அமைந்துள்ளது.

பேராசிரியர் கல்யாணி என்றவுடன் வட தமிழகத்தின் திண்டிவனம் நினைவுக்கு வரும். அந்தளவுக்கு நீங்கள் வடமாவட்டத்துக்காரராகவே அறியப்படுகிறீர்கள். ஆனால், நீங்கள் தென் தமிழகத்தைச் சேர்ந்தவர். அந்நிலத்தின் தன்மையோடு உங்களின் தொடக்ககாலத்தைப் புரிந்துகொள்வதற்காகச் சற்று விரிவாகவே சொல்லுங்கள்?

திருநெல்வேலி மாவட்டத்தில் உள்ள தருமத்துப்பட்டிதான் எனது சொந்த ஊர். அதை சௌந்தரபாண்டியபுரம் என்றும் கூறுவார்கள். மிகவும் சிறிய கிராமம் என்றும் சொல்லி விட முடியாது, அங்கு ஏறத்தாழ 250 குடும்பங்கள் இருக்கின்றன. நாங்கள் தேவர் சமூகத்தைச் சேர்ந்தவர்கள். மேலத் தெருவில் பிள்ளைமார்களும் அதற்குப் பக்கத்தில் தேவர்களும் குடியிருப்பார்கள். அதற்கடுத்து நாடார்கள். வடக்குத் தெரு என்று சொல்ல மாட்டார்கள் வடக்கூர், தெக்கூர் என்றுதான் சொல்வார்கள். கிழக்கில் சேரி இருக்கும், அதாவது, மேலச்சேரி கீழச்சேரி இருக்கும். மேலச்சேரியில் இருப்பவர்கள் இந்துக்கள்; கீழச்சேரியில் இருப்பவர்கள் இந்து மதத்தில் இருந்து கிறித்தவத்திற்கு மாறியவர்கள். எங்கள் ஊரில் இரண்டு தேவாலயங்கள் உண்டு, ஒன்று கிறித்தவ

நாடார்களுக்கானது. மற்றொன்று தலித் மக்களுக்கானது. ஊரைவிட்டு 1/2 கி.மீ கிழக்குத் திசையில் தேவர்கள் மட்டும் இருக்கக்கூடிய பகுதி இருக்கும், அதைத்தான் அக்காலத்தில் தருமத்தப்பட்டி என்று பெயர் வைத்திருக்கிறார்கள். தற்போது பத்துக் குடும்பங்கள் கூட அங்கு இல்லை. எங்கள் குடும்பத்திற்குப் பெரிதாக நிலம் எதுவும் கிடையாது. வேறொருவர் நிலத்தைக் குத்தகை எடுத்து விவசாயம் செய்வோம். அப்பாவுக்குத் தலையாரி வேலை. பக்கத்து ஊரான சமூகரங்கபுரம், ரெட்டியார்கள் கணிசமாக வாழும் பகுதி. அந்த ஊரில்தான் அப்பா தலையாரியாக இருந்தார். தலையாரி என்பது எங்களுக்குப் பாரம்பரியமான வேலை. எனக்கு நினைவு தெரிந்து என்னுடைய தந்தைக்கு 18 ரூபாய் சம்பளம் கிடைத்தது. மிகவும் வறுமை சூழ்ந்த வீடுதான் எங்களுடையது. கிருத்தவர்கள் அவர்களுடைய விழா நாட்களில் பொது மக்களுக்கு உணவளிப்பார்கள். நாடார்கள் கொடுக்கும் கஞ்சியைப் பள்ளிச் சிறுவர்களான நாங்கள் குடிக்காமலிருந்தோம். அதை எங்கள் ஆசிரியர் கண்டித்தார்.

எங்கள் ஆசிரியரின் வற்புறுத்தலால் நாங்கள் கஞ்சியைக் குடித்தோம். இது எங்கள் தேவர்மார் தெருவுக்குத் தெரிந்தது. இதனால் கோபமுற்று அவர்கள் (தேவர்கள்) கும்பலாகத் திரண்டு சென்று எங்கள் ஆசிரியரைத் திட்டினார்கள். நாங்கள் இனிமேல் எங்கள் பிள்ளைகளைப் பள்ளிக்கு அனுப்ப மாட்டோம் என்று கூறி எங்களைப் பள்ளியிலிருந்து நிறுத்திவிட்டார்கள். இனிமேல் உங்கள் பிள்ளைகளை நாடார் தரும் உணவுகளைச் சாப்பிடச் சொல்ல மாட்டோம் என்று ரஞ்சிதம் என்கிற ஆசிரியர் உத்தரவாதம் கொடுத்ததன் பெயரில் நாங்கள் மீண்டும் பள்ளிக்கு அனுப்பப்பட்டோம். நான் படிக்கும்போது மதிய உணவுத் திட்டம் இல்லை. ஒப்பீட்டளவில் பறையர்கள் கிருத்தவப் பள்ளியில் சேர்ந்து படித்தவர்களாக இருந்தனர். கிருத்தவக் பள்ளிக் கூடம்தான் எங்களுக்கும் படிக்க வாய்ப்பு வழங்கியது. திருமணம் போன்ற நிகழ்வுகளில் பட்டியல் சமூக மக்கள் வந்தால் அவர்களுக்குக் கடைசிப் பந்தியில்தான் பரிமாறுவார்கள். அதுவும், உட்கார வைத்து உணவு கொடுக்க மாட்டார்கள், நிற்க வைத்துத்தான் கொடுப்பார்கள். இதுதான் எங்கள் ஊரின் சமூக நிலை.

சாதிய இறுக்கம் கொண்ட, பிந்தங்கிய கிராமப்புறப் பின்னணியில் இருந்து வந்திருக்கிறீர்கள். பின்னாளில் பேராசிரியராக உயர்ந்து, இன்று மாற்றுக் கல்வி, தாய்மொழிக் கல்வி என்று இயங்கிவருகிறீர்கள். இதற்கெல்லாம் ஆதாரமான **உங்களுடைய ஆரம்பக் கல்வி குறித்துச் சொல்லுங்கள்.**

ஐந்தாம் வகுப்பு வரை எங்கள் ஊரில் படிப்பை முடித்துவிட்டு, அருகில் உள்ள கள்ளிகுளத்தில் ஒன்பதாம் வகுப்புவரை படித்தேன். கள்ளிகுளத்தில் அப்பொழுதுதான் உயர்நிலைப்பள்ளி வந்தது. அது நாடார்கள் நடத்தும் பள்ளிக்கூடம். அதற்கு அருகில் சமூகரங்கபுரம் கிராமத்தில் ரெட்டியார்கள் வசித்தார்கள். ஓர் உயர்நிலைப் பள்ளி இருந்தால் அதற்குப் பக்கத்தில் இன்னொரு உயர்நிலைப்பள்ளி இருக்கக் கூடாது என்பது விதி. நாடார்கள் நடத்தும் பள்ளியில் ரெட்டியார் வீட்டுப் பிள்ளைகள் படிப்பதா என்று பிரச்சினை எழுந்தது. பின்னர் சீமாட்டியம்மாள் முத்தம்மாள் என்கிற பெயரில் உயர்நிலைப் பள்ளியை ரெட்டியார்கள் கட்டினார்கள்.

கள்ளிகுளம் உயர்நிலைப் பள்ளியின் சுற்றுப் பகுதியில் உள்ள ஏறத்தாழ 25 ஊர்களில் உள்ள குழந்தைகள் அந்தப் பள்ளியில்தான் படித்துவந்தார்கள். நான் ஒன்பதாம் வகுப்பு படித்துக்கொண்டிருக்கும்போது என்னுடைய அண்ணன் பத்தாம் வகுப்பு படித்தார். அப்பொழுது எங்கள் பகுதியில் மேல்நிலை வகுப்பு தொடங்கப்படவில்லை. என்னுடைய அண்ணன் பத்தாம் வகுப்பு படிக்கும்போது பீடி குடித்தான் என்பதற்காக அவரை ஃபெயில் ஆக்கினார்கள். அவரோடு சேர்ந்த இரண்டு மாணவர்களையும் ஃபெயில் ஆக்கினார்கள். என் அண்ணனோடு உடன் இருந்தவர் தன்னுடைய செல்வாக்கைப் பயன்படுத்தித் தேர்ச்சி பெற்றார். அது எங்களுக்குத் தெரியவந்தபோது அதை என்னால் ஏற்றுக்கொள்ளவே முடியவில்லை. நான் பள்ளிக்கூடத்தில் நன்றாகப் படிக்கக் கூடிய மாணவனாக இருந்தேன். குறிப்பாக, முதல் இரண்டு ரேங்க் பெறுபவனாக இருந்தேன். அந்தப் பள்ளியில் படிக்க மாட்டேன் என்று அடம்பிடித்தேன். என்னுடைய தந்தை சொல்லிப் பார்த்தும் முடியவே முடியாது என்று மறுத்துவிட்டேன்.

நான் அந்தப் பள்ளியில் இருந்து மாறுதலாகி மேற்படி சமூகரங்கபுரம் பள்ளியில் சேர்ந்தேன். அங்குதான் பத்தாம்

வகுப்பு மற்றும் பதினோராம் வகுப்பு படித்தேன். அந்தப் பள்ளியில் பிராமணர் ஒருவர் தலைமை ஆசிரியராக இருந்தார். அங்கு படித்துவந்த ரெட்டியார் சமூக மாணவர்கள் பெரும் பணக்காரர்களாக இருந்தார்கள். அவர்களிடமிருந்த பணத் திமிர் ஆசிரியர்களுக்குப் பிடிக்கவில்லை. ஒவ்வொருவருக்கும் 50 ஏக்கருக்கும் மேல் நிலம் இருந்தது. ரெட்டியார்கள் நிறையத் தொழில் செய்பவர்களாக இருந்தார்கள். கேரளா போன்ற இடங்களிலும் துணிக்கடை நடத்திவந்தார்கள். அவர்கள் நடத்திவரும் கடைகளில் ரெட்டியார் பையன்களையே வேலைக்கு அமர்த்தினார்கள். அவர்களுக்குத் தங்களுடைய மகளைத் திருமணம் செய்து கொடுத்து, கடையும் வைத்துக்கொடுத்து முதலாளி ஆக்கிவிடுவார்கள்.

நான் படித்த பள்ளியிலும் என்னைப் போல கஷ்டப்படுகிற நாடார் பையன் ஒருவன் இருந்தான்; மற்றவர்கள் எல்லோரும் வசதியானவர்கள்தான். வசதி படைத்த பிள்ளைகள் இஸ்திரி செய்த சட்டை அணிந்து வருவார்கள், நமக்கு அந்தப் பழக்கமே கிடையாது. அவர்கள் தினமும் காலையில் இட்லி சாப்பிடுவதாகச் சொல்வார்கள், எனக்கு அப்படி ஒரு பழக்கமே இருந்ததில்லை. இப்படியான வேறுபாடுகள் இருந்தன. பதினோராம் வகுப்பு 600க்கு 344 மதிப்பெண் எடுத்திருந்தேன். கள்ளிகுளம் பள்ளிக்கூடத்தில் நன்றாகச் சொல்லித் தந்தார்கள். அங்கு முதல் மதிப்பு என்பது 346, என்னைவிட இரண்டு மதிப்பெண்கள்தாம் கூடுதலாக இருந்தது. எனக்கு அடுத்து மதிப்பெண் 300—க்கு கீழே இருந்தது. கிட்டத்தட்ட 44 மதிப்பெண்கள் வித்தியாசம். நீயாவது 300க்கு மேல் எடுத்து எங்களுடைய மானத்தைக் காப்பாற்றிவிட்டாய் என்று ஒரு ஆசிரியர் சொன்னார்.

நான் சிறுவனாக இருந்தபொழுது ஓவியம் நன்றாக வரைவேன். என்னோடு பயிலும் மாணவர்கள் வகுப்பில் படம் வரைந்தால் அவர்களின் ஓவியத்தை திருத்திக் கொடுப்பேன். அதைப்போல் கணக்குப் பாடமும் நன்றாகப் படிப்பேன். மற்ற பிள்ளைகளுக்கும் கணக்குப் பாடம் எடுப்பேன். நான் என் குடும்பத்தில் கடைசி பையன். மொத்தம் 10 பேரில் ஒரு அக்கா, இரண்டு அண்ணன்கள் ஏற்கெனவே இறந்துவிட்டார்கள். நான்கு அண்ணன், இரண்டு அக்கா இருந்தார்கள். என்னைச் சேர்த்து மொத்தம்

இருந்த ஏழு பேரில் நான்தான் கடைசி. இதனாலே வீட்டில் செல்லப் பிள்ளையாக வளர்க்கப்பட்டேன். பள்ளிக்கூடம் சேர்வதற்கு முன்பே வாய்ப்பாடுகள் எல்லாம் வீட்டிலிருந்தே படித்துவிட்டேன். அப்பாவிற்கு நன்றாக எழுதப் படிக்கத் தெரியும். பொது நியாயங்கள் அப்பாவுக்குத் தெரியும். அப்பாவைப் பிடிக்காதவர்கள் கூட தங்களுடைய நிலத்தை அளக்க அப்பாவிடம்தான் வருவார்கள். அந்த அளவுக்குச் சரியாகச் சொல்வார் என்று ஊரார் கருதுமளவு நியாயமாக இருப்பார்.

நீங்கள் சொல்வதை வைத்துப் பார்க்கும்போது கல்வி மீதான உங்கள் ஆர்வமும், சமூகம் குறித்த நியாய உணர்வுக்குமான தொடக்கம் உங்கள் தந்தையிடமிருந்து தொடங்கியதோ?

ஆமாம். நிச்சயமாக, சிறு வயதிலேயே ஒரு நியாய உணர்வு என்னுள் இருந்தது. இதற்கு என்னுடைய தந்தையும் ஒரு காரணம்.

நீங்கள் இயற்பியல் பேராசிரியராக இருந்தவர். பேராசிரியர் என்கிற உங்களுடைய பயணம் நீங்கள் இளம் வயதிலேயே திட்டமிட்டதா? அல்லது காலச்சூழல் காரணமாக இத்துறையைத் தேர்ந்தெடுத்தீர்களா?

ஓவிய ஆசிரியராக வேண்டும் என்பதுதான் என்னுடைய விருப்பம். என்னுடைய அறிவியல் ஆசிரியர்கள் நீ ஓவியம் படித்தால் சோற்றுக்குக் கஷ்டப்படுவாய், அதனால் சொல்வதைக் கேள் என்று சொன்னார்கள். புறச் சூழலின் காரணமாகக் கல்வி குறித்த என்னுடைய தேர்வு மாறியே வந்திருக்கிறது. என்னுடைய அக்காவின் கணவர் மதுரையில் உள்ள இராமநாதபுரம் கலெக்டர் அலுவலகத்தில் ஓட்டுநராக இருந்தார். திருநெல்வேலி செயின்ட் சேவியரில் சேர்ந்தால் அங்கேயே தங்கிப் படிக்க வேண்டும். அதற்குப் பணம் கட்ட எங்களிடம் வசதி கிடையாது, அதனால் மதுரையில் படிக்கத் திட்டமிட்டேன். அந்த நேரத்தில் மதுரை அமெரிக்கன் கல்லூரியில் சேர்க்கை முடிந்துவிட்டது. மாவட்ட ஆட்சியரிடம் சென்று என்னுடைய மாமா பரிந்துரை கடிதம் வாங்கிவந்த பின்னே கல்லூரியில் சேர்க்கப்பட்டேன். பள்ளியில் ஒரு இந்திப் பண்டிட் இருந்தார். அப்போது இந்திப் பாடம் இருந்தது, ஆனால் அதற்குத் தேர்வு கிடையாது. எனது ஆசிரியை இந்திப் படிக்கச்

சொல்லிக் கேட்பார். எனது உச்சரிப்பைக் கேட்டு மகிழ்ந்து பாராட்டுவார். எனவே கல்லூரியில் இரண்டாவது மொழிப் பாடமாகத் தமிழுக்குப் பதிலாக இந்தி எடுக்கலாம் என்று சொல்லச் சொன்னார்கள்.

கொஞ்ச காலத்திற்கு நான் இந்தியை மொழிப் பாடமாக எடுத்துப் படித்தேன். அதில் எனக்கு ஒரு சிக்கல் இருந்தது. சௌராஷ்டிரா மாணவர்கள் ஏற்கெனவே இந்திப் படித்துத் தேர்ச்சி பெற்றிருந்தார்கள். புதிதாகப் படிக்கப் போய் நான் திணறிவிட்டேன். பொன்னையா என்கிற தமிழ்ப் பேராசிரியரிடம் இதைப்பற்றி சொன்னவுடன் அவர் கல்லூரி முதல்வரிடம் பரிந்துரை செய்து மீண்டும் தமிழ்ப் படிக்க உதவி செய்தார். கல்லூரியில் பி.யு.சி படித்தேன். ஆங்கிலத்தில் நான் ரொம்ப சுமார், ஆங்கிலத்திலேயே சொல்லிக் கொடுத்ததால் என்னால் படிக்க இயலவில்லை. மாநகரத்தில் இருக்கும் கல்லூரி ஆசிரியர்களில் ஒருவர் கூட தமிழில் பேச மாட்டார்கள், ஆங்கிலத்திலேயே கதைப்பார்கள். இதையெல்லாம் மீறியும் நான் நன்றாகப் படிக்கக்கூடியவனாகத் தான் இருந்தேன். நான் புத்திசாலி கிடையாது. ஆனால், கடுமையாக உழைக்கக் கூடியவன்.

ஆங்கிலம் ஒரு பிரச்சனையாக இருந்ததால் பி.யு.சி வகுப்பில் சராசரி மாணவனாக மட்டுமே இருந்தேன். ஆங்கிலப் பாடத்தில் நான் தேர்ச்சி பெறவில்லை. அதுவும் இரண்டு மதிப்பெண் வித்தியாசத்தில் பெயிலானதால் எனக்குப் பாஸ் போட்டுக் கொடுத்தார்கள். என்ன பாடம் பிடிக்கிறதோ அதைப் படி என்று எனது பக்கத்து வீட்டிலிருந்த ஆசிரியை அறிவுரை கூறினார். எனக்கு இயற்பியல் பிடித்த காரணத்தினால் இயற்பியல் படிக்கத் திட்டமிட்டேன். இயற்பியலுக்குத் துறைத் தலைவராக மோசஸ் என்பவர் இருந்தார். அப்போதெல்லாம் அந்தந்தப் பாடத்தின் துறைத் தலைவர்களே கல்லூரிச் சேர்க்கையைப் பார்த்துக்கொள்ளலாம் என்று இருந்தது. நான் பேராசிரியர் மோசஸ் அவர்களைச் சந்தித்தேன், என்னுடைய மதிப்பெண் சான்றிதழை வாங்கிப் பார்த்தார். நன்றாக மதிப்பெண் எடுத்திருக்கிறாய் ஆங்கிலப் பாடத்தில் மட்டும்தான் மிக மோசமாக இருக்கிறது. அதனால் தினமும் ஆங்கிலச் செய்தித்தாள் வாங்கிப் படி என்று அறிவுறுத்தினார். அன்று வாங்கிப் படிக்க ஆரம்பித்த பழக்கம் இன்றுவரையில் படித்துக்கொண்டிருக்கிறேன்.

ஆங்கிலச் செய்தித்தாள்களைப் படிப்பது எனக்கு மிகவும் பயனுள்ளதாக இருந்தது. இளங்கலை சேர்ந்த பிறகு என்னுடைய இரண்டாம் ஆண்டில் நான்கு ஆங்கிலத் தாள்களை எழுத வேண்டியிருந்தது. ஆங்கிலத்தில் தேர்ச்சி பெற்றால் மட்டும்தான் பட்டப்படிப்பில் முதல் வகுப்பில் தேர்ச்சி பெற முடியும் என்ற காரணத்தினால், நான் முதலாம் ஆண்டு படிக்கும்போதே ஆங்கிலப் பாடங்களைப் படிக்க ஆரம்பித்தேன். இரண்டாம் ஆண்டு எழுதப் போகும் தேர்வுக்காக முதலாம் ஆண்டிலும் இரண்டாம் ஆண்டிலும் ஆங்கிலப் பாடங்களைத் தினமும் படித்துப் படித்து என்னுடைய வாழ்நாளை வீணாக்கிக்கொண்டிருந்தேன். என்னுடைய பேராசிரியர் மோசஸ் சொன்னதைத் தினமும் கடைப்பிடித்தேன். ஆங்கில நாளிதழ்களைப் படிப்பதால் தேர்வு எழுதுவதற்கு உதவியாக இருந்தது. ஆங்கிலத்தில் இலக்கணப் பிழையின்றி எழுத முடிந்தது. ஒருவேளை ஆங்கிலத்தில் பெயில் ஆகிவிட்டால் என்ன செய்வது? மீண்டும் அதற்காகப் படிக்க வேண்டும் என்கிற காரணத்தினால் மூன்றாம் ஆண்டு படிக்க வேண்டிய இயற்பியல் பாடங்களை இரண்டாம் ஆண்டு தேர்வு விடுமுறையிலையே படிக்க ஆரம்பித்தேன்.

மூன்றாம் ஆண்டு படிக்க வேண்டிய வேதியியல் பாடங்களை எல்லாம் இரண்டாம் ஆண்டு விடுமுறையிலேயே படித்தேன். அப்படிப் படித்து வைத்துக்கொண்டால் நமக்குப் பிற்காலத்தில் எளிமையாக இருக்கும் என்று யோசித்தேன். நல்வாய்ப்பாக ஆங்கிலத்தில் எல்லாப் பாடங்களிலும் தேர்ச்சி பெற்றுவிட்டேன். அதுதான் எனக்கு வாழ்க்கையில் கிடைத்த முதல் மிகப்பெரிய வெற்றி. ஆங்கிலப் பாடத்தை மனப்பாடம் செய்யாமல் சொந்தமாக எழுதித் தேர்ச்சி பெற்றேன். இளங்கலை மூன்றாம் ஆண்டில் இயற்பியல் மட்டும்தான் பாடமாக இருந்தது. இயற்பியலை ஆங்கிலத்தில் படிக்கும்படி இருந்தாலும் என்னுடைய கடந்த கால முயற்சியின் காரணமாக ஆங்கிலம் எனக்கு ஒரு பிரச்சினையாக இல்லை. அதனால், முதல் பருவத் தேர்வில் இரண்டு தாளில் முதல் மதிப்பெண் பெற்றேன். அப்போதுதான் எல்லோரும் திரும்பிப் பார்க்கிற மாணவனாக மாறினேன். இதை நான் முன்னரே செய்திருக்க முடியும், ஆனால் ஆங்கிலம் மிகப்பெரிய தடையாக இருந்தது. என்னுடைய இளங்கலை கல்வி ஆண்டில் இரண்டு வருடத்தை ஆங்கிலப் படத்தில்

தேர்ச்சி பெறுவதற்காகவே வீணாக்கினேன். இளங்கலை படிப்பை முடித்த பிறகு என்னுடைய அக்கா என்னை மேற்படிப்புப் படிக்கச் சொன்னார். ஆனால், என்னுடைய குடும்பக் கஷ்டத்திற்காக நான் வேலைக்குப் போகலாம் என்று முடிவு செய்தேன்.

குடும்ப வறுமையின் காரணமாக இளங்கலை முடித்துவிட்டு வேலைக்குச் சென்றுவிட்டீர்கள். பின்னர் பேராசிரியராக மாறியது குறித்துச் சொல்லுங்கள்?

கும்பகோணத்தில் உள்ள ஒரு டுடோரியல் கல்லூரியில் ஆசிரியராகப் பணியாற்றினேன். மாதம் 150 ரூபாய்ச் சம்பளமாகக் கிடைத்தது. என்னுடைய மாமா இராமநாதபுரம் மாவட்ட ஆட்சியர் அலுவலகத்தில் வேலை செய்ததால் மதுரைக்கு அருகே இருக்கும் திருப்பத்தூர் ஆறுமுகம் பிள்ளை சீதையம்மாள் கல்லூரியில் விளக்குநராகச் (demonstrator) சேர்ந்தேன். அங்கு ரூ.300 சம்பளமாகக் கிடைத்தது. அந்தக் காலகட்டத்தில் வங்கியில் வேலை செய்திருந்தால் கூட அவ்வளவு சம்பளம் கிடைத்திருக்காது. பின்னர் எனக்கு ஸ்டேட் பேங்கில் வேலை வாங்கித் தருவதாக முன்னாள் மாவட்ட ஆட்சியர் வெங்கட்ராமன் என்பவர் கூறினார். ஆனால், நான் ஆசிரியராகத்தான் இருப்பேன் என்று சொல்லி மறுத்துவிட்டேன். அதற்கடுத்த வருடம் எம்.எஸ்.சி படிக்க இடம் கிடைத்தது. ஆனால், படிக்கப் போகாமல் பணியாற்றினேன். பின்னர் ஏழு வருட இடைவெளிக்குப் பிறகு எம்.எஸ்.சி முடித்தேன். முதுகலைப் படிக்கும் காலகட்டங்களில் எல்லா நாளும் காலை 3 மணிக்கு எழுந்து படிக்க ஆரம்பிப்பேன். என்னோடு இருக்கும் மாணவர்களெல்லாம் நான் படிப்பதைப் பார்த்துப் பயப்படுவார்கள். பிறகுதான் 1976இல் விழுப்புரம் வந்தேன். தற்போது அமைச்சராக இருக்கும் பொன்முடி எனக்கு நன்றாகத் தெரிந்தவர். நான் விழுப்புரம் வந்தபோது, தற்போது தலைமை ஆசிரியராக இருந்த பாலு அப்போது 11ஆம் வகுப்பு படித்துக்கொண்டிருந்தார். எம்.எஸ்.சி முடித்துவிட்டு வரும்போது எனக்குப் புதிய உற்சாகம் பிறந்தது. விழுப்புரத்தில் கல்லூரி பணிக்கு வந்த பிறகு அங்கிருக்கும் ஆசிரியர்கள் எந்த வகுப்புக்குப் பாடம் எடுக்க விரும்புகிறீர்கள் என்று கேட்டார்கள். நான் தமிழ்வழி மாணவர்கள் படிக்கும் வகுப்பைக் கேட்டேன். அதற்கு முந்தைய வருடம் அந்த

வகுப்பில் உள்ள எல்லா மாணவர்களும் தேர்ச்சி பெறாமல் இருந்தார்கள். அவர்களுக்குப் பாடம் எடுக்க வேண்டும் என்று விருப்பப்பட்டுக் கேட்டேன். அந்த மாணவர்களைப் படிக்க வைப்பதற்காக இரவு பகலாக உழைத்தேன். பள்ளி மாணவனாக இருந்தபோது என்னை ஒரு ஆசிரியர் கடிந்துகொண்டதால் நான் மன உளைச்சலுக்கு ஆளானேன். ஆகையால், எந்த மாணவரையும் திட்டுவதில்லை என்று முடிவெடுத்திருந்தேன். எந்த மாணவர்களையும் வகுப்பில் நிற்க வைத்ததுமில்லை. அந்தக் காலகட்டத்தில்தான் எனக்கு மார்க்சிய லெனினிய அமைப்போடு தொடர்பு ஏற்பட்டது.

உங்களுடைய இயக்கத் தொடர்பு குறித்துதான் அடுத்து கேட்கலாம் என்றிருந்தேன். அதற்கு முன்பாக, குடும்பச் சூழல் காரணமாக இடைவெளி விட்டுத்தான் படித்திருக்கிறீர்கள். மாறிவந்த கல்விச் சூழலையும் வென்று இருக்கிறீர்கள். புதியதைக் கற்க வேண்டும் என்ற உந்துதலும் இந்த ஆற்றலும் எதன் பொருட்டு உருவானது?

கல்வியின் மீது கொண்ட ஈடுபாடுதான் காரணம். நான் சிறு வயதிலிருந்தே எதையும் புரிந்துதான் படிப்பேன். மேலும், கணிதத்தின் அடிப்படைகள் எல்லாம் எனக்கு இளம் வயதிலேயே தெரிந்ததால் கல்வியின் மீது எனக்கு அதீத பிடிப்பு இருந்தது. மத்தியாஸ் என்கிற ஆசிரியர் இருந்தார். நாங்கள் இ.எஸ்.எஸ்.எல்.சி எழுதினோம். ஆறு, ஏழு, எட்டு வகுப்புகளில் ஒவ்வொரு பாடப் பிரிவுக்கும் தனித் தனி ஆசிரியர் கிடையாது. எந்த ஆசிரியர் கணிதம் நன்றாகச் சொல்லித் தருகிறாரோ அவரே மொத்த வகுப்பிற்கும் கணிதம் எடுப்பார். மத்யாஸ் என்பவர் மிகச் சிறப்பாக அறிவியல் பாடத்தை எடுப்பார். அவர் பாடம் எடுக்கும் விதத்தால் ஈர்க்கப்பட்டேன். கேள்விக்குத் தகுந்த பதில் இருந்தால் போதுமென்று படிக்க மாட்டேன், மொத்தப் பாடத்தையும் படிப்பேன். ஏதேனும் ஒரு இடத்தில் சந்தேகம் இருந்தால் நாளைக்குத் தேர்வு என்றாலும் கூட அந்த இடத்தை விட்டுத் தாண்டவே மாட்டேன். அந்தச் சந்தேகம் தீர்ந்தால் மட்டுமே அடுத்த கட்டத்திற்குப் போவேன்.

இயற்பியல் பாடத்தை எடுத்துப் படித்ததைத்தான் நான் பாக்கியமாகக் கருதுகிறேன். இயற்பியல் போல உலகத்தில் எந்தப் பாடமும் இல்லை என்கிற கர்வம் எனக்கு உண்டு. இயற்பியல் என்பது நடைமுறை கோட்பாட்டு வழியாகப்

புரிந்துகொள்வது. மற்ற பாடத்தையும் நாம் அப்படியே புரிந்துகொள்ளலாம். ஆனால், இயற்பியல் என்பது அறிவியல் கோட்பாட்டால் ஆனது.

தற்போது நீட் தேர்வில் மாணவர்கள் அதிகமாகத் தேர்ச்சி பெறாமல் போவதற்கு இயற்பியல் ஒரு முக்கியக் காரணமாக இருக்கிறது. காரணம் இயற்பியலை யாரும் புரிந்து படிப்பதில்லை. நான் தொடர்ந்து படிப்பதற்கு இயற்பியல் பாடத்தில் கொண்ட நாட்டம் காரணமாக இருக்கலாம். இயற்பியல் மிகவும் கடினமாக இருப்பதாகக் கூறி முதுகலையில் வேறு பாடத்தைத் தேர்வு செய்தவர்களெல்லாம் உண்டு, என்னையும் அப்படிச் செய்யச் சொல்லி ஒரு ஆசிரியர் ஆலோசனை கூறினார். அந்தக் காலகட்டத்தில் ஆங்கிலப் பாடத்திற்கு ஆசிரியர் மிகவும் குறைவு என்பதால் ஆங்கிலம் படித்தால் வேலை கிடைத்துவிடும் என்ற காரணத்திற்காக என்னை ஆங்கிலம் படிக்கச் சொன்னார்கள். எனக்கு ஆங்கிலம் வராது என்பதற்காக அவர் ஒரு யோசனை கொடுத்தார். ஆங்கிலத்தில் வந்த நாவல்களைப் படிக்கச் சொன்னார். அப்பொழுது பல ஆங்கில நாவல்களை வாசித்தேன். இலக்கியத்தை விட எனக்கு இயற்பியலின் மீதுதான் அதிக ஈடுபாடு இருப்பதை உணர்ந்தேன்.

நான் இயற்பியல் பாடத்தை மாணவர்களுக்குப் பிடிக்கும்படி எடுப்பதால் பலர் தங்களுடைய மேற்படிப்பிலும் இயற்பியல் பாடத்தையே தேர்ந்தெடுத்தனர். நான் இளங்கலைப் படிக்கும்போது நீங்கள் எடுத்த இயற்பியல் பாடம் இன்றும் நினைவில் இருப்பதாகச் சில மாணவர்கள் பின்னாளில் என்னிடம் சொன்னதுண்டு. மாணவர்களுக்குப் படத்தைப் புரிய வைக்க வேண்டும் என்று மிகுந்த சிரத்தை எடுத்துக்கொள்வேன். மாணவர்களுக்குப் பாடம் எடுப்பதற்கு முன் பல புத்தகங்களைப் படித்துக் குறிப்பெடுத்துக் கொள்வேன். அவர்களுக்குப் புரிய வைக்க வேண்டும் என்பது குறிக்கோளாக இருந்தாலும் நானும் கற்றுக்கொண்டே வந்திருக்கிறேன்.

நீங்கள் பணி நிமித்தமாக விழுப்புரம் வந்து விட்டீர்கள். இங்கு அரசியல் அமைப்புகளோடு உங்களுக்கு எப்படித் தொடர்பு ஏற்பட்டது?

என்னுடைய இளம்பிராயத்தில் திமுக சார்புடையவனாக இருந்திருக்கிறேன். மூன்றாவது, நான்காவது படிக்கும்

போது நாத்திகனாக மாறிவிட்டேன். ஒன்பதாம் வகுப்பு படித்துக்கொண்டிருந்தபோது வள்ளியூரில் சி.என்.அண்ணாதுரை ஒரு கூட்டத்திற்குப் பேச வந்திருந்தார். அந்தக் கூட்டத்திற்குப் போக வேண்டும் என்றால் 12 கிலோமீட்டர் தாண்டிப் போக வேண்டும். நான் சைக்கிள் மிதித்துக்கொண்டு அந்தக் கூட்டத்திற்குப் போய் வந்தேன். என்னுடைய நண்பன் ஒருவன் இருந்தான், அவனும் திமுககாரன். இளம் வயதிலேயே அரசியல் ஈடுபாடு உண்டு. அரசியல் ஈடுபாடுதான் ஒருவருடைய பொது வாழ்க்கைக்கு மிக முக்கியமானதாக அமைகிறது. அரசியல் ஈடுபாடு என்பது சமூகத்தைப் புரிந்துகொள்வது. அந்தப் பின்னணியிலிருந்துதான் கடவுள் மறுப்புக் கொள்கை போன்றவற்றைக் கடைப்பிடித்தேன். 1975ஆம் ஆண்டு இந்திரா காந்தி அவசரநிலை பிரகடனத்தை அறிவித்தார்.

1967 திமுக ஆட்சிக்கு வந்ததிலிருந்து தமிழகத்திற்கு எதுவும் செய்யவில்லை என்று அதிருப்தி இருந்தது. அந்தக் காலகட்டத்தில் அண்ணாமலை பல்கலைக்கழகத்தில் படித்துக்கொண்டிருக்கிறேன். காலை வேளையில் அருகில் உள்ள கடையில் டீ குடிப்பது வழக்கம். அப்படி போகும்போது இந்தியாவில் அவசர நிலை பிரகடனப்படுத்தப்பட்டது என்று தெரிவித்தார்கள். பல்கலைக்கழக வாயில் கதவில் இந்திரா காந்தியின் படம் ஒட்டப்பட்டிருந்தது. அதைப் பார்த்துக்கொண்டே, அதன் மேல் சாணி அடிப்பதற்காகக் கையில் சாணியோடு திரும்பி வந்தேன். ஆனால், அதற்கு முன் யாரோ ஒருவர் இந்திரா காந்தியின் படத்தின் மேல் சாணியடித்துவிட்டார். அதைப் பார்த்து மிகுந்த மகிழ்ச்சியடைந்தேன். அப்போதுதான் தினகரன் பத்திரிகை வெளிவந்து கொண்டிருக்கிறது. அப்போது அது சி.பா.ஆதித்தனார் குழுமத்திலிருந்து வந்தது. அந்தக் காலகட்டத்தில்தான் திமுக மீது அதிகமான ஒடுக்குமுறை நிகழ்ந்தது. திமுக அரசு கலைக்கப்பட்டது.

முதுகலை இயற்பியல் முடித்த பிறகு எங்களுக்குப் புத்தாக்கப் பயிற்சி ஒன்று நடைபெறும். தி.நகரில் உள்ள வெங்கடேஸ்வரா விடுதியில் தங்கி சென்னைப் பல்கலைக்கழகத்தில் புத்தாக்கப் பயிற்சியில் கலந்து கொண்டேன். அப்பொழுதுதான் லாக்கப்பில் சிட்டிபாபு உயிரிழந்தார். சிட்டிபாபு உயிரிழப்பைக் கண்டித்து தி.நகரில் பெரிய ஊர்வலம் நடைபெற்றது. ஊர்வலத்தில்

நானும் கலந்துகொண்டேன். தனிநபர் மீது நடைபெற்ற தாக்குதலைக் கண்டித்தும் திமுக மீது உள்ள கரிசனத்தாலும் அந்த ஊர்வலத்தில் கலந்துகொண்டேன். நான் வகுப்புகளில் இதையெல்லாம் மாணவர்களுக்குச் சொல்வதுண்டு. பிரச்சாரம் என்பது திட்டமிட்டுச் செய்யப்படுவதாக இல்லாமல் போகிற போக்கில் என்னுடைய கருத்துகளைச் சொல்வேன். நீண்ட சொற்பொழிவைக் காட்டிலும் ஒரு ரன்னிங் கமெண்ட் தீவிரமான தாக்கத்தை ஏற்படுத்தும். அப்படிப் பேசும்போது எனக்கு வகுப்பு எடுக்கும் ஆசிரியர் ஒருவர் கவனித்தார். அவர் மார்க்சிஸ்ட் கம்யூனிஸ்ட் கட்சியைச் சேர்ந்தவர். எழுத்தாளர் அஷ்வகோஷ் கலந்து கொள்ளும் ஒரு கூட்டத்திற்கு அந்த ஆசிரியர் என்னை அழைத்துச் சென்றார். எழுத்தாளர் அஷ்வகோஷ் அப்பொழுது முற்போக்கு எழுத்தாளர்கள் கலைஞர்கள் சங்கத்திலிருந்தார். அந்தக் கூட்டத்தில் மார்க்சிஸ்ட் கம்யூனிஸ்ட் கட்சியின் செயல்பாடுகள் குறித்துப் பேசினார்கள். எனக்கு சிபிஎம் குறித்து எதிர்மறையான நிலைப்பாடுதான் இருந்தது. அதற்குக் காரணம் அவசரநிலை காலகட்டத்தில் நடைபெற்ற திண்டுக்கல் இடைத் தேர்தலில் மாயத்தேவரை வேட்பாளராக எம்ஜிஆர் அறிவித்தார். அதிமுகவுக்கு ஆதரவாக சிபிஐ, சிபிஎம் கட்சிகள் செயல்பட்டன. நடிகர் என்கிற அளவில் எம்ஜிஆரை எல்லோருக்கும் பிடிக்கும். ஆனால், திமுககாரன் என்கிற அடிப்படையில் பார்த்தால் எம்ஜிஆரை நமக்குப் பிடிக்காது.

எம்ஜிஆர் அரைமணி நேரம் பேசியதைத் தொகுத்து ஒருவர் படித்தால் படிப்பவரின் மூளை குழம்பிப் போகும். அப்படியான பேச்சாளர்தான் எம்ஜிஆர். இப்படிப்பட்ட எம்ஜிஆருக்கு சிபிஎம் ஆதரவு கொடுத்ததால் எனக்கு சிபிஎம் மீது அதிருப்தி இருந்தது. தேசிய இனப் பிரச்சனைகள் குறித்து சிபிஎம் ஏன் பேசுவதில்லை என்று அக்கூட்டத்தில் கேள்வி எழுப்பினேன். இந்தியத் துணைக் கண்டத்திற்கான பிரச்சனை குறித்துதான் சிபிஎம் பேசிக்கொண்டிருந்தது. இங்கிருக்கும் தேசிய இனங்களின் பிரச்சினைகள் குறித்துப் பேசாததால்தான் அக்கட்சி வளரவில்லை என்று தெரிவித்தேன். சிபிஎம்மின் செயல்பாடு சரியாக இல்லாதபோது எவ்வாறு திமுகவைக் குறை சொல்ல முடியும் என்றும் வாதிட்டேன். எழுத்தாளர் அஷ்வகோஷ் தன்னுடைய கட்சிக்காரர்களிடம் கல்யாணியிடம்

எச்சரிக்கையாக இருக்கும் படி கேட்டுக்கொண்டார். அந்தக் கூட்டத்தில் மார்க்சிய, லெனினிய அமைப்பைச் சேர்ந்தவரும் அங்கிருந்தார் என்பது எனக்கு அப்போது தெரியாது. பின்பு அவர் நான் தங்கியிருந்த இடத்தில் வந்து என்னைச் சந்தித்து மார்க்சிய, லெனினிய அமைப்பின் கொள்கைகள் குறித்தும் செயல்பாடுகள் குறித்தும் பேசினார். தொடர்ச்சியாக அவரோடு உரையாடிக் கொண்டிருந்த காலகட்டத்தில் சிபிஎம் காரர்களிடமும் தொடர்பில் இருந்தேன். ஒரு கட்டத்தில் மார்க்சிய, லெனினிய அமைப்பைச் சேர்ந்த தோழரைச் சந்திக்க முடியவில்லை. சில நாட்கள் கழித்து அவரைப் பார்த்தபோது ஏன் என்னை வந்து பார்க்கவில்லை என்று கேட்டேன். எங்களோடு பயணிக்கும் நபரை நீங்கள் எப்படிச் சந்திக்கலாம் என்று சிபிஎம்காரர்கள் கேட்டதால் நான் வரவில்லை என்று தெரிவித்தார். உங்கள் கொள்கையைச் சொல்ல உங்களுக்கு உரிமை உள்ளதைப் போல அவருடைய கொள்கையைச் சொல்வது அவரின் உரிமை. என்னைச் சந்திக்க வருகிற நபரைத் தடுப்பதற்கு உங்களுக்கு எந்த உரிமையும் இல்லை என்று நான் சிபிஎம்காரர்களிடம் தெரிவித்தேன்.

சிபிஎம்காரர்கள் அத்தோடு விட்டு விலகியவர்கள்தான். செந்தாரகை என்கிற தோழர் மார்க்சிய, லெனினிய அமைப்பிலிருந்தார். அவர் பிறப்பால் வன்னியராக இருந்தாலும் தலித்துகள் மீது நிகழ்த்தப்படும் சாதிய ஒடுக்குமுறைக்கு எதிராகப் போராடினார். அவரின் தொடர்பு காரணமாக எனக்கு மார்க்சிய, லெனினிய அமைப்பு அறிமுகமானது. செந்தாரகை மூலம் இரண்டு இலங்கைத் தமிழர்கள் அறிமுகமானார்கள். அதில் ஒருவர் அரசியல் செயற்பாட்டாளர். அவர் பேசும்போதுதான் மற்ற கட்சிகளுக்கும் லெனினிய, மார்க்சிய அமைப்புக்குமான வேறுபாடு புரிந்தது.

லெனின் எழுதிய 'அரசும் புரட்சியும்' நூலை அறிமுகம் செய்தார். பிறகு நானும் அமைப்புக்காக ஆட்களைச் சேர்க்கின்ற வேலையைத் தொடங்கினேன். என்னைப் புரிந்துகொண்டு அணுகிய மாணவர்களிடம் 'அரசும் புரட்சியும்' உள்ளிட்ட நூல்களை அறிமுகம் செய்தேன். பாலு, ஸ்ரீதர், ரவி கார்த்திகேயன் உள்ளிட்டவர்கள் என்னிடம் மாணவர்களாக இருந்தவர்கள்தான்.

மாணவர்களோடு என்.எஸ்.எஸ் கேம்ப் போகும்போது அவர்களை வேலை வாங்க மாட்டேன். மாணவர்களோடு மாணவனாக இறங்கிப் பணி செய்வேன். அப்படி வேலை செய்துகொண்டு அவர்களைக் கண்காணிப்பேன். அதில் தேரக்கூடியவர்களைத் தனியாக அழைத்துச் சமூகம் குறித்துப் பாடம் எடுத்திருக்கிறேன். கல்யாணியைப் பார்த்தால் பயமாக இருக்கிறது; அவர் நம்முடைய பிள்ளைகளை இயக்கத்திற்கு அழைத்துச் சென்றுவிடுவார் என்று திருக்குறள் முனுசாமி சொல்வார். மாணவர்களிடம் பேசும்போது கடவுள் மறுப்புக் கொள்கை குறித்துப் பேசுவேன். திராவிட இயக்கம் மட்டும்தான் கடவுள் மறுப்புப் பேச வேண்டுமா? நாங்கள் (மார்க்சிய, லெனினிய அமைப்பு) பேசக்கூடாதா? இதனால் திராவிட இயக்கத்தினர் எங்களோடு போட்டிப் போட்டனர். பாலு ஒரு பகுதியில் போஸ்டர் ஒட்டுவார். நான் ஒரு பகுதியில் போஸ்டர் ஒட்டுவேன். பகல் வேளையில் மாணவர்களைக் கொண்டு போஸ்டர்களைத் தயாரிப்போம். செப்டம்பர் 17 என்று நினைக்கிறேன், தர்மபுரி பகுதிகளில் நக்சல்பாரி அமைப்பினரை காவல்துறையினர் சுட்டுக் கொன்றனர். அதற்கு எதிர்ப்புத் தெரிவித்து 'நக்சல்பாரிகளும் தேசபக்தர்களே' என்று போஸ்டர் ஒட்டினோம். இதையெல்லாம் பார்த்து இயக்கத் தோழர்கள் நெருக்கமானார்கள். பிறகு புரட்சி பண்பாட்டு இயக்கம் என்கிற அமைப்பு உருவானது. அதன் வழியாகக் கவிஞர் பழமலையோடு தொடர்பு ஏற்பட்டது.

கவிதை எழுதும் மாணவர்களின் படைப்புகளை வாங்கி பழமலையிடம் கொடுப்பேன். மாணவர்களின் எழுத்துகளில் உள்ள பிழைகளைச் சுட்டிக்காட்டி திருத்தங்கள் செய்து அதைக் கவிதையாக மாற்றிக் கொடுப்பார். நாங்கள் 'நெம்புகோல்' என்கிற அமைப்பை உருவாக்கினோம். நகராட்சிக் கட்டடத்தில் கூட்டங்கள் நடத்துவோம். மாணவர்கள் அங்கு வந்து தங்களுடைய படைப்புகளை வாசித்துக் காட்டுவர். கதை, கவிதை குறித்த விமர்சனங்கள் நடைபெறும். இந்தக் கூட்டத்திலிருந்துதான் அன்பு சிவம், அண்ணாதுரை (விழி.பா.இதயவேந்தன்) உள்ளிட்ட கவிஞர்கள் உருவானார்கள். பிறகு *மன ஓசை* பத்திரிகையின் தொடர்பு கிடைத்தது. விழி.பா.இதயவேந்தனை *மன ஓசை* பத்திரிகையில் எழுத வைத்தோம். அவரை வளர்த்துவிட்ட பெருமை கரிசல் எழுத்தாளர் பா.செயப்பிரகாசம்

அவர்களையே சாரும். விழி.பா.இதயவேந்தனின் முதல் கவிதைத் தொகுப்பை விழுப்புரத்தில் உள்ள மந்தைக் கரையில் பெரிய நிகழ்ச்சியாக நடத்தினோம்.

புரட்சிப் பண்பாட்டு இயக்கம் பெரிய அளவிலான இயக்கமாக மாறியது, நக்சல் பாரி குழுவில் உள்ள பண்பாட்டு அமைப்புகள் இதில் ஒன்றிணைந்து All India league for Revolutionary Culture என்கிற அமைப்பை உருவாக்கினார்கள். அதில் நான் இணைச் செயலாளராகப் பொறுப்பு வகித்தேன். புரட்சிப் பண்பாட்டு இயக்கத்தின் மாநில அமைப்பாளராகவும் செயல்பட்டேன். அமைப்பில் தைரியமாகப் பேச, வழிநடத்த ஒருவர் வேண்டும் என்றனர். பழமலய், கோ.கேசவன், அ.மார்க்ஸ், கோச்சடை, ரவிக்குமார் உள்ளிட்டவர்கள் ஒன்றிணைந்தோம். ஈழத் தமிழர்கள் குறித்து ரவிக்குமார் எழுதிய கட்டுரை மிகுந்த கவனம் பெற்றது. ரவிக்குமார் மிகக் கடுமையான படிப்பாளி. தற்போது பொறியாளராக இருக்கும் துரைக்கண்ணு அந்தக் காலகட்டத்தில் மார்க்சிய, லெனினிய அமைப்பின் மாணவர் குழுவில் இயங்கினார்.

நெய்வேலியில் இருக்கும் துரைக்கண்ணுவுக்கும் எனக்கும் கட்சியின் மூலமாகத்தான் தொடர்பு கிடைத்தது. நாங்கள் ஒன்றிணைந்துதான் பொறியாளர் துரைக்கண்ணு திருமணத்தையும், எழுத்தாளர் ரவிக்குமார் திருமணத்தையும் நடத்தி வைத்தோம். ஆயிரம் பொய் சொல்லி திருமணத்தை நடத்தலாம் என்று சொல்லியிருக்கிறார்கள். ஆனால், ஆயிரம் உண்மைகளைச் சொல்லி பொறியாளர் துரைக்கண்ணுவின் திருமணம் நடைபெற்றது. அவருடைய திருமணம் காதல் திருமணமல்ல. அவரோடு நெய்வேலியில் வேலை பார்த்துக்கொண்டிருக்கும் ஒருவருக்குச் சொந்தக்காரப் பெண் அவர். துரைக்கண்ணுவுக்குத் திருமணத்திற்காகப் பெண் தேடும்போது அந்தப் பெண்ணைக் கண்டடைந்தோம். 'நான் நக்சல் இயக்கத்தில் இருப்பவன், எனக்குப் பல்வேறு இடையூறுகள் வரும். அதையெல்லாம் பொறுத்துக் கொள்ள முடியுமா' என்று உண்மையைச் சொல்லி அந்தப் பெண்ணைத் துரைக்கண்ணு திருமணம் செய்துகொண்டார். அதேபோல ரவிக்குமார் திருமணத்தில் தாலி கிடையாது. தாலி வேண்டுமா வேண்டாமா என்கிற கருத்தரங்கை ரவிக்குமாரின் திருமணத்தின்போது நடத்தினோம்.

ரவிக்குமாரின் வீட்டில் உள்ளவர்கள் தாலி கட்ட வேண்டும் என்று வற்புறுத்தினர். அவர்களிடம் கெஞ்சி, சமாளித்து ஒருவழியாகத் தாலியில்லாமல் திருமணம் நடக்கச் சம்மதம் பெற்றார். செயல் ஒன்று பேச்சு ஒன்று என்றில்லாமல் எல்லோரும் இணைந்து செயல்பட்டு வந்தோம்.

நீங்கள் தேர்தல் அரசியலில் ஈடுபடும் சிபிஎம் போன்ற கட்சியோடும் பணியாற்றியுள்ளீர்கள். இரகசிய அமைப்பான மார்க்சிய, லெனினிய இயக்கங்களோடும் செயல்பட்டிருக்கிறீர்கள். இலக்கியவாதிகளோடும் சமூகச் செயற்பாட்டாளர்களோடும் இணைந்திருக்கிறீர்கள். நிச்சயமாக இப்பயணத்தில் முரண்பாடுகள் இருந்திருக்கும். அதை எப்படிக் கடந்து வந்தீர்கள்?

நிறைய முரண்பாடுகள் இருந்தன. அதில் முதல் முரண்பாடு என்னவென்றால் கட்சியிலிருந்து ஒரு அறிக்கை வெளியிடுகிறார்கள். நான் இருப்பதோ ஒரு வெகுஜனப் பண்பாட்டு அமைப்பு. இராஜீவ்காந்தி காலகட்டத்தில் புதிய கல்விக் கொள்கை ஒன்று அறிமுகப்படுத்தப்பட்டது. அதை எதிர்த்துத் தற்போது போலவே அப்போதும் அ.மார்க்ஸ் புதிய கல்விக் கொள்கைக்கு எதிராகப் புத்தகம் எழுதி இருந்தார்; பழமலய் பாடல் எழுதினார்; நாங்கள் பிரச்சாரம் செய்தோம். அந்த நேரத்தில் என்னுடைய பெயரை மாற்றச் சொல்லி இயக்கத் தோழர்கள் கேட்டார்கள், அதற்கு முற்றிலுமாக மறுத்துவிட்டேன். தர்மபுரியில் நடந்த பிரச்சனையை ஒட்டி, 'தர்மபுரி எதிரொலிகள்' என்கிற கவிதைத் தொகுப்பை ரவிக்குமார் எழுதியிருந்தார். இதை நான் அ.மார்க்ஸிடம் காட்டினேன். அதை அவர் பொதியவெற்பனிடம் கொண்டு சென்றார். பின்னர் அது புத்தகமாக வெளிவந்தது. அந்தக் காலகட்டத்தில் ரவிக்குமார் சிதம்பரத்தில் படித்துக்கொண்டிருந்ததாக நினைவு.

தோழர் பாலன் சிலை திறப்பு விழாவில் ரவிக்குமார் எழுதிய நூலை வெளியிடுவதாகத் திட்டமிட்டோம். ஆனால், கட்சியினர் புத்தகம் வெளியிடுவதற்கு அனுமதி மறுத்தனர். காரணம் என்னவென்று கேட்டோம், அவர்கள் காரணத்தைச் சொல்லவில்லை. கட்சி முடிவு செய்துவிட்டது என்று மட்டும் சொன்னார்கள். இயக்கப் பணி செய்பவர்களிடம் கலந்தாலோசிக்காமல் தன்னிச்சையாக முடிவெடுக்கும் போக்குத் தொடர்ந்தது. 'ஆறு மாதம்தான்

இந்தக் கட்சியில் இருப்பேன் அதற்குள் என்னுடைய இடத்திற்கு வேறு ஆளைப் பார்த்துக்கொள்ளுங்கள், நான் நிச்சயமாகக் கட்சியிலிருந்து வெளியேறிவிடுவேன்' என்று தெரிவித்திருந்தேன். வெளியேறுவது குறித்துப் பரிசீலிக்குமாறு என்னிடம் பேசிப் பார்த்தார்கள்; நான் முடியாது என்று மறுத்துவிட்டேன். அடிப்படையில் ஜனநாயகம் இருக்க வேண்டும் என்று நினைப்பவன் நான். இப்பொழுது பழங்குடிச் சங்கம் ஒன்று உருவாக்கியிருந்தாலும் கூட எல்லோரும் சேர்ந்து விவாதித்துத்தான் முடிவு செய்வோம். தன்னிச்சையாக எந்த முடிவும் எடுப்பது கிடையாது.

அமைப்பைக் கட்டுவதற்காகத்தான் விழுப்புரத்திலிருந்து திண்டிவனத்துக்கு மாற்றமாகிப் போனேன். மாணவரிடம் பேசி முற்போக்கு மாணவர் கழகத்தைக் கட்டினோம். விழுப்புரத்தில் இருந்தபோது என்னுடைய நடவடிக்கை என்பது தத்துவத்தை அடிப்படையாகக் கொண்டதாக மட்டுமே இருந்தது. திண்டிவனத்திற்கு வந்தபோது திராவிட இயக்க தோழர்களுடன் நட்பு கிடைத்தது. குறிப்பாக, வ.சு.சம்பந்தம் என்பவரின் தோழமை கிடைத்தது. நானும் அவரும் எங்கள் வட்டாரத்தில் நடைபெறும் பிரச்சனைகள் குறித்துக் கவனத்தில் எடுத்தோம். திராவிட இயக்கம் என்பது அடிப்படையில் பிரச்சார அமைப்பு. நான் அவர்களோடு ஒரு குடும்பமாகவே இணைந்து பணியாற்றினேன். எங்களுடைய போராட்டத்திற்குத் திராவிட இயக்கத்தினரும் அவர்களுடைய போராட்டங்களுக்கு நாங்களும் செல்வோம். அப்போது ஒரு பள்ளிக்கூடம் தொடர்பான பிரச்சனை எழுந்தது. அந்த நேரத்தில் நான் மார்க்சிய, லெனினிய அமைப்பில்தான் இருந்தேன். 1986ஆம் ஆண்டு மார்க்சிய, லெனினிய அமைப்பிலிருந்து வெளியேறினேன். நான் வெளியேறியது பழமலய்க்குக் கூடத் தெரியாது. பின்பு இதுகுறித்து ரவிக்குமார் உள்ளிட்டோரிடம் தெரிவித்தேன். நாமெல்லாம் இணைந்து அடுத்து என்ன செய்யலாம் என்கிற கேள்வி எங்களுக்குள் எழுந்தது.

எல்லோரும் ஒவ்வொருவிதமான யோசனையைத் தெரிவித்தார்கள். கல்வி தொடர்பான எனது திட்டங்களை எடுத்துரைத்தேன். திண்டிவனத்தில் இருக்கும்போது பள்ளிக்கூடம் மற்றும் கல்வி தொடர்பாக நிறையப் போராட்டங்களில் கலந்துகொண்டேன். புதிய கல்விக்

கொள்கை தொடர்பாக அ.மார்க்ஸ் எழுதிய புத்தகத்தை முன்வைத்துப் பிரச்சாரத்தை மேற்கொண்டு இருந்தோம். அந்த அனுபவத்தின் காரணமாகக் கல்வி தொடர்பான திட்டம் வகுக்கக் கூறினேன். எல்லாப் போராட்டத்திற்கும் ரவிக்குமார் உடன் இருந்தார். பிறகு நாங்கள் மக்கள் கல்வி இயக்கம் என்கின்ற அமைப்பை ஆரம்பித்தோம். அ.மார்க்ஸ்தான் அறிக்கைகளை எழுதுவார். மக்கள் கல்வி இயக்கத்தின் பணி, அதன் நோக்கம், குறித்து விவாதித்தோம். இதில் ஆரம்பக் கல்வி முதல் ஆராய்ச்சிக் கல்வி வரை தாய் மொழியில் கல்வி; கல்வியில் ஜனநாயகம் இருக்க வேண்டும் என்கிற கோரிக்கையை முன்வைத்தோம். மாணவர்களுக்கு யாரும் தனிப்பயிற்சி அளிக்கக் கூடாது. குறிப்பாக, ஆசிரியர் தவறு செய்தால் அவருக்குத் தண்டனை அளிக்க வேண்டும் என்கிற முழக்கத்தோடு ஆங்காங்கே மாநாடுகள் நடத்தினோம். திண்டிவனத்தில் தமிழ்வழிக் கல்வி மாநாட்டை 1990ஆம் ஆண்டு நடத்தினோம். இந்த ஒருநாள் கருத்தரங்கிற்குப் பலர் வந்திருந்தார்கள். குறிப்பாக, எங்களோடு மார்க்சிய, லெனினிய அமைப்பிலிருந்தவர்கள் வந்தார்கள். பேராசிரியர் சிவகுமார் எங்களோடு இணைந்தார்.

மருத்துவர் ராமதாஸ் மாநாட்டுப் பேரணியில் கலந்துகொண்டார். 1993ஆம் ஆண்டு அத்தியூர் விஜயா வழக்கு வந்தது. எம்.எல். இயக்க பின்னணியிலிருந்ததால் காவல்துறையினர் எங்களை உளவு பார்த்தனர். இந்தியன் எக்ஸ்பிரஸில் பணியாற்றிய மணிவண்ணன் எங்களுக்குத் துணையாக இருந்தார். நாங்கள் ஏதேனும் போராட்டம் நடத்தினால் காவல்துறையினர் எங்களை நக்சலைட்டுகள் என்று முத்திரை குத்தும்போது எங்களை மனித உரிமைச் செயற்பாட்டாளர்கள் என்று மணிவண்ணன் கூறுவார். உள்ளூர் அளவிலான பள்ளி தொடர்பான போராட்டத்திற்கு நகரக் கல்வி மேம்பாட்டுக் குழு என்கின்ற அமைப்பை உருவாக்கினோம். இந்த அமைப்பில் பல்வேறு கட்சிகளைச் சேர்ந்தவர்களும் இருந்தார்கள். எல்லோரையும் இணைத்துப் போராட வேண்டும் என்கிற செயல்திட்டம், உத்தி எல்லாம் மார்க்சிய, லெனினிய அமைப்பிலிருந்து கற்றுக்கொண்டது. அவர்களிடம் கற்றுக்கொண்டதுதான் என்னை இதுவரை வழிநடத்திவருகிறது. நகரக் கல்வி மேம்பாட்டுக் குழுதான் பின்னாளில் மக்கள் கல்வி இயக்கமாக மாறுகிறது. அதனுடைய தொடர்ச்சிதான் இந்தத் தாய் தமிழ்ப் பள்ளி.

அரசு என்பதே ஓர் அடக்குமுறைக் கருவி. ஒடுக்குமுறை இல்லாதபோது அரசு என்கிற கட்டமைப்பே இல்லை. இதுதான் மார்க்சியத்தின் அடிப்படை தத்துவம். எத்தனை அரசாங்கங்கள் மாறினாலும் அரசாங்கம் மக்களை ஒடுக்கத்தான் செய்யும் என்கின்ற புரிதல் எங்களுக்கு இருந்தது. இதனாலேயே காவல்துறைக்கு எதிரான மனோபாவம் இருந்தது. இந்த நேரத்தில்தான் அத்தியூர் விஜயா என்கிற பெண்ணைக் காவல்துறையினர் பாலியல் வன்கொடுமை செய்த தகவல் எங்களுக்கு நாளிதழ்கள் வழியாக வந்தது. இந்தியன் எக்ஸ்பிரஸில் பணியாற்றிய மணிவண்ணன் என்னை அழைத்து, 'கல்யாணி உங்களுக்கு வேலை வந்துவிட்டது' என்று தெரிவித்தார். பாதிக்கப்பட்டவர் செஞ்சி அத்தியூரைச் சேர்ந்தவர். குற்றம் சுமத்தப்பட்டவர்கள் புதுச்சேரி காவல்துறையினர். இது எங்கள் கவனத்திற்கு வந்தபோது உண்மை அறியும் குழுவை அமைத்தோம். குழுவுக்குத் தலைவராக மருத்துவர் ராமதாஸின் உறவினரான வழக்கறிஞர் செல்வராஜ் செயல்பட்டார்.

புரட்சிகர அமைப்புகளோடு தொடர்பில் இருந்த நீங்கள் இப்போது சட்டப் போராட்டம் நடத்துபவராக, கல்வி உரிமைப் போராளியாக மாறியிருக்கிறீர்கள். இந்த மாற்றம் எவ்வாறு நிகழ்ந்தது?

கட்சிக்குள் நிறைய முரண்பாடுகள் உருவாகின. இதுவரை பயணித்த பாதையில் மாற்றம் செய்ய வேண்டும் என்று விவாதித்தனர். எல்லா நடவடிக்கைகளையும் நிறுத்தி வைக்க வேண்டுமென்று கூறினர். இதெல்லாமே கட்சிக்குள் நடத்தினார்களே தவிர வெளியில் இருப்பவர்களுக்கு என்ன நடக்கிறது என்றே தெரியவில்லை. இனிமேல் எடுக்கப் போகும் முடிவு எந்த வகையில் சரியாக இருக்கும் என்று கேள்வி எழுப்பினேன். செயலற்று இருப்பது என்பது மிகவும் மோசமான ஒன்று. இவர்கள் புரட்சி நடத்துவார்கள் என்கிற நம்பிக்கை எனக்குப் போய்விட்டது. பிறகு மணியரசன் புதிய கட்சியைத் தொடங்கினார். சிபிஎம்மில் இருந்து விலகி இராஜேந்திர சோழன் மணியரசனோடு துணைக்குச் சென்றார். அணு உலை எதிர்ப்பு, தமிழர் ஒற்றுமை என்கிற கருத்தாக்கத்தில் நாங்கள் உடன்பட்டோம். எங்களை அமைப்பிலிருந்து வழிநடத்தியதில் இராஜேந்திர

சோழனுக்கு முக்கியமான பங்கு உண்டு. இராஜேந்திர சோழனோடு அரசியல் ரீதியாகப் பயணிக்கலாம் என்று முடிவு செய்தேன்.

மயிலத்தில் உடையார் சமூக ஆட்களுக்கும் தலித் சமூக ஆட்களுக்கும் பிரச்சினை இருந்தது. உடையார் சமூக ஆட்கள் சங்கம் வைத்துக்கொண்டு பட்டியல் சமூக ஆட்களுக்கு எதிராகச் செயல்பட்டார்கள். உடையார் சமூக ஆட்களோடு இராஜேந்திர சோழன் இருந்தார். இதனால் அவர்களோடு இணைந்து செயல்பட முடியாமல் வெளியேறினேன். மனித உரிமை அமைப்பிலிருந்ததால் பொடா, தடா உள்ளிட்ட கொடும் சட்டத்திற்கு எதிராகப் போராடினேன். புதுச்சேரியில் நடைபெற்ற பொடா ஒழிப்பு மாநாட்டில்தான் முதன்முதலாக திருமாவளவன், ரவிக்குமார் உள்ளிட்டவர்கள் கலந்துகொள்கிறார்கள். எங்களோடு எம்.எல் இயக்கத்திலிருந்த தடா.பெரியசாமி திருமாவளவனுக்கு நெருக்கமாக இருந்தார். அவர்தான் என்னை திருமாவளவனிடம் அறிமுகம் செய்து வைத்தார். புரட்சி பண்பாட்டு இயக்கத்தின் செயல்பாட்டில் தடா. பெரியசாமி பங்காற்றினார். திருவள்ளுவனும் எங்களோடு இணைந்து செயல்பட்டார். எம்எல் இயக்கத்தில் தடா. பெரியசாமி இருந்ததால் அவரின் பேச்சுக்குத் திருமாவளவன் கவனம் செலுத்துவார். மதுரையில் ஒரு கூட்டத்தை திருமாவளவன் நடத்தும்போது அங்கு என்னைப் பேச வைத்தார். இதன் மூலமாக எனக்கும் திருமாவளவனுக்கும் நெருக்கம் ஏற்பட்டது. பின்னர் அத்தியூர் விஜயா வழக்குத் தொடர்பாகக் கண்டனக் கூட்டத்தை அனந்தபுரத்தில் ஏற்பாடு செய்திருந்தோம். கூட்டத்திற்கு திருமாவளவனை அழைத்திருந்தேன். கல்லூரியில் என்னுடைய மாணவராக இருந்து பின்னர் பகுஜன் சமாஜ் கட்சியில் இருந்த வழக்கறிஞர் விஜயன் அத்தியூர் விஜயா வழக்கில் செயல்பட்டார். தமிழகத்தில் மனித உரிமை சார்ந்து செயல்பட்டதால் பலரோடு தொடர்பு ஏற்பட்டது.

மனிதஉரிமைச்செயல்பாட்டில் ரவிக்குமார் அவர்களுக்கும் அ.மார்க்ஸ் அவர்களுக்கும் நிறையப் பங்கு உண்டு. குறிப்பாகத் தலித் செயல்பாட்டில் இவர்களுடைய பங்கு இருந்தது. புதுச்சேரியில் கூட்டம் நடத்தும் போதெல்லாம் பல்வேறு அமைப்புகளில் இருந்தவர்களை ரவிக்குமார்

ஒருங்கிணைத்தார். அவரும் மார்க்சிய, லெனினிய அமைப்பிலிருந்து வெளியேறியவர்தான். அப்போது அவர் யுகோ பேங்கில் வேலை பார்த்துக்கொண்டிருந்தார். அங்கு நடக்கும் எல்லாக் கூட்டத்திற்கும் என்னை அழைப்பார். கல்லூரி முடித்துவிட்டு அங்குச் செல்வேன். அங்கு இரண்டு விதமான கூட்டங்கள் நடக்கும். ஒன்று தலித்துகள் நடத்தும் கூட்டம், இன்னொன்று தலித் அல்லாதவர்கள் இருக்கும் கூட்டம். தலித் பிரச்சனை என்று வரும் சிபிஐ, சிபிஎம் ஒரு நிலைப்பாடு எடுக்கும். தலித் அமைப்புகள் ஒருநிலைப்பாடு எடுக்கும். தலித் அமைப்புகள் நடத்தும் கூட்டத்தில் தீண்டாமை குறித்துத்தான் பிரதானமாகப் பேசுவார்கள். பிற கட்சிகளில் தீண்டாமை தவிர்த்து மற்ற எல்லாவற்றையும் பேசுவார்கள். இந்த இடைவெளியை நான் நடைமுறையில் புரிந்துகொண்டேன். ஆயிரம் புத்தகங்களிலிருந்து வியாக்கியானம் பேசலாம் ஆனால், நடைமுறை என்பது வேறாகத்தான் இருக்கிறது. தலித்துகளின் பிரச்சினையைத் தலித்துகள் மட்டும்தான் புரிந்துகொள்ள முடியும். தலித்துகள்தான் தலைமை ஏற்க வேண்டும்.

தீண்டாமையின் வலியைத் தலித் உணர்வதுபோல் மற்றவர்களால் உணர முடியாது. தீண்டாமையின் சிக்கல்களைத் தலித் அல்லாதவர்கள் புரிந்துகொள்வது சிரமம் என்கிற கருத்து நிலவியது. அப்பொழுது நாங்கள் தலித் ஆதரவாளர்கள் குழுவை உருவாக்கினோம். தலித்துகளின் கோரிக்கைகளுக்குத் தலித் ஆதரவாளர்கள் துணை நிற்க வேண்டும். அதுதான் ஒரு ஜனநாயக சக்தியின் கடமை என்று சொல்லி அதற்காகவே திண்டிவனத்தில் 1996ஆம் ஆண்டு தலித் ஆதரவாளர்கள் மாநாட்டை நடத்தினோம். அந்த மாநாட்டிற்கு மருத்துவர் ராமதாஸ்தான் சிறப்பு அழைப்பாளராக வந்திருந்தார். தலித் ஆதரவாளர் மாநாட்டில்தான் எங்களுக்கும் மருத்துவர் ராமதாஸுக்கும் இடையே பிரச்சனை வருகிறது. தலித்துகள் மீது தீண்டாமை கடைப்பிடிக்கப்படுவது நமக்குத் தெரிந்த ஒன்றுதான். அதை ஒழிப்பதற்கான சட்டத்தைக் கடுமையாக அமல்படுத்த வேண்டும், சாதி மறுப்புத் திருமணங்களை ஊக்குவிக்க வேண்டும். இதுதான் தலித் ஆதரவாளர்கள் மாநாட்டின் முக்கியக் கோரிக்கையாக இருந்தது. நிகழ்ச்சிக்கு வந்திருந்த ராமதாஸ் அதைப் பற்றி எதுவும் பேசாமல் என்னை

மட்டுமே வாழ்த்திப் பேசினார். இதனால் எங்களுடைய ஜனநாயகப் பயணத்தில் அவர் நீடிக்க மாட்டார் என்று முடிவு செய்தோம். தலித் பிரச்சினைகளில் அ.மார்க்ஸ் கவனம் குவித்தார். இதை அடிப்படையாகக் கொண்டுதான் அரசு செயலாளராக இருந்த சிவகாமி *Sensitizing the Bureaucracy for the Welfare of SC, ST* என்கிற ஒரு செயல் திட்டத்தைக் கொண்டுவந்தார்.

அந்தத் திட்டத்தில் அ.மார்க்ஸ், ரவிக்குமார் போன்றவர்கள் இருந்தார்கள். நான் முதலில் அந்த குழுவில் இல்லை. தலித்துகளின் பிரச்சினையை எவ்வாறு தீர்ப்பது என்கிற ஆலோசனைக் கூட்டத்தை சிவகாமி ஐ.ஏ.எஸ் நடத்தினார். ரவிக்குமார், அ.மார்க்ஸ் போன்றவர்கள் இதில் கல்யாணியைச் சேர்த்துக்கொள்ளலாம் என்று வலியுறுத்தியிருக்கிறார்கள். சிவகாமி எனக்கு அழைப்பு விடுத்திருந்தார், நான் இந்தக் குழுவில் இருப்பதில் எந்தப் பிரச்சனையும் இல்லை. ஆனால், காவல்துறைக்கும் அரசுக்கும் நான் எதிரானவன் என்கிற குற்றச்சாட்டு உள்ளது. அதனால் சிவகாமி அவர்களுக்கு ஏதேனும் பிரச்சனை இல்லை என்றால் நான் வருவதில் சிக்கல் இல்லை என்று தெரிவித்தேன். அவருக்கு விருப்பம் இருக்கிறதா என்பதை மட்டும் கேளுங்கள் மற்றதை நான் பார்த்துக்கொள்கிறேன் என்று சிவகாமி கூறினார். நான் பார்த்த ஐஏஎஸ் அதிகாரிகளில் சிவகாமி அவர்களைப் போல கண நேரத்தில் முடிவெடுக்கக் கூடிய சாதுரியம் கொண்டவர்கள் வேறு யாரும் இல்லை. இம்மாதிரி என்னுடைய சமூச் செயற்பாட்டுப் பயணம் என்னவாக மாறி வந்திருந்தாலும் என்னிடம் ஓர் அடிப்படை பண்பு இருக்கிறது. அது வேலை செய்யாமல் என்னால் இருக்க முடியாது. வேலை செய்வது மட்டும்தான் ஒரு மனிதருக்கு மகிழ்ச்சியைக் கொடுக்க முடியும் என்று என் ஆசிரியர் சொல்வார்.

அமைப்பு ரீதியான உங்கள் பயணம் உள்ளூர் களச் செயல்பாட்டை நோக்கி நகர்ந்திருக்கிறது, அமைப்புகள் மீது உங்களுக்கு இருந்த விமர்சனம் மட்டுமேவா இந்த மாற்றத்திற்குக் காரணம்?

எனக்கென்று தனி குணநலன்கள் உண்டு. அது என் இயல்பு என்று கூடச் சொல்லலாம். உலகத்தில் நடக்கும்

பெரிய ஆபத்து, நாடுகளுக்கு இடையேயான சண்டை குறித்தெல்லாம் சொன்னால் எனக்கு எதுவும் ஏறாது. அருகில் இருக்கும் ஒருவருக்கு ஏதாவது பிரச்சினை என்றால் அதுதான் எனக்கு முக்கியமானதாகப் படும். உலகத்தில் நடக்கும் பெரிய பாதிப்புகளை எல்லாம் பேசுவது இருக்கட்டும். நமக்கருகில் இருக்கும் மனிதர்கள் பிரச்சினைக்கு உள்ளாவதுதான் என்னுள் அதிக தாக்கத்தை ஏற்படுத்தும். தத்துவ அடிப்படையில் வியாக்கியானம் பேசிக்கொண்டிருப்பதைக் காட்டிலும் அருகில் இருக்கும் மனிதரின் உரிமைக்குத் துணை நிற்க வேண்டும். உலக விஷயங்களை எளிமையாகப் பேசிவிட முடியும். உள்ளூர்ப் பிரச்சனையைக் கையில் எடுத்தால்தான் சிக்கல் அதிகமாகும். எனது வீட்டில் கல் எரிந்திருக்கிறார்கள். உலக விஷயங்களைப் பேசும்போது நமக்கு எந்தப் பாதிப்பும் ஏற்படாது. கிட்டத்தட்டப் பாதுகாப்பானதும் கூட. மார்க்சிய, லெனினிய அமைப்பில் இருந்தபோது இயக்கத் தோழர்களுக்கு அரசும் புரட்சியும் குறித்துப் பாடமெடுத்தது உண்டு, நான் நன்றாகச் சொல்லிக் கொடுப்பேன். இயக்கத்துடன் தொடர்பற்றுப் போன பிறகு பாடமெடுக்க மட்டுமாவது வாருங்கள் என்று அழைப்பு விடுத்திருந்தனர். உங்கள் அமைப்பின் மீது எனக்கு நம்பிக்கை போன பிறகு பாடமெடுப்பது பலனைத் தராது என்று மறுத்துவிட்டேன். இதனால் அரசியல் வகுப்பு எடுப்பதையே கைவிட்டுவிட்டேன்.

***நிறப்பிரிகை* காலம் என்று குறிப்பிடுமளவு தமிழ்ச் சூழலில் *நிறப்பிரிகை* மிகப் பெரிய தாக்கத்தை உருவாக்கியது. அ.மார்க்ஸ், து.ரவிக்குமார் உட்பட அதில் பெரும் பங்காற்றியவர்கள் உங்களோடு பயணப்பட்டவர்கள், அத்தகைய சூழலில் நீங்கள் *நிறப்பிரிகை*யைக் கவனித்து வந்தீர்களா, உங்களுக்கும் *நிறப்பிரிகை*க்கும் தொடர்பு இருந்ததா?**

நிறப்பிரிகை பத்திரிகை ஆரம்பிக்கும்போது உடனிருந்து பார்த்திருக்கிறேன். அ.மார்க்ஸூம் ரவிக்குமாரும் மிக நெருக்கமாக இருந்தார்கள். அப்பத்திரிகையில் விளிம்புநிலை மக்களின் பிரச்சனைகள் குறித்து அதிகம் எழுதினர். நான் அவ்வளவு தீவிரமாக வாசித்ததில்லை. உலகளாவிய தத்துவங்கள் எல்லாம் படித்தவரை போதும் என்று நிறுத்திய காலகட்டம் அது. தொடக்கக் காலகட்டத்தில் பெரிய படிப்பாளியாக இருந்தேன். வாசகர் வட்டம் உள்ளிட்ட

செயல்பாடுகளுக்கு உதவியாக இருந்தேனே தவிர, அதை ஈடுபாடாகப் படித்தேன் என்று சொல்ல முடியாது. தத்துவக் கருத்துகளை நடைமுறை ரீதியாக விளிம்புநிலை மக்களின் பிரச்சனைகளுக்குத் தீர்வு காண முயற்சிக்க வேண்டும். மக்களின் பிரச்சனையைத் தீர்த்து வைப்பதற்கு ஒரு கட்சிதான் வர வேண்டும் என்கிற அவசியம் இல்லை என்று மார்க்ஸ் சொல்கிறார்.

உலக அளவில் இதற்கு நிறைய உதாரணங்களைச் சொல்ல முடியும், நிச்சயம் மறுப்பதற்கில்லை, அதேவேளையில் மைய அரசியலில் தன்னைக் கரைத்துக்கொள்ளாதவர்களைப் பெரிய மாற்றத்திற்குத் தடையாக இருக்கும் குறுங்குழுக்களாக அடையாளப்படுத்தும் போக்கும் இங்கு இருக்கிறது. அதை எப்படி எதிர்கொள்கிறீர்கள்?

அரசியல் களத்தில் நான் விடுதலைச் சிறுத்தைகள் கட்சிக்கு ஆதரவானவன். ஒரு கட்சியின் ஆதரவு இல்லாமல் சமூகச் செயற்பாட்டாளர் இயங்க முடியாது. காவல்துறையினரால் ஏதேனும் அச்சுறுத்தல் நேரும்போது ஒரு கட்சியின் உதவி தேவைப்படுகிறது. எம்எல் இயக்கத்திலிருந்து வந்ததால் பாஜக எதிர்ப்பில் மிக உறுதியாக உள்ளோம். பாஜகவை திமுக மிக இலகுவாகப் பார்க்கிறது. அண்மையில் ரவிக்குமாருக்கு மணி விழா நடந்தது, அதிலும் சனாதன எதிர்ப்புப் பேசப்பட்டது. சனாதன எதிர்ப்பு மாநாட்டை விடுதலைச் சிறுத்தைகள் கட்சி நடத்தியது. ஒருமுறை என்னை நேர்காணல் எடுத்தபோது அதில் குறிப்பிட்டிருந்தேன், திமுக செய்ய வேண்டிய வேலையைத் தற்போது விசிகதான் செய்துகொண்டிருக்கிறது. தமிழ்நாட்டில் சமரசமின்றிச் சனாதனத்தை எதிர்க்கக்கூடிய ஒரே அமைப்பாக விடுதலைச் சிறுத்தைகள் கட்சி இருக்கிறது. விடுதலைச் சிறுத்தைகள் கட்சி நடத்திய திருச்சி மாநாட்டிற்கும் சென்று வந்தேன். தனியாக இருந்தாலும் இதுபோன்று அமைப்புகளோடு இணைந்து இருக்கிறேன். திமுகவா அல்லது அதிமுகவா என்று வரும்போது திமுகவுக்குத்தான் ஆதரவு தெரிவிக்கிறோம். அதற்காக திமுக என்ன செய்தாலும் அமைதியாகக் கடக்க முடியாது. இப்பொழுது நாங்கள் நடத்தும் இருளர்களின் மனித உரிமை மாநாடு கூட திமுகவுக்கு எதிரானதுதான். காவல்துறையின் அட்டூழியங்களுக்கு எதிராக திமுக அரசு நடவடிக்கை எடுக்காததின் விளைவாகத்தான் இந்த

மாநாட்டை நாங்கள் நடத்துகிறோம். நாங்கள் இப்படிப் பேசுவது திமுகவிற்குச் சங்கடமாகத்தான் இருக்கும். அதற்கு நாங்கள் என்ன செய்ய முடியும்?

முதலமைச்சர் ஸ்டாலின் திராவிட மாடல் என்று முழங்குகிறார். அதற்காகப் பழங்குடிகளின் உரிமைகளை விட்டுத்தர முடியாது. ஓட்டு அரசியலில் எண்ணிக்கை பெரும்பான்மைதான் எல்லாவற்றையும் தீர்மானிக்கும். தலித் கட்சிகள் கூட பழங்குடியின மக்களைக் கண்டுகொள்வதில்லை. பழங்குடிகளின் வாக்கு எண்ணிக்கை மிகச் சொற்பமாக இருப்பதால்தான் இவ்வாறு நடைபெறுகிறது. மிகவும் குறைந்த எண்ணிக்கையில் உள்ள மக்களுக்குத்தான் மனித உரிமைகள் பிரச்சனைகள் அதிகம். ஒருமுறை வானூர் காவல் நிலையத்திற்குச் சென்று இருந்தேன். காரில் வந்து ஒன்றியச் செயலாளர் பஞ்சாயத்துப் பேசினார். இதனால் காவல் நிலையத்துக்குச் செல்வதையே விட்டுவிட்டேன். பிரச்சனை என்றால் விரிவாகக் கடிதம் எழுதி அந்தந்தத் துறைக்கு அனுப்பிவிடுவேன். காவல்துறையினர் நொந்து கொள்வார்கள். விரிவாக எழுதிய புகாரைக் கண்டு காவல்துறையினர் பயப்படுவார்கள். இந்த வேலையைச் செய்வதற்கு நான் ஒரு பெரிய கட்சியில் இருக்க வேண்டிய அவசியமில்லை, சொல்லப் போனால் அது என்னைப் பொறுத்தவரை சங்கடம். எந்த நெருக்கடிக்கும் உள்ளாகாமல் இத்தகைய பிரச்சினைகளைப் பின்தொடர்ந்து வந்தாலே போதுமானது. ஒரேயொரு புகார் எழுத சமயத்தில் ஆறேழு மணி நேரம் கூட ஆகும். அதில் நான் சமரசம் செய்துகொள்வதில்லை.

நான்கைந்து வருடமாக உங்களைப் பார்த்துவந்த அனுபவத்தில், நீங்கள் எழுதிய பழைய புகார்கள், மனுக்கள் உள்ளிட்டவற்றின் நகல்களைப் படிக்கக் கொடுத்திருக்கிறீர்கள். இதைத் தொடர் செயல்பாடாகவே செய்துவருகிறீர்கள். அரசு இயந்திரம் எளிய மனிதர்களின் மனுக்களை எத்தகைய அலட்சியத்தோடு கையாளும் என்பது வெளிப்படையானது. இந்தச் சூழலில் மனுக்களை எழுதிப் போடுவதும், அதைத் தொடர்ந்து கண்காணிப்பதுமான இப்பயணம் உங்களைச் சோர்வடையச் செய்ததில்லையா?

நான் உருவாக்குவது ஓர் ஆவணம். மனு எழுதிய காரணத்தினால்தான் அத்தியூர் விஜயா வழக்கில் காவல்

துறையினரைத் தண்டிக்க முடிந்தது. 2011இல் நடைபெற்ற வழக்கில் ஏறத்தாழ 22 காவல்துறையினர் மீது நடவடிக்கை எடுக்கப்பட்டது. இப்படிச் செய்யும்போது அடுத்து ஒரு புகார் கொடுக்கும்போது அதைக் காவல்துறையினர் கவனமாகக் கையாள வைப்பதற்கான நிர்ப்பந்தத்தைக் கொடுக்கிறோம். இருளர்களுக்கு எதிரான மனநிலை காவல்துறையில் தற்போதும் இருக்கிறதென்றாலும், இருளர் வழக்கு என்றாலே காவல் துறையினர் அஞ்சும் சூழலும் உருவாகியிருக்கிறது. இது நேற்றோ இன்றோ சாத்தியமானதில்லை, முப்பது வருடப் போராட்டம் அதைச் சாத்தியமாக்கியிருக்கிறது.

பழங்குடி தலித் மக்களுக்கு எதிராக வன்கொடுமை நடக்கும் போது, உங்களது அனுபவத்திலிருந்தும் நடைமுறையிலிருந்தும் அதைச் சட்ட ரீதியாக எதிர்கொள்வதற்கான வழிமுறைகள் குறித்துச் சொல்லுங்களேன்.

வன்கொடுமை நடக்கிறது என்றால் சாட்சிகளையும் தரவுகளையும் சேமிப்பதில் குறியாக இருப்பேன். இதுதான் ஒரு மனித உரிமைச் செயற்பாட்டாளரின் முக்கியமான பணி. ஒருவருக்கு அடிபட்டது என்றால் அவரை உடனடியாக மருத்துவமனைக்குக் கொண்டு செல்ல வேண்டும். பாதிக்கப்பட்டவரை வைத்துக் காவல் நிலையத்தில் புகார் அளிக்க வேண்டும். அளிக்கப்பட்ட புகாருக்கு முதல் தகவல் அறிக்கையைப் பதிய வைக்க வேண்டும். பிறகு குற்றப்பத்திரிகை தாக்கல் செய்ய வேண்டும். அவை யாவற்றையும் பாதிக்கப்பட்டவரைக் கொண்டு செய்ய வேண்டும். எவ்வளவு சீக்கிரம் எவிடன்ஸ் தயார் செய்ய வேண்டுமோ அவ்வளவு சீக்கிரம் தயார் செய்ய வேண்டும். அடிபட்டால் உடனடியாக மருத்துவமனைக்குச் சென்றுவிட வேண்டும். இரண்டு நாட்கள் கழித்துப் போவது என்கிற பேச்சுக்கே இடம் இல்லை. காவல் நிலையத்தில் புகார் வாங்கவில்லை என்றால் அந்தச் செயல்பாட்டிற்கு மேலும் ஒரு புகார் கடிதம் எழுத வேண்டும். புகாரைப் புனைந்து எழுதினால் பாதிக்கப்பட்டவருக்கு உதவாது. கடைசிவரையில் ஒரே மாதிரியான பொய் சொல்வது மிகவும் கடினம். ஆனால், உண்மையைச் சொல்வது எளிது. உண்மையை எழுதினால்தான் எதிர்த்துப் போராடக்கூடிய துணிவு வரும். ரௌத்திரம் பழகு என்பது போல் கோபம் எப்பொழுது வரும்... நேர்மையாக இருக்கும் போதுதான் வரும்.

கல்வியாளராக உருவெடுப்பதற்கு முன்பு கல்வி சார்ந்த நிறையப் போராட்டங்களிலும் ஈடுபட்டு இருக்கிறீர்கள், அது குறித்துச் சொல்லுங்கள்?

எனக்குக் கல்வியின் மீதுதான் அதிக ஈடுபாடு. மார்க்சிய, லெனினிய அமைப்பிலிருந்தபோது இராஜீவ்காந்தி கொண்டு வந்த கல்விக் கொள்கையை எதிர்த்தோம். புரட்சிப் பண்பாட்டு இயக்கத்தில் இருக்கும்போது அ.மார்க்ஸ் கொண்டு வந்த புத்தகம்தான் எங்களுக்குக் கையேடாக அமைந்தது. இந்தக் கல்விக் கொள்கை எப்படி விளிம்புநிலை மக்களுக்கும் ஒடுக்கப்பட்ட மக்களுக்கும் எதிராக இருக்கிறது என்பதை மிக விளக்கமாக அ.மார்க்ஸ் எழுதியிருந்தார். அவருடைய புத்தகம் எங்களுக்கு உந்து சக்தியாக இருந்தது. புதிய கல்விக் கொள்கையை எதிர்த்து மாநாடு நடத்தினோம். கவிஞர் பழமலய் பாடல்கள் எழுதினார். ஆங்காங்கே ஊர்வலம் சென்றோம். திண்டிவனத்திற்கு வந்த பிறகும் கூட ஒரு பள்ளிக்கூட பிரச்சினை இருந்தது. பள்ளிக்கூடம் வர வேண்டும் என்பதற்காகப் போராட்டம் நடத்தினோம். அந்தப் போராட்டத்தில் என் மீது வழக்குத் தொடுத்தார்கள். பள்ளி திறப்புக் குழு என்கிற அமைப்பை உருவாக்கினோம். எல்லாச் சாதியினரையும் ஒருங்கிணைத்தோம். துண்டறிக்கை தயார் செய்வது போராட்டத்தை ஒருங்கிணைப்பது என்று இயங்கினேன் மாணவர்களை ஒருங்கிணைத்துப் போராட்டம் நடத்தினோம் கடைசியாக அந்தப் பள்ளியை நாங்கள் விருப்பப்பட்டபடி கொண்டு வந்தோம். தமிழகம் முழுக்க அதில் எனக்கு ஒரு அறிமுகம் கிடைத்தது. பல்வேறு பத்திரிகைகளில் இந்தப் போராட்டம் குறித்து எழுதினார்கள். தற்போது ஆனந்த விகடனில் இருக்கும் முருகன், மாணவர் பத்திரிகையாளராக இருந்தார். அவர் என்னுடைய மாணவர். பள்ளிக்கான போராட்டம் ஆனந்த விகடனில் செய்தியாக வந்தது. ஊடகத்தினுடைய செல்வாக்கை எப்பொழுதும் தக்க வைத்துக்கொள்ள வேண்டும் என்று ரவிக்குமார் அடிக்கடி அறிவுறுத்துவார். அதே நேரத்தில் எனக்குப் பணி மாறுதல் வழங்கி உத்தரவு வருகிறது. இதை எதிர்த்து மருத்துவர் ராமதாஸ் தலைமையில் ஊர்வலம் நடைபெற்றது. அரசு ஊழியராக இருந்துகொண்டு அரசுக்கு எதிரான செயலில் ஈடுபடுவதாகக் குற்றஞ்சாட்டப்பட்டேன். இந்த வழக்கை அப்போதைய வழக்கறிஞராக இருந்த சந்துரு வாதாட மாட்டேன் என்று தெரிவித்தார்.

இந்த நீதிபதி மிகவும் மோசமானவர், நிச்சயமாக நமக்குப் பாதகமாகத்தான் தீர்ப்பு வரும் என்று கூறி வழக்காட சந்துரு மறுத்தார். நான் மிகவும் வற்புறுத்தினேன். மாணவர்கள் எங்களுக்காகப் போராடுகிறார்கள், அதனால் இந்த வழக்கை நீங்கள் எடுத்து நடத்துங்கள் என்று கேட்டுக்கொண்டேன். வழக்கு வரும்போதெல்லாம் வாய்தா வாங்கிக்கொண்டே வந்தார். ஒருநாள் வழக்கு நடந்துகொண்டிருக்கும்போது நீதிபதி ஒருவர் உயிரிழந்துவிட்டார். எங்களுடைய போராட்டம் குறித்து இந்தியன் எக்ஸ்பிரஸில் ஒரு கட்டுரை வெளியாகிறது. மறுநாள் வழக்கு நீதிமன்றத்திற்கு வந்ததும் இந்தியன் எக்ஸ்பிரஸில் வந்த கட்டுரை குறித்து நீதிபதி விசாரித்தார். இதனால் சந்துரு மிகுந்த மகிழ்ச்சி அடைந்தார். வழக்கு விசாரணையில், 5 வருடம் பணியில் இருக்கும் பேராசிரியர்களைப் பணி மாறுதல் செய்யப் போவதாக அரசு தரப்பு கூறி இருந்தது. இதற்கு நீதிபதி மறுத்து எனக்கு வழங்கியிருந்த பணி மாறுதல் ஆணைக்குத் தடை விதித்தார். வழக்கில் வெற்றி பெறுவதற்கு இந்தியன் எக்ஸ்பிரஸில் வந்த கட்டுரை மிகவும் பயனுள்ளதாக இருந்தது. ஜனநாயக சக்திகளை எல்லோரும் எல்லாவற்றையும் பயன்படுத்த வேண்டும்.

ஜனநாயக சக்திகளின் மீது உங்களுக்குச் சில முரண்பாடுகள் இருந்தாலும் கூட பொதுத் தேவைக்காக முரண்பாடுகளைக் கடந்து அவர்களோடு ஒன்றிணைந்து செயல்படுகிறீர்கள். இப்பண்பு உங்களுக்கு எப்படி வந்தது?

முரண்பாடுகள் குறித்து மாவோ சொல்வார். சமுதாயத்தில் நிறைய முரண்பாடுகள் இருக்கின்றன. இரு வேறு தனி நபர்களுக்கு இடையேயும் முரண்பாடு இருக்கிறது. அரசாங்கத்திற்கும் மக்களுக்கும் இடையேயும் முரண்பாடு இருக்கிறது. முரண்பாடுகள் இல்லாத சமூகம் இல்லை. முரண்பாட்டால்தான் சமூகம் வளர்கிறது. எல்லாம் ஒரே மாதிரியாக இருந்தால் வளர்ச்சி கிடையாது. முரண்பாடுகள் இருந்தால்தான் வளர்ச்சி பெறமுடியும். ஆணும் பெண்ணும் இணைந்தால்தான் குழந்தை பெற முடியும். அதேபோல் முரண்பாடுகள் இணைந்தால்தான் புதியது உருவாகும். எது பிரதான பிரச்சனையோ அதைத்தான் முதன்மைப்படுத்த வேண்டும். நம்முடைய போராட்டத்தில் எதிரி யார் என்பதை நாம் முடிவு செய்ய வேண்டும். எதிரிக்கு ஆதரவாக

ஆட்களை நாம் சேர்த்துவிடக்கூடாது. நமக்கு நெருக்கமான ஆட்களை நமக்கு அருகிலேயே வைத்துக்கொள்ள வேண்டும். நமக்கும் இல்லாமல் எதிரிக்கும் இல்லாமல் இடையில் இருப்பவர்களை எதிரி பக்கம் சேராமல் பார்த்துக்கொள்ள வேண்டும். ஆக, எதிரியைத் தனிமைப்படுத்த வேண்டும். ஒரு கட்சியை எடுத்துக்கொண்டால் அந்தக் கட்சிக்குள் பல்வேறு பிரிவுகள் இருக்கின்றன. ஒரே தெருவுக்குள் ஒரே கட்சியைச் சேர்ந்த இரண்டு குழுக்களாக இருக்கும் அவர்கள் தங்களைத்தான் முன்னிலைப்படுத்துகிறார்கள் தவிரக் கொள்கையை அல்ல. ஆக, சமூக முன்னேற்றத்தில் தனி மனிதர்களின் முரண்களைத் தவிர்த்துப் பொது நோக்கத்திற்காக ஒன்றிணைவது அவசியமாகிறது.

தாய்த் தமிழ்ப் பள்ளியின் தோற்றம். அதை உருவாக்க வேண்டும் என்கிற சிந்தனை உங்களுக்கு எங்கிருந்து உருப்பெற்றது. பள்ளி தொடங்குவதற்கான அவசியம் என்ன?

கல்வியில் எனக்கு மிகுந்த ஈடுபாடு அதிகம். அதனால் நாங்கள் மக்கள் கல்வி இயக்கம் என்கிற ஒரு அமைப்பை ஆரம்பித்தோம். பள்ளிக்கூடம் வேண்டும் என்கிற போராட்டம் இதெல்லாம் ஒருபுறம் இருக்கும்போது எனக்குத் தாய் மொழிக் கல்வியின் மீது ஈடுபாடு இருந்தது. என்னுடன் பணியாற்றிய கல்லூரி பேராசிரியர்கள் தனியாக டியூஷன் எடுப்பதற்காகக் கல்லூரி வேளைகளில் பாடம் எடுப்பது கிடையாது. எனவே, பேராசிரியர்கள் மீது புகாரளித்தேன். இதனால் தவறுகள் குறைந்தன. கல்லூரியில் என்னுடன் பணியாற்றிய வேதியியல் துறை பேராசிரியர் அபிபுர் ரகுமான் என்னிடம் 25 ஆயிரம் ரூபாய் கொடுத்து மாணவர்களுக்கு இலவசக் கல்வி பயிற்றுவிக்கக் கோரினார். நான் இதை எதிர்பார்க்கவே இல்லை. 1994இல் 25,000 ரூபாய் என்பது பெரிய தொகை. கல்வி தொடர்பான போராட்டங்களுக்கு யார் யாரெல்லாம் பங்கு பெற்றார்களோ அவர்களையெல்லாம் ஒன்றாக இணைத்துத் திண்டிவனம் நகர மற்றும் ஊரக கல்வி மேம்பாட்டுக் கழகம் என்கிற அறக்கட்டளையைத் தொடங்கினோம். தற்போது இருக்கும் இடம் ஒரு காங்கிரஸ்காரருடையது; அவர் பொதுச் சேவை மனப்பான்மையோடு இருந்தார்; அவர் தலித் என்பதும் குறிப்பிடத்தக்கது.

மாணவர்களுக்குக் கல்வி வழங்கப் போகிறீர்கள்.

அதனால் என்னுடைய இடத்தை எடுத்துக்கொள்ளுங்கள் என்று கூறினார். 1 சென்ட் 1,250 ரூபாய் வீதம் 31 சென்ட் அவரிடமிருந்து பெற்றோம். அறக்கட்டளை உறுப்பினர்களிடமிருந்து பணத்தைத் திரட்டினோம். பின் தாய்த் தமிழ்ப் பள்ளி என்கிற இயக்கமாக மாறியது. திருப்பூர் பக்கத்தில் தாய்த் தமிழ்ப் பள்ளியை வித்தியாசமாக நடத்துகிறார்கள் என்கிற ஒரு செய்தி வந்தது. என்னுடைய பேத்தி அகிலாவிற்கு அப்பொழுது நான்கு வயது; அவளை வெளியில் உள்ள பள்ளிக்குப் பாடம் படிக்க அனுப்புவதைவிட இங்கேயே படிக்க வைக்கலாம் என்று முடிவெடுத்தேன். திருப்பூரில் உள்ள தாய்த் தமிழ்ப் பள்ளியில் ஆலோசனை பெற்று உடனடியாக இங்கொரு பள்ளி ஆரம்பித்துவிடலாம் என்ற முடிவுக்கு வந்தோம். இப்பகுதியில் ஏற்கெனவே வீடுகளுக்குத் தீ வைத்து எரிக்கும் கலாச்சாரம் இருப்பதால் நாங்கள் பள்ளிக்குச் சிமெண்ட் சீட் போட வேண்டும் என்று முடிவு எடுத்தோம். அந்த ஷெட்டில்தான் பள்ளியை ஆரம்பித்தோம்.

ரவிக்குமார் சட்டமன்ற உறுப்பினராக இருந்தபோது திமுகவைச் சேர்ந்த கனிமொழியிடம் எடுத்துக் கூறி நான்கு இலட்சம் ரூபாய் பெற்றுக்கொடுத்தார். கிடைத்த பணத்தைக் கொண்டு பள்ளிக்கான கட்டடத்தை உருவாக்கினோம். கட்டணம் செலுத்தினால்தான் மாணவர்கள் பொறுப்புணர்ந்து படிப்பார்கள் என்று பலர் யோசனை தெரிவித்தார்கள். ஒரு வருடம் கட்டணம் பெற்றோம். அதில் பாதி மாணவர்கள் கட்டணம் செலுத்த இயலாததால் அந்த யோசனையைக் கைவிட்டோம். நாங்களே கட்டணக் கொள்ளைக்கு எதிராகப் போராட்டம் நடத்தியவர்கள் என்பதால் இலவசக் கல்வி கொடுக்க வேண்டும் என்று முடிவு செய்தோம். இதற்காக மாதந்திரச் சீட்டுப் பிடிக்கும் முறையை உருவாக்கினோம். இதன் மூலமாக 24 ஆயிரம் ரூபாய் வருமானம் கிடைக்கிறது.

'ஜெய் பீம்' பட இயக்குநர் ஞானவேலின் தொடர்பால் 'அகரம்' அறக்கட்டளை உதவி செய்தது. சக்தி மசாலா அறக்கட்டளையும் உதவி செய்தது. என்னிடம் படித்த மாணவர் ஒருவர் ஏழரை சென்ட் இடம் வாங்கிக் கொடுத்தார். விழுப்புரம் ஜனகராஜ் 50 ஆயிரம் கொடுத்து உதவினார். ரவி கார்த்திகேயன் ஐம்பதாயிரம் கொடுத்தார்.

ஒருமுறை எழுத்தாளர் ரவிக்குமார் தன்னுடைய பேஸ்புக் பக்கத்தில் தாய்த் தமிழ்ப் பள்ளி குறித்து எழுதியதைப் பார்த்து அமெரிக்காவிலிருந்து ஒருவர் 2 லட்சத்து 20 ஆயிரம் ரூபாயைத் தந்து உதவினார். இந்தப் பள்ளி என்பது ஊர் கூடி இழுத்த தேர். 1995ஆம் ஆண்டு நகர்மன்றத் தலைவராக இருந்த பூபாலன் அவர்களைச் சிறப்பு அழைப்பாளராகக் கொண்டு மதிய உணவுத் திட்டத்தைத் தொடங்கினோம். நம்முடைய மக்கள் உணவுக்கு என்று கேட்டால் தந்துவிடுகிறார்கள். முதலில் 100 மாணவர்கள் இருந்தார்கள் தற்போது 270 மாணவர்கள் இருக்கிறார்கள். ஆசிரியர்களும் இங்குதான் உணவருந்த வேண்டும். இங்கு தலித் அல்லாத ஆசிரியர்களும் பாடம் நடத்துகிறார்கள். தலித்துகள் சமைப்பதால் முதலில் அதை உண்ண மறுத்தார்கள். நாங்கள் வெளியில் சாப்பிடுவது இல்லையென்று காரணம் சொன்னார்கள். அதையெல்லாம் நாங்கள் ஒப்புக்கொள்ளாமல் இங்குதான் உணவருந்த வேண்டுமென்பதில் உறுதியாக இருந்தோம். படிப்பு எவ்வளவு முக்கியமோ அதற்கு இணையாகக் குழந்தைகளின் ஆரோக்கியமும் முக்கியம் என்பதால் சத்தான உணவுகளை மட்டுமே கொடுக்கிறோம்.

இங்கிருந்து வேறு பள்ளிக்குச் சென்ற எங்கள் மாணவர்கள் அங்கு முதல் ஐந்து இடங்களில் இருக்கிறார்கள். தேசிய அறிவியல் போட்டியில் வைஷ்ணவி என்கிற மாணவி மாவட்டத்தில் முதலாவதாக வந்தார். மாநில அளவிலான போட்டியிலும் கலந்துகொண்டு குஜராத் வரையிலும் சென்று வந்தார். இதற்குத் தலைமை ஆசிரியரின் பங்கு மிகவும் முக்கியமானது.

தமிழ்வழிக் கல்வி தமிழகத்தில் பல்வேறு சூழ்நிலைகளில் வலியுறுத்தப்பட்டே வருகிறது, அதன் முக்கியவத்துவம் புரியாமலில்லை. அதே வேளையில் மாறிவரும் நவீன உலகத்தில் ஆங்கிலத்தின் முக்கியத்துவமும், அதன் வழி கிடைக்கும் வளர்ச்சியும் முக்கியமென்கிற கருத்து நிலவுவதை அறியாதவர் அல்ல நீங்கள், அதை மீறியும் தமிழ் வழிக்கல்வியை நீங்கள் தொடர்ந்து வலியுறுத்துவதற்கான காரணம் என்ன?

இப்பொழுதும் தமிழ்வழிக் கல்வியில் மாணவர்கள் படிக்கிறார்கள் அவர்களுக்கு வேலைவாய்ப்பில் எந்தப் பாதிப்பும் ஏற்படுவதில்லை. பாட அறிவு மிகவும் முக்கியம்.

கல்வியின் அடிப்படை நோக்கம் என்பது அறிவு வளர்ச்சி. ஆசிரியருக்கும் மாணவருக்கும் ஒரு இணக்கமான சூழல் ஏற்பட வேண்டும். ஆகவே ஆசிரியருக்கும் மாணவருக்கும் தெரிந்த ஒரு மொழியில் கற்பது என்பது மிக முக்கியமானது. எனவே தாய்மொழிக் கல்வியை வலியுறுத்துகிறோம். உலக நாடுகளைப் பிரிட்டிஷ் அரசாங்கம் தன்னுடைய காலனி ஆதிக்கத்திற்குள் கொண்டுவந்தபோதே ஆங்கிலம் முதன்மையான இடத்திற்கு வந்துவிட்டது. ஜப்பான் போன்ற நாடுகளில் மாணவர்கள் தங்களுடைய தாய் மொழியிலேயே படிக்கிறார்கள். உலகளாவிய வியாபார நோக்கத்திற்காக ஆங்கிலத்தில் கல்வி சொல்லிக் கொடுக்கப்படுகிறது. தமிழில் மருத்துவக் கல்வி வருகிறது என்று வைத்துக் கொள்வோம். தமிழில் இருக்கிறது என்பதற்காக மருத்துவக் கல்வியை வேண்டாம் என்று சொல்லிவிடுவார்களா? மருத்துவத்தைத் தமிழில் கொண்டுவர முடியும் என்கிற கருத்தாக்கத்தை விதைக்க வேண்டும். தமிழ்வழி கல்விக்கு எதிரான சக்திகள் இருக்கின்றன. ஆங்கிலக் கல்வி என்பது வணிகமயமானது. கார்ப்பரேட் கம்பெனிகள் குறித்துப் பேசும் நாம், கார்ப்பரேட் பள்ளிகள் குறித்தும் பேச வேண்டும். இதுவொரு மாபெரும் வலைப் பின்னல். பொறியியல் கல்வி தமிழ் மொழியில் வந்தது. என்னுடைய பேத்தி அதில் படித்துத்தான் தங்கப்பதக்கம் பெற்றார். பணியிலும் சேர்ந்துவிட்டார். தற்போது தமிழ் வழியில் படித்தவர்களுக்கு அரசு வேலையில் முன்னுரிமை கொடுக்கப்படுகிறது.

தமிழ்வழிக் கல்வியில் பயின்றால் சமூக வெளியில் பின்னடைவைச் சந்திக்க நேரிடும் என்கிற கருத்தாக்கம் பொய் என்கிறீர்களா?

ஆமாம், சமூகத்தில் சாமி கும்பிடும் பழக்கம் இருந்துவருகிறது. ஆனால், சாமி இல்லாமலும் நம்மால் வாழ முடியும். ஆங்கில வழியில் படித்த மாணவர்கள் பலர் வேலையில்லாமல் இருக்கத்தானே செய்கிறார்கள். சிலர் 5,000 ரூபாய் சம்பளம் வாங்கிக்கொண்டு வேலை செய்கிறார்கள். ஆங்கில வழியில் படித்த சிலருக்கு வேலை கிடைப்பதின் வழியாகப் பெரிய விளம்பரம் இங்கு செய்யப்படுகிறது. அதன் வழியாகக் கல்லூரிக்கும் விளம்பரம் செய்யப்படுகிறது. கார்ப்பரேட்டுகளுக்கு எதிராக எவ்வாறு போராடிக்கொண்டிருக்கிறோமோ அதே போலொரு போராட்டத்தை நாம் முன்னெடுக்க வேண்டும்.

2010இல் பொன்முடி அமைச்சராக இருந்தபோது தமிழ் வழியில் பொறியியல் பாடத்தைச் செயல்படுத்தினார். அப்போதுதான் முதன்முதலாக அவருக்குச் சால்வை அணிவித்தேன். ஜப்பானில் இருப்பவர்கள் ஜப்பானிய மொழியில்தான் படிக்கிறார்கள். இங்கிருந்து வேலைக்குச் செல்பவர்கள் ஜப்பானிய மொழியைக் கற்றுக் கொண்டுதான் அங்கு பணி செய்கிறார்கள். ஆய்வு படிப்பை மேற்கொள்ள ஜெர்மன் செல்பவர்கள் தங்களுடைய அடிப்படை கல்வியைத் தாய் மொழியில் படித்திருந்தால்தான் அவர்களுக்குப் படிக்க இடம் கிடைக்கிறது. தாய்மொழியில் படிப்பவர்களுக்குப் படைப்பாற்றல் அதிகம் என்கிறார்கள். ஐந்து லட்சம் மக்கள்தொகை உள்ள லக்சம்பர்க் நாட்டில் ஆங்கிலம், பிரெஞ்சு போன்ற மொழியில் பாடம் சொல்லித் தருவது இல்லை. அவர்களுடைய மொழியை நம்மால் உச்சரிக்க முடியவில்லை. ஆனால், அவர்கள் மருத்துவம் உள்ளிட்ட படிப்புகளைத் தங்களுடைய தாய் மொழியில்தான் கற்கின்றனர். உலகிலேயே கல்வியில் முதலாவதாக இருக்கும் பின்லாந்து நாட்டின் மொத்த மக்கள் தொகை 53 இலட்சம். சென்னை மாநகராட்சியின் மக்கள் தொகை விடக் குறைவு. அங்கே மாணவர்களுக்குத் தாய் மொழியில்தான் கற்பிக்கப்படுகிறது. ஒரு நாட்டின் வளர்ச்சி என்பது ஒட்டுமொத்தமான மனிதவள சக்தியைப் பொறுத்துத்தான் அமைகிறது.

இங்கு ஒரு போஸ்டர் கூட சரியாக எழுதுவது கிடையாது. தப்பும் தவறுமாக எழுதுகிறார்கள். அடிப்படைக் கல்வி இல்லாமல் இருப்பதுதான் பிரச்சனை. தாய்மொழியில் படிக்கும்போது அந்த அறிவுச் சமூகத்திற்குப் பயன்படும். ஆப்ரிக்க நாடுகளில் ஆங்கிலேயர்கள் மாதிரியே ஆங்கிலம் பேசுகிறவர்கள் இருக்கிறார்கள். ஆனால், அந்த நாடு பின்தங்கி இருக்கிறது. தாய்மொழிக் கல்வியைப் பின்பற்றுகிற நாடுகள்தாம் முன்னணியில் இருக்கிறார்கள். நாட்டின் முன்னேற்றமாக இருந்தாலும் சரி, மனித வளத்தை மேம்படுத்துவதாக இருந்தாலும் சரி, தாய் மொழிக் கல்விதான் சிறந்தது.

உங்களை நினைவுகூராமல் இருளர் சமூகப் பிரச்சனைகள் குறித்து இன்று பேச முடியாது என்று எண்ணுமளவு இருளர் சமூக விடுதலைக்கென்று உங்களை அர்ப்பணித்துக் கொண்டிருக்கிறீர்கள். இருளர்களின் பிரச்னை, அவர்களுக்கான

சங்கத்தைத் தோற்றுவித்தல் உள்ளிட்டவைக்கான உந்துதல் எங்கிருந்து தொடங்கியது?

இது தற்செயலாக நிகழ்ந்ததுதான். கல்வி மேம்பாட்டுக் குழு உள்ளிட்ட கல்வி தொடர்பான குழுவில் இயங்கிக் கொண்டிருந்தபோது அத்தியூர் விஜயா வழக்கு எங்களிடம் வந்தது. நான் அதில் உண்மை அறியும் குழுவில் ஒருவனாகச் சென்று இருந்தேன். சிஸ்டர் லூசினா மலைவாழ் மக்களிடம் பணியாற்றிவந்தார். எங்களுடைய கல்விப் பணிகளைப் பார்த்து எங்களோடு இணைந்து பணியாற்ற விரும்பினார். பழங்குடியினர் பாதுகாப்புச் சங்கம் ஆரம்பிப்பதற்கு முன்பே சிஸ்டர் லூசினா திண்டிவனம் வந்துவிட்டார். அத்தியூர் விஜயா வழக்குத் தொடர்பாக அத்தியூருக்கு அடிக்கடி சென்று வந்தேன். அறிக்கையாகத் தயாரித்து ஏறத்தாழ ஆயிரம் பிரதிகளை அச்சடித்து மக்களுக்குக் கொடுத்தோம். விழுப்புரத்திலிருந்து செஞ்சிக்குச் சென்று அங்கிருந்து ஒரு வாடகை சைக்கிள் எடுத்துக்கொண்டு ஆறு கிலோமீட்டர் செல்வேன். அப்படி அடிக்கடி அந்த மக்களைப் பார்க்கப் போகும்போது எங்களுக்குள் இயல்பாகவே ஒரு பிணைப்பு ஏற்பட்டது. விஜயாவின் தந்தையைக் காவல்துறையினர் கடத்திவிட்டனர். அந்த வழக்கையும் நாங்கள் கையில் எடுத்தோம். விஜயாவின் உறவினரான பச்சையப்பனை தாக்கிய வழக்கு என்று பல வழக்குகளில் தலையீடு செய்தோம். 1993இலிருந்து 1996 வரை 8 வழக்குகள் எங்களிடம் வந்து சேர்ந்தது. இருளர் மக்களுக்கு என்று ஒரு சங்கம் இருக்க வேண்டும் என்று யோசனை தோன்றியது. ஆதரவு சக்திகளைக் கொண்டு எவ்வாறு செயல்பட வேண்டும் என்று திட்டமிட்டோம். இதில் எஸ்வி.ராஜதுரை, ரவிக்குமார், பழமலய் உள்ளிட்டோர் துணை நின்றனர். மனித உரிமை என்கிற பெயரில்தான் எல்லாவற்றையும் செய்ய வேண்டும் என்கிற அவசியமில்லை. நீங்கள் இருளர் நலவாழ்வு சங்கம் என்கிற அமைப்பைத் ஏன் தொடங்கக் கூடாது என்று எஸ்வி ராஜதுரை கேட்டார். 1996ஆம் ஆண்டு விழுப்புரத்தில் ஓர் ஆலோசனைக் கூட்டத்தை நடத்தினோம். நாங்கள் எதிர்பார்த்ததைவிட ஆட்கள் அதிகமாகவே வந்தார்கள். பெயர் வைப்பதில் கூட கவனமாக இருந்தோம்.

இருளர் மக்களுக்குப் பாதுகாப்புதான் முக்கியமாகத் தேவைப்பட்டது. இதனால் பழங்குடி இருளர் பாதுகாப்புச் சங்கம் என்கிற சங்கத்தை அமைத்தோம். மார்க்சிய,

லெனினிய அமைப்பில் இருக்கும்பொழுது யாரையும் நம்பிப் பொறுப்புக் கொடுக்க மாட்டார்கள். அமைப்பில் பொறுப்பு வழங்கினால்தான் பொறுப்புணர்வு வரும் என்ற காரணத்தினால் தலைவர், செயலாளர், பொருளாளர் பதவிகளைப் பழங்குடி சங்கத்தில் உருவாக்கினோம். ஒவ்வொரு குடும்பத்தையும் அதற்கான சந்தா செலுத்துவதற்கான வழக்கத்தை உருவாக்கியதின் மூலம், ஒவ்வொருவரையும் அதில் நேரடியாக ஈடுபட வைத்தோம். சங்கம் தொடர்பாக எந்தக் கூட்டம் நடந்தாலும் ஆர்ப்பாட்டம், போராட்டம் நடைபெற்றாலும் பெண்களின் பங்களிப்பை உறுதி செய்ததோடு மட்டுமல்லாமல் சங்கப் பொறுப்புகளில் பாதி விழுக்காடு பெண்களுக்கும் இருக்க வேண்டும் என்பதாகப் பார்த்துக்கொண்டோம். 1999ஆம் ஆண்டு விழுப்புரத்தில் முதல் மாநாடு நடைபெற்றது.

இந்த மாநாட்டிற்கு அமைச்சராக இருந்த பொன்முடி வந்தார். ஆதிதிராவிட நலத்துறை அமைச்சர் மற்றும் தமிழ்நாடு பழங்குடி மக்கள் சங்கத்தைச் சேர்ந்த வி.பி.குணசேகரன் அவர்களை அழைத்திருந்தோம். மாநாடு வெற்றிகரமாக நடந்தது. நான் தொடர்ச்சியாகப் பழங்குடி மக்கள் மீது நடத்தப்படும் வன்கொடுமை வழக்குகள் மீது கவனம் செலுத்தினேன். 2006ஆம் ஆண்டு அத்தியூர் விஜயா வழக்கின் தீர்ப்பு பெறப்பட்டது. சங்கமாகத் திரண்டதால்தான் மக்கள் கடைசிவரை உறுதியோடு நின்றனர். சங்கம் அவர்களுக்குத் துணிச்சலைக் கொடுத்தது. வழக்கைத் திரும்பப் பெறச் சொல்லிக் காவல்துறையினர் பேரம் பேசுவார்கள். ஒரு இலட்ச ரூபாய் பணம் தருகிறேன் வழக்கை வாபஸ் வாங்கிவிடு என்று ஒரு பெண்ணிடம் காவல்துறையினர் கேட்டுள்ளனர். எத்தனை இலட்சம் கொடுத்தாலும் உயிரே போனாலும் வழக்கை வாபஸ் வாங்க மாட்டேன் என்று அவர் தெரிவித்திருக்கிறார். இதெல்லாம் சங்கம் கொடுத்த பலம். வழக்கை யாரேனும் வாபஸ் வாங்கினால் சங்கத்திலிருந்து நீக்கப்படுவார்கள்.

இருளர் மக்களிடம் பணம் பெற்றுத்தான் இந்தச் சங்கம் நடத்தப்படுகிறது. அவர்கள் பணம் கொடுக்கும்போதுதான் சங்கத்திற்கும் அவர்களுக்குமான பிணைப்பு ஏற்படுகிறது. இது அவர்களுக்காகவே அவர்கள் நடத்திக்கொள்ளும் சங்கம் என்று புரிய வைத்தோம். 2005 ஆம் ஆண்டு

நில உரிமை மாநாடு நடத்தினோம். ஐஏஎஸ் சிவகாமி அவர்களைப் 'பழங்குடி மக்கள் நிலஉரிமை' என்கிற நூலை எழுதச் சொன்னோம். அந்த நூலை நில உரிமை மாநாட்டில் வெளியிட்டோம். சிவகாமி அம்மா பணியில் இருக்கும்போதுதான் பழங்குடி இருளர் கல்வி அறக்கட்டளை அமைப்பை உருவாக்கினோம். இதற்காக தன்னுடைய மகனின் கல்வி உதவித் தொகையில் இருந்து ஒரு இலட்ச ரூபாயை எடுத்து எங்களுக்கு நிதியாகக் கொடுத்தார். அந்தப் பணத்தைக் கொண்டும் இருளர் மக்களிலிருந்து படித்துவந்தவர்களிடம் நிதியாகப் பெற்று 28 சென்ட் நிலத்தை அமைப்புக்காக வாங்கினோம்.

இந்த அமைப்பு வேறு யாரிடமும் சென்றுவிடக்கூடாது என்பதற்காக இந்த அமைப்பின் தலைவர், செயலாளர், பொருளாளர் பதவிகள் எல்லாம் இருளர்கள் மட்டுமே இருக்க வேண்டும் என்று தீர்மானம் போட்டோம். ஓய்வுபெற்ற பேராசிரியர் ஜெயபாலன் இருளர் கல்வி அறக்கட்டளைக்கு நிதி வழங்கினார். நடிகர் சூர்யா கொடுத்த பணத்தை வைத்து அந்த இடத்தில் விடுதி கட்டலாம் என்று இருக்கிறோம். நாம் அந்தப் பணத்தைக் கையில் வாங்கினால் வருமான வரித்துறை பிரச்சனை வரும். அகரம் அறக்கட்டளையே விடுதியைக் கட்டித்தரக் கோரிக்கை வைத்துள்ளோம். பொன்.மாரி என்கிற ஆசிரியர் அறக்கட்டளைக்குச் செயலாளராக உள்ளார். 2009இல் வாழ்வுரிமை மாநாட்டை நடத்தினோம். வன்கொடுமைத் தடுப்புச் சட்டத்தை அமல்படுத்தக் கோரி போராடிய என் மேல் பொய் வழக்குப் போட்டார்கள். 2003 விழுப்புரம் நகராட்சித் திடலில் பெரிய மாநாடு ஒன்றை நடத்தினோம். இந்தச் செயல்பாட்டிற்கெல்லாம் விடுதலைச் சிறுத்தைகள் கட்சி எங்களுக்கு உறுதுணையாக இருந்தது. 2019ஆம் ஆண்டு நாடாளுமன்றத் தேர்தல் நெருங்கும் காலகட்டத்தில் மிகப்பெரிய மாநாட்டை நடத்தினோம். ஏறத்தாழ பத்தாயிரம் மக்கள் கலந்துகொண்டார்கள்.

இருளர் சமூக மக்கள் குறித்துத் திரையில் வந்த முதல் பிரதி 'ஜெய்பீம்', உலகம் முழுவதும் கவனத்தைப் பெற்ற திரைப்படமும் கூட. இந்தப் படத்திற்குக் கிடைத்த வரவேற்புக்குப் பிறகு இருளர் மக்களின் பிரச்சனைகளைக் கையாள்வதில் ஏதெனும் மாற்றம் நிகழ்திருக்கிறதா?

முதலமைச்சர் மு.க.ஸ்டாலின் இருளர் மக்களைச் சந்தித்தார். படம் வெளியாவதற்கு இரண்டு நாட்கள் முன்னரே முதலமைச்சருக்குச் சிறப்புக் காட்சி ஏற்பாடு செய்தாயிற்று. கோரிக்கை மனுக்கள் ஏதேனும் இருந்தால் கொண்டுவந்து கொடுக்கும்படி இயக்குநர் ஞானவேல் என்னிடம் தெரிவித்திருந்தார். நடிகர் சூர்யா எங்கள் சங்கத்திற்கு ஒரு கோடி ரூபாய் நிதி வழங்கிய நிகழ்ச்சியில் முதலமைச்சரிடம் எங்கள் கோரிக்கைகளைச் சமர்ப்பித்தோம். 31.10.2021 அன்று மனு அளித்தோம், 09.11.2021 அன்று முதலமைச்சர் சாதிச் சான்றிதழ் மற்றும் இதரத் தேவைகள் குறித்துக் கணக்கெடுக்கும்படி தாசில்தார்களுக்கு ஆணை பிறப்பித்து இருந்தார். இதை நாங்கள் எதிர்பார்க்கவே இல்லை. இருளர் சமூகத்தின் மக்கள் தொகை, மனைப்பட்டா விவரங்கள், கல்வியறிவு பெற்றவர்களின் தகவல்களைப் பெறும்படி முதலமைச்சர் ஆணையிட்டிருந்தார். சமூகப் பொறுப்புள்ள அதிகாரிகள் இருந்ததால்தான் இம்மாற்றம் நிகழ்ந்தது. சாதிச் சான்றிதழ் வாங்குவதற்கும் மனைபட்டா வாங்குவதற்கும் நாங்கள் அலைந்திருக்கிறோம். இன்று பல இடங்களில் மனைப்பட்டா கிடைத்திருக்கிறது. இருளர் மற்றும் நரிக்குறவர் பிரிவுகளுக்கு நலத்திட்ட உதவிகள் வழங்குவதற்கு முன்னுரிமை தருகிறார்கள். இவை எல்லாம் திரைப்படம் வெளியான பிறகு பெற்ற கவனத்தால் உருவான நன்மைகள். அதேவேளையில் காவல்துறையினரின் அடக்குமுறைகளைத் திரைப்படம் தோலுரித்துக் காட்டியதால் இருளர் சமூக மக்களை எதிர்கொள்வதில் அவர்களிடம் வன்மம் வெளிப்படவே செய்கிறது.

வன்கொடுமைத் தடுப்புச் சட்டத்தில் உள்ள நடைமுறை சிக்கல்கள் என்னென்ன? தமிழ்நாட்டில் அச்சட்டம் என்னவாக இருக்கிறது?

உத்தரப் பிரதேசத்தில் பகுஜன் சமாஜ் கட்சியின் தலைவர் மாயாவதி முதல்வராக இருந்தபோது தலித்துகள் மீது நடத்தப்பட்ட கொடுமைகளுக்கு எதிராக வன்கொடுமைத் தடுப்புச் சட்டத்தின் கீழ் கணிசமான வழக்குப் பதிவு செய்யப்பட்டது. தமிழ்நாட்டைப் பொறுத்தவரை ஒரு ஆண்டில் ஒரு காவல் நிலையத்திற்கு ஒரு வழக்கு எஸ்சி, எஸ்டி வன்கொடுமைத் தடுப்புச் சட்டத்தின் கீழ்ப் பதிவு

செய்யப்பட்டால் அது பெரிய விஷயம். தமிழ்நாட்டில் ஏறத்தாழ 1,200 காவல் நிலையங்கள் உள்ளன. ஒரு காவல் நிலையத்திற்கு ஒரு வழக்குப் பதிவு செய்யப்பட்டால்கூட 1,200 வழக்குகள் பதிவு செய்யப்பட வேண்டும். ஆனால், அப்படி நிகழ்வதே இல்லை. ஒரு காவல் நிலையத்திற்கு ஒரு வழக்குக் கூட பதிவாகவில்லை என்றால் அச்சட்டத்தைத் தமிழ்நாடு அரசு சரியாகப் பயன்படுத்தவில்லை என்றுதானே அர்த்தம்? அரசால் சட்டம் செயல்படுத்தப்படுகிறது, செயல்படுத்தப்படவில்லை என்கிற இருவேறு நிலையைக் காட்டிலும் ஒட்டுமொத்தமாக அந்தச் சட்டம் பயன்படுத்தப் படவில்லை என்பதே என்னுடைய கருத்து.

தலித் வன்கொடுமை வழக்குகள் காவல் நிலையத்தின் வாசலிலேயே முடித்து வைக்கப்படுகிறது. அமைப்பு ரீதியாக உங்களோடு உறவில் இருந்தவர்கள், பயணப்பட்டவர்கள் தேர்தல் அரசியலை நோக்கி நகர்ந்திருக்கிறார்கள். உங்களுக்கு அதற்கான வாய்ப்புகள் கிடைத்ததா?

விடுதலைச் சிறுத்தைகள் கட்சியிலிருந்து என்னைச் சேரச் சொன்னார்கள். முன்னாள் ஐஏஎஸ் அதிகாரி சிவகாமியும் அழைத்தார். நேரடி அரசியல் சென்றுவிட்டால் பழங்குடி மக்களுக்காகச் செய்கிற வேலை தடைப்படும் என்கிற காரணத்தினால் நேரடி அரசியலுக்குச் செல்ல மறுத்துவிட்டேன். ஒரு கட்சியின் நிழலுக்குள் இருந்து செயல்பட்டால் பிறர் நம்மை ஆதரிக்காமல் போகவும் வாய்ப்பு இருக்கிறது. பழங்குடி இருளர் பாதுகாப்புச் சங்கம் என்பது அடிப்படையில் மனித உரிமைச் சங்கம். இந்தச் சங்கத்திற்கு எல்லோருடைய ஆதரவும் முக்கியமானது. விடுதலைச் சிறுத்தைகளின் ஆர்ப்பாட்டம் நடைபெற்றால் அக்கட்சியினர்தான் பெரும்பான்மையாகக் கலந்துகொள்வார்கள். ஆனால், எங்களுடைய பழங்குடி இருளர் சங்கம் சார்பாகப் போராட்டத்துக்கு எல்லாக் கட்சிகளையும் அழைக்கிறேன். இருளர்களின் உரிமைக்காக எல்லோருடைய ஆதரவையும் திரட்டுகின்ற முயற்சி ஒரு கட்சியில் மட்டும் இருந்தால் அடிபட்டுப்போகும். கட்சியிலிருந்தால் கட்டுப்பாட்டுக்குப் பயந்து சில முடிவுகளை எடுக்க இயலாது. அதனால்தான் நேரடித் தேர்தல் அரசியல் கொண்ட கட்சியில் இணையவில்லை.

கல்வியாளர், தாய்த் தமிழ்ப் பள்ளி, இருளர் பழங்குடிப் பாதுகாப்புச் சங்கம் என எடுத்துக்கொள்ளும் களங்களில் எல்லாம் உழைத்துக்கொண்டே இருக்கும் நீங்கள், இருளர்களைத் தாண்டி, பிற பழங்குடிச் சமூக மக்களுக்காகவும் அதை விரிவுபடுத்தும் யோசனை இருக்கிறதா?

இருளர்களுக்குச் செய்து முடிக்கவே அவ்வளவு வேலை இன்னும் மிச்சம் இருக்கிறது. என்னுடைய இடம் எதுவென்று எனக்குத் தெரியும். பல்வேறு சாதிகளை ஒன்றிணைத்துப் பெரிய தலைவனாகி யாருக்கும் எதுவும் செய்யாமல் போவதைவிட குறைந்தபட்சம் இருளர்களுக்காவது நிறைவான ஒரு வாழ்க்கையை அமைத்து வைக்க வேண்டும். அகலக்கால் வைப்பதைவிடச் செய்கிற வேலையை உருப்படியாகச் செய்ய வேண்டும்.

நீட் தேர்வு விவகாரத்தில் உங்கள் மீது கடுமையான விமர்சனம் வைக்கப்பட்டது. அது உங்களுடைய கவனத்திற்கு வந்ததா? அது குறித்து உங்களுடைய நிலைப்பாடு என்ன?

நீட் குறித்து விமர்சனம் வைப்பவர்கள் இந்தத் தேர்வால் ஏழை, எளிய மாணவர்கள் பாதிக்கப்படுகிறார்கள் என்று கூறுகிறார்கள். பொதுவாக ஒரு பிரச்சனைக்கு அழுத்தத்தைக் கூட்ட வேண்டுமானால் ஏழை, எளிய மக்கள் பாதிக்கப்படுகிறார்கள் என்கிற பிரச்சாரத்தைச் செய்வார்கள். நீட் தேர்வு வருவதற்கு முன்பு ஏழை, எளிய மாணவர்களுக்கு ஏற்பட்ட பாதிப்புகள் குறித்த தரவுகள் இருக்கிறது. கடந்த பத்தாண்டுகளில் ஒரு விழுக்காடு அரசுப் பள்ளி மாணவர்கள்தான் மருத்துவக் கல்வியில் சேர்ந்திருக்கிறார்கள். இது தகவல் அறியும் உரிமைச் சட்டத்தின் கீழ்ப் பெறப்பட்ட புள்ளி விவரங்கள் ஆகும். பன்னிரண்டாம் வகுப்பு மதிப்பெண்ணைக் கொண்டு மருத்துவப் படிப்பில் சேர முடியும் என்று இருந்தபோதே அரசுப் பள்ளியில் பயின்ற கிராமப்புற ஏழை மாணவர்களால் மருத்துவக் கல்வியில் சேர முடியவில்லை. காரணம், தனியார்ப் பள்ளிகள் பதினோராம் வகுப்பிலேயே பன்னிரண்டாம் வகுப்புக்கான பாடத்தைக் கற்பித்தனர்.

இதனால் மேல்நிலை வகுப்புக்கு இரண்டு பொதுத் தேர்வுகளை நடத்த வேண்டும் என்று கோரிக்கை வைத்தோம். அல்லது மேல்நிலை வகுப்பில் செமஸ்டர் முறையைக்

கொண்டுவர வேண்டும் என்றும் கோரிக்கை வைத்தோம். அதேபோல நீட் தேர்வு எழுத ஒருமுறைதான் அனுமதி வழங்க வேண்டும். திரும்பத் திரும்ப நீட் தேர்வு எழுதுபவர்கள்தான் தேர்ச்சி பெறுகிறார்கள். வசதியாக இருப்பவர்களால் மட்டுமே மீண்டும் மீண்டும் நீட் தேர்வு எழுத முடியும். இதன்மூலம் மருத்துவப் படிப்பு ஒட்டுமொத்தமாக வசதி படைத்தவர்களுக்குத்தான் கிடைக்கிறது. தற்போது அரசுப் பள்ளி மாணவர்களுக்கான மருத்துவக் கல்வி இட ஒதுக்கீடு 7.5 சதவீதமாக இருக்கிறது, அதனை 20 சதவீதமாக உயர்த்த வேண்டும். கல்வி மாநில பட்டியலில்தான் இருக்க வேண்டும் என்பதில் எனக்கு இருவேறு கருத்துகள் கிடையாது.

இந்தியா முழுமைக்குமான ஒரே கல்வி ஒரே தேர்வு என்று கொண்டுவருவது நியாயமானதன்று. மாநில உரிமைகள் மீட்டெடுக்கப்பட வேண்டும் என்பதில் மாற்றுக் கருத்து இல்லை. ஒருவேளை அப்படி வராத பட்சத்தில் நாம் சில கோரிக்கைகளை முன்வைக்கலாம் என்று முடிவு செய்தோம். தமிழ் மொழியிலும் நீட் தேர்வின் கேள்வித்தாள்கள் இருக்க வேண்டும் என்று கோரிக்கை விடுத்தோம். தமிழ்வழிக் கல்வியைப் பின்பற்றுவது அரசு பள்ளிகள்தான், தனியார் பள்ளிகளைப் போல 12ஆம் வகுப்புப் பாடத்தைப் பதினொன்றாவதிலேயே அரசு பள்ளிகள் எடுப்பதில்லை, அப்படி இருக்கும்போது தமிழ்வழிக் கல்வியில் படிப்பவர்களுக்கு அது பலனைக் கொடுக்கும் என்று எண்ணினோம். நீட் தேர்வு கட்டாயம் என்கிற முடிவுக்கு வரும்போது அதை எதிர்கொள்ள வேண்டிய வழிகள் குறித்து யோசிப்பதே சரியானது. தனியார்ப் பள்ளிகளும் கல்லூரிகளும் சம்பாதிக்க வேண்டும் என்கிற நோக்கத்தில்தான் அரசு செயல்படுகிறது. கம்யூனிஸ்ட் கட்சியில் உள்ளவர்களைத் தவிர திமுகவினர் உட்பட பல கட்சியினர் கல்வித் தந்தைகளாக வலம்வருகிறார்கள். அவர்களுக்கு எங்களுடைய கருத்து உவப்பானதாக இருக்காது. நீட் தேர்வு குறித்து எங்கள் மீது வைக்கப்பட்ட விமர்சனத்தை நாங்கள் கவனத்தில் கொள்கிறோம். ஆனால், கல்வி என்பது ஏழை, எளிய மக்களுக்கானதாகத்தான் இருக்க வேண்டும். இறுதியாக ஒன்று செய்யலாம், உயர்கல்விக்கான இடங்களை விகிதாச்சார அடிப்படையில் பிரிக்க வேண்டும். அரசுப் பள்ளி, அரசு உதவி பெறும் பள்ளி, சிபிஎஸ்சி, மெட்ரிகுலேஷன் போன்ற பள்ளிகளில் படிக்கும்

மாணவர்களின் எண்ணிக்கைக்கு ஏற்ப உயர்கல்விக்கான இடங்களைப் பிரித்துக் கொடுக்க வேண்டும்.

சமூக மற்றும் பொருளாதார ரீதியாக SC/ST மக்கள் இன்னும் பல முன்னேற்றங்களை அடைய வேண்டி இருக்கிறது. அப்படியிருக்கும்போது இன்னும் எத்தனை காலத்திற்கு வெறும் சிவில் பிரச்சனைகளுக்காகப் போராடிக்கொண்டிருப்பது? அது ஏன் நிகழ்கிறது, அதற்கு என்ன தீர்வாக இருக்க முடியும்?

பொதுவாகவே இங்கு எல்லோரிடமும் SCக்கு எதிரான மனநிலை இருக்கிறது, அதுதான் காரணம். நகரத்தில் வேண்டுமானால் ஓரளவு சமத்துவம் இருக்கலாம். ஆனால், கிராமப் பகுதிகளில் இன்னும் ஏற்றத்தாழ்வுகள் அப்பட்டமாக நிலவுகிறது. தலித்துகள் தங்களுடைய உரிமைக்காக வலுவான போராட்டத்தை முன்னெடுக்கும் அதேவேளையில் தலித்துகளுக்கு ஜனநாயக சக்திகள் துணை நிற்க வேண்டும். ஆனால், ஜனநாயக சக்திகள் தங்களுடைய கடமையைச் சரியாகச் செய்வதில்லை. தங்களைச் சமூகநீதிக் கட்சி என்று சொல்லிக்கொள்பவர்கள் கூட தலித்துகளுக்கு எதுவும் செய்வதில்லை என்கிற விமர்சனம் எனக்கு உண்டு. தலித்துகளின் பிரச்சினைகளைத் தலித் அல்லாதவர்கள் குறைந்தபட்ச குற்ற உணர்வோடாவது அணுக வேண்டும். நாம் தலித் பிரச்சனையைச் சரியாக அணுகுகிறோமா இல்லையா, தலித் என்பதாலேயே ஒருவரைக் குறைத்து மதிப்பிடுகிறோமா என்று நம்மை நாமே சுய பரிசோதனை செய்ய வேண்டிய தேவை இருக்கிறது.

சமூகச் செயற்பாட்டாளராக இருக்கும் போது பல்வேறு நெருக்கடிகளை, அச்சுறுத்தல்களைச் சந்தித்திருப்பீர்கள். அந்த மாதிரியான காலத்தை எப்படி எதிர்கொண்டீர்கள். குறிப்பிடும்படியான நெருக்கடி என்று ஏதேனும் உண்டா?

காவல்துறையினர் பொதுவாகவே என்னை மரியாதையாகத்தான் அணுகுவர். கடந்த ஒன்றரை ஆண்டுகளுக்கு முன்பு ஒரு வழக்குத் தொடர்பாக மயிலம் சென்றபோது காவல்துறையினர் அவர்களது வாகனத்தில் என்னைத் தூக்கிப் போட்டார்கள். அது எனக்குப் பெரிய அவமானமாக இருந்தது. அரசியல்வாதிகள் எல்லாம் காவல் நிலையத்திற்குச் செல்லும்போது ஏன் கும்பலாகச் செல்கிறார்கள் என்பது புரிந்தது. குறிப்பிட்டுச்

சொல்ல வேண்டுமானால், அந்தச் சம்பவம்தான், மற்றபடி தொடர்ந்து செயல்படும்போது பல்வேறு நெருக்கடிகள் இருக்கத்தானே செய்யும்.

வடதமிழகத்திற்கும் தென் தமிழகத்திற்கும் இடையேயான சமூகக் கட்டமைப்பு எவ்வாறு உள்ளது? இரண்டு பகுதியிலுமே இருந்தவர் என்கிற அடிப்படையில் அதன் வேறுபாட்டையும் சமூக அரசியல் குறித்தும் சொல்லுங்கள்.

வடதமிழகத்தைவிட தென்தமிழகம் மிகவும் மோசமானது. தென்தமிழகத்தில் உள்ளவர்கள் கொலை செய்கிறார்கள். ஆனால், வடமாவட்டத்திலோ வீடுகளுக்குத் தீ வைக்கின்றனர். வடதமிழகத்தில் யாரும் வெட்டிக் கொலை செய்யப்படவில்லை. தென் தமிழகத்தில் சரிக்குச் சரி என்று சண்டை நடக்கும். இங்கும் சிதம்பரத்திலும் நிலவுடமைச் சமூகமாக தலித்துகள் இருக்கிறார்கள். பட்டியல் சாதியில் உள்ள சில சாதிகள் எண்ணிக்கை பெரும்பான்மை சாதியாகவும் அதே சமயம் நிலம் உள்ள சாதியாகவும் இருக்கும்போதுதான் இந்த முரண் எழுகிறது. அதனால்தான் பட்டியல் சமூகத்தில் இருந்து இளையபெருமாள் போன்ற தலைவர்கள் உருவானார்கள். ஆனால், பழங்குடிச் சமூகத்தில் இதன் நிலை வேறு. இளையபெருமாள் போன்ற தலைவர்கள் பழங்குடிச் சமூகத்தில் உருவாவது தற்போது சாத்தியமில்லை. பொருளாதாரச் சாத்தியங்களும் எண்ணிக்கைப் பெரும்பான்மையின் இருக்கும்போதுதான் அரசியலில் தலையீடு செய்ய முடியும். திருநெல்வேலி பகுதியில் பள்ளர்களும் இருக்கிறார்கள் பறையர்களும் இருக்கிறார்கள். ஆனால், அங்குப் பறையர்கள் நிலமற்ற சாதியாக இருக்கிறார்கள். பள்ளர்கள் நிலவுடமைச் சமூகமாக இருக்கிறார்கள். எங்கள் ஊர் பக்கத்தில் உள்ள கொண்டையன் கோட்டை மறவர்கள் இருக்கிறார்கள். அவர்கள் ஊர் ஊருக்குச் சென்று அங்கிருக்கும் ஆட்களை அடித்துப் பஞ்சாயத்துப் பேசுவார்கள்.

அதேபோல் பள்ளர்கள் வசிக்கும் பகுதிளுக்குச் சென்று பிரச்சனை செய்யும்போது மறவர்களைப் பள்ளர்கள் கட்டிவைத்து அடித்த சம்பவங்கள் உண்டு. பசுபதி பாண்டியன் போன்றவர்கள் தென்னகத்தில் உருவாவதற்கு அங்கு ஒரு களம் இருந்தது. மதுரை பாப்பாப்பட்டி, கீரிப்பட்டி சம்பவம் தொடர்பாக எழுத்தாளர் ரவிக்குமாரோடு நானும்

உண்மை அறியும் குழுவிலிருந்தேன். அங்குச் சென்று பார்த்தபோது அங்குள்ள தலித்துகள் நிலமற்றவர்களாக இருந்தார்கள். அதனால்தான் அவர்களால் தீவிரமாக எதிர்க்க முடியவில்லை. மேலும், அவர்களுடைய எண்ணிக்கை மிகவும் சிறுபான்மையாக இருந்தது.

நிலமென்பது விவசாய நிலம் மட்டுமல்ல, குடியிருக்க நிலம் இருந்தாலே தனி தைரியம் வந்துவிடுகிறது. தமிழ்நாடு விவசாயிகள் போராட்டத்தைப் பணக்காரர்களின் போராட்டம் என்று தமிழ்நாடு சிபிஎம் கொச்சைப்படுத்தியது. அப்படிப் பார்க்க தேவையில்லை, அது விவசாயிகளின் போராட்டம். பஞ்சாபில் நடந்து முடிந்த போராட்டத்தைப் போல. நிலம் உள்ளவர்களுக்கு இயல்பாகவே ஒரு போர்க் குணம் இருக்கிறது. ஒரு கட்டுரை படித்தேன், யார் எழுதினார்கள் என்பது நினைவில்லை. தீண்டாமைக்கு எதிரான போராட்டத்திற்கும் நிலத்திற்கும் உள்ள தொடர்பை விளக்கி இருந்தார்கள். எங்கெல்லாம் தலித்துகள் நில உடமை சமூகமாக இருந்திருக்கிறார்களோ அங்கெல்லாம் தீண்டாமைக்கு எதிராகப் போராட்டம் நடந்திருக்கிறது, தலைவர்களும் அங்கிருந்துதான் உருவாகிறார்கள்.

என் வரையறைக்கு உட்பட்டு எடுத்துக்கொண்ட காரியங்களை நிறைவாகச் செய்தால் போதுமென்று சொல்லியிருக்கிறீர்கள். அதில் சாதித்தும் இருக்கிறீர்கள். உங்கள் காலத்திற்குப் பின் பழங்குடி இருளர் பாதுகாப்புச் சங்கம் எப்படி இருக்க வேண்டும் என்று விரும்புகிறீர்கள், நீங்கள் திட்டமிட்டுச் செய்ய முடியாமல் போனவை என்று ஏதாவது இருக்கிறதா?

சங்கத்தில் உள்ள பொறுப்பாளர்கள் தற்போது சிறப்பாகச் செயல்படுகின்றனர், பொன்.மாரி என்கிற ஒரு தம்பி இருக்கிறார், அவர் சங்கத்தை வழிநடத்தக் கூடியவர்தான். மனித உரிமைச் சங்கத்தில் இருக்கும் ஆல்பர்ட், மக்கள் சார்ந்த பணிகளைச் செய்கிறார். எனக்குப் பிறகு தங்கம், பாபு போன்ற இளைஞர்கள் இருக்கிறார்கள். சங்கத்தைப் பார்த்துக்கொள்வதற்கு ஆதிமூலம், சிவகாமி போன்றவர்கள் இருக்கிறார்கள். சங்கத்தில் சேர்ந்த பிறகுதான் இவர்கள் எழுதப் படிக்கக் கற்றுக்கொண்டார்கள். தற்போது இவர்கள் மேடையில் நன்றாகப் பேசுகிறார்கள். தமிழ் மொழிக் கல்வி தொடர்பாகத் தமிழகம் முழுக்கப் பிரச்சாரத்தை மேற்கொள்ள வேண்டும் என்று எண்ணினேன், அது தற்போது

வரை முடியாமல் இருக்கிறது. அதை வருகின்ற தலைமுறைகள் முன்னெடுக்க வேண்டும். நான் இல்லையென்றாலும் இருளர் சமூக இளைஞர்கள் என் பணியை மேற்கொள்வார்கள், தங்களுடைய உரிமைக்காகப் போராடுவார்கள் என்கிற நம்பிக்கை இருக்கிறது.

எழுதிய நூல்கள் :

1. 'பயிற்று மொழி தமிழா? ஆங்கிலமா?', 1990, பக்கம் 32, மக்கள் கல்வி இயக்கம்.
2. 'இருளர் மீது தொடரும் வன்கொடுமைகள்', 1999, பக்கம் 48, பழங்குடி இருளர் பாதுகாப்புச் சங்கம்.
3. 'பள்ளிக் கல்வி பிரச்சனைகளும், தீர்வுகளும்', 2009, பக்கம் 85, மக்கள் கல்வி கூட்டமைப்பு.
4. 'இருளருன்னா இளக்காரமா?', 2009, பக்கம் 102, பழங்குடி இருளர் பாதுகாப்புச் சங்கம்.
5. 'சமச்சீர் கல்வி 80 நாள் போராட்டப் பதிவுகள்', 2011, பக்கம் 106, மக்கள் கல்வி இயக்கம்.
6. 'தோழர் திருமாவளவனோடு சில பதிவுகள்', 2013, பக்கம் 80, நகரக் கல்வி மேம்பாட்டுக் குழு, மக்கள் கல்வி இயக்கம், பழங்குடி இருளர் பாதுகாப்புச் சங்கம்.
7. 'நீட் தேர்வு சவால்களும் பயிற்று மொழிச் சிக்கல்களும் – ஒரு விவாதத்திற்கான தொகுப்பு', 2017, பக்கம் 110, அகரம் அறக்கட்டளை, சென்னை – 87.

● நவம்பர் 2022